YANCI GA DAURARRU

TAKARDAR HORASWA

Sai mu gode wa Ubangiji, da bai bar abokan
Gaban mu sun hallaka mu ba

Mun kubuta kamar tsuntsu daga tarkon mafarauta
Tarkon ya tsinke, mun yantu!

Taimakon mu daga wurin Ubangiji yake zuwa
Shi wanda ya yi sama da duniya

Zabura 124

MARK DURIE and BENJAMIN HEGEMAN

db

DEROR BOOKS

Wannan ya kunshi juyi na hudu na *Yanci ga Daurarru*
Yanci ga Daurarru: Copywrite 2022 by Mark Duree
Tsara jagora na yin bincike: Benjamin Hegeman
Mallakar marubutan

Take: Yanci Ga Daurarru: Takardar Horaswa
Description: Melbourne: Deror Books, 2022.
ISBN: 978-1-923067-23-3

An dauke ayoyin Littafi Mai Tsarki daga cikin
Littafi Mai Tsarki na Bible Society of Nigeria
© 2009

Freepik daga WWW.flaticon.com ne suka kirkiro makin tattaunawa a
kungiya

Domin karin bayyani game da littattafan da Mark Durie ya rubuta, ziyarci
Markdurie.com

Domin samun kayan aiki na Yanci ga Daurarru a harsuna dabam dabam,
ziyarci
luke4-18.com

Deror Books, Melbourne Australia
www.derorbooks.com

Abin da ke ciki

Gabataswa

A yau, akwai dinbin wadanda suka fito daga Musulunci wadanda suka zabi su bi Almasihu. Abin bakin cikin shine, kiyayya da taraddadin wannan duniya sun yi wa da yawa daga cikin su nauyi. Shugabannin Krista na wadansu kasashe suna bada labarin cewa kusan kashi 80 a cikin dari na wadannan masu tuban sukan koma da baya a cikin shekaru biyu na farkon tuban su. Menene Allah yake neman mu muyi game da wannan?

A cikin shekara ta 2002 Dr Mark Durie ya fara koyaswa game da danniya da kuma yadda Krista zasu iya samun yanci daga tsoron Musulmi da kuma Musulunci. Yawancin lokaci, hidima takan biyo bayan irin wannan koyaswa, a lokacin da mutane zasu taho gaba domin a yi musu addu'a. Da yawa daga cikin wadanda suka halarci irin wannan zaman sukan zo daga baya suna bada shaidar ikon Allah mai karfi wanda yake aiki, wanda ya basu yanci da kuma ikon yin hidima.

Daga baya, Dr Durie ya ci gaba da kirkiro koyaswa wadda zata yantar da mutane daga danniyar ruhun Musulunci shi da kansa. An hada wadannan koyaswa guda biyun a cikin littafin *Yanci Ga Daurarru*.

Da masu aikin shelar bishara a bangarori dabam na duniya suka fara sani suka kuma fara amfani da *Yanci ga Daurarru*, sai aka shiga juya littafin zuwa harsuna dabam dabam

Cikin yan shekaru bayan bugu na farko na littafin *Yanci ga Daurarru* a shekara ta 2010, an gane a fili cewa akwai bukata na a sake tusa a kuma inganta littafin domin a sami karin biyan bukatun masu amfani da shi, musammamn ma a cikin zumuntar masu bi wadanda suka fito daga cikin Musulunci

Harwayau, akwai bukatar shiri domin horaswa. Da farko, sakon da littafin yake kunshe da shi yana samun goyon bayan bidiyon koyaswa wanda Salaam Ministries suka kirkiro ta wurin yin amfani da slides na PowerPoint. An kwafi wadannan bidiyon aka kuma sa musu rubutattun fasarori a cikin wadansu harsuna.

An yi ta amfani da wannan salon koyaswar a kasashe da yawa, kuma ana horas da abokan aikin mu dake a wadannan kasashen ta hanyoyin

1

da zasu iya yin amfani da shi. sai dai kuma, a lokacin da daraktan Salaam, Nelson Wolf, ya tuntubi Dr Benjamin Hegeman game da yiwuwar yin amfani da wannan hanyar ta wajen horas da pastoci a kasar Benin, amsar Dr Benjamin shine "Ko da wasa ba zai yiwu ba." Daga nan Sai ya bada shawarar wata hanya ta dabam wadda za a iya yin amfani da ita. Ta wurin yin amfani da tulin shekarun da yayi a Benin yana koyaswa, Dr Hegeman ya kirkiro wani salon na koyaswa wanda za a iya yin amfani da shi da *Yanci ga Daurarru* wanda dama yana kunshe da jagoran bincike. Wannan tsarin wanda shine muke amfani da shi a nan, yana amfani da kananan kungiyoyi na tattaunawa hade kuma da kwaikwayo, ya sami karbuwa sosai a wajen masu wa'azi a cikin harsunan Baatonu, Farasanci da kuma Hausa.

An shirya wannan salon horaswa domin yayi aiki a cikin yanayi dabam dabam, ba tare da yin la'akari da wani mataki na ilimin da mutum yake da shi ba. Haka kuma, kamata yayi shugaban da ya kammala wannan horon ya iya daukar shi ya mayas da shi cikin irin yanayin zamantakewar da mutanensa ke ciki, ya koyawa wadansu ta wurin yin amfani da irin wannan salon.

Kalmomin Kristi suna yi mana kararrawa a kunuwanmu, "Kamar yadda Uban ya aike ni, haka nake aikin ku" da kuma "Ku tafi, ku almajirantas da dukan mutane!" Menene Yesu yake nufi? A daren kafin ranar mutuwarsa, ya bayyana cewa almajiransa sun san Allah kuma suna hade tare da shi; suna da dayantaka da Allah a cikin sunansa, cikin gaskiyarsa da kuma a cikin kaunarsa (Yahaya 17). Addu'ar mu ga Ubangijin girbin shine, bari *Yanci ga Daurarru* ya zama da taimako ga sababbin tuba wadanda suka fito daga cikin gidan Musulunci su tsaya a cikin dayantaka da Allah ta wurin Yesu Almasihu, da kuka, bari littafin ya zama da taimako ga dukan wadanda suke bishara da gina almajirai a cikin Musulmi

Muna fata wannan littafin – wanda ya hada ingattacen littafin koyaswa na *Yanci ga Daurarru* na Mark Durie da kuma jagoran bincike wanda za a iya sarrafa shi a cikin kowane yanayi na Benjamin Hegeman – zai taimaka wajen biyan wadannan bukatu ya kuma zama albarka ga ikilisiya ta duniya baki daya

Muna so mu nuna godiyarmu ta musamman ga yan'uwa maza da mata wadanda suka sanas da mu abin da suka lura da shi game da wannan littafin, wadanda suka bada shawarwari masu ma'ana domin inganta wannan kayan aikin. Muna godiya kwarai domin marmarin da kuma nuna a wannan aikin. Haka kuma, muna godiya kwarai ga wadanda suka goyi bayan mu da kudi da kuma addu'oi, wadanda idan da ba tare da su ba, da wannan aikin bai yiwu ba.

Mark Durie, Benjamin Hegeman, da Nelson Wolf
June 2022

Yadda Za a Yi Amfani Da Wannan Litttafin

Maraba da zuwa *Littafin Horaswa na Yanci Ga Daurarru*, wanda yake dauke da sabon sabon bugu na littafin *Yanci Ga Daurarru* na Mark Durie dauke da nassoshi na musamman guda shida da kuma karin nassoshi guda biyu.

An shirya wannan littafin horaswar ne domin mahalarta wadanda suke Krista. An shirya shi ne domin ya taimaki masu bi su iya yin aiki da koyaswar dake kunshe a cikin littafin *Yanci Ga Daurarru*. Addu'ar mu ita ce, wannan littafi zai taimake ka ya kuma taimaki wadansu zuwa ga samun yanci a cikin Almasihu da kuma zama a cikin wannan yancin.

Idan kana shirin jagorancin wani sashe na horaswa ta wurin yin amfani da wannan littafin horaswan, idan ka yarda kafin ka yi hakan, ka dauki lokaci ka karanta sashen Jagora domin Shugabanni, wanda zaka iya samu kafin ka shiga darasi na farko.

Muna bada shawara cewa kayi wannan horaswar da wata kungiya ta masu bi. An shirya shi yadda za a iya yin amfani da shi a cikin tsari na taron kwana uku zuwa biyar, amma za kuma a iya yin shi a matsayin binciken kananan kungiyoyi na mako mako.

Inda aka yi magana akan wata aya wadda aka dauko daga cikin Alkur'ani, an rubuta shi a Alkur'ani … A misali, Alkur'ani 9:29 yana magana ne akan Sura 2:29 na Alkur'ani. A wannan shiri na horaswar, zaka koyi wani abu game da koyaswar Musulunci wadda aka samu daga tabbatattun kafofi. An yi dukan kokarin da za a iya yi domin a tabbatar da cewa abubuwan da aka yi amfani da su sun fito ne daga tabbatattun kafofi da suka shafi Musulunci. Idan ka yarda ka dubi littafin nan na turanci mai suna *The Third Choice* na Mark Durie domin samun bayyanannun kafofin da mafiya yawan wadannan suka fito.

Yayinda muke samar wa ikillisiyoyi na duniya wadannan kayan aikin, muna jaddada cewa, yayinda muke tsayayya da kowace irin gaba da son zuciya, mun hakikance akwai bukatar yin amfani da zurfin tunani akan kowace koyaswa wadda ta shafi addini da kuma kowane ra'ayi wanda duniya take gabataswa. Musulmi da wadanda ba Musulmi ba duka suna da yanci su yanke tasu shawarar game da Musulunci, su yarda ko kada su yarda da abin da Musulunci yake koyasa gwargadon abin da lamiri da kuma saninsu ya ba su.

Za ka iya samun copy na PDF na wannan takardar horaswa ta *Yanci ga Daurarru* hade da karin wadansu kayan aiki daga yanar gizo ta luke4-18.com An ba kungiyoyin Krista damar su sauko da wadanan, su buga su, su kuma rarraba dukan kayan aikin da ke kunshe a luke4-18.com gwargwadon bukatar su.

A kowane lokaci, muna farin cikin samun sakonni na shaida game da yadda wannan horon ya taimaki mutane, hade kuma da shawarwari na hanyoyin inganta shi.

Jagora domin Shugabanni

Jagora na gaba daya

An shirya an kuma samas da wannan koyaswa domin ta taimaki mutane samun yanci na ruhaniya daga Musulunci.

Idan kana da shirin jagorantar horaswa akan *Yanci ga Daurarru*, idan ka yarda ka yi nazarin wannan jagoran a hankali.

An rubuta wannan takardar horaswar domin ta zama da taimako ga masu bi iri uku:

1. Kristan da suka tuba, suka fito daga Musulunci, wadanda suka zabi su rungumi yancin da suke da shi a cikin Almasihu

2. Kristan da suka yi rayuwa ko kuma kakannin su suka yi rayuwa tare da Musulmi, a karkashin danniyar Musulmi.

3. Dukan wanda zai yi marmarin yada sakon Almasihu ga Musulmi

Kowace kungiya a cikin wadannan rukunan uku suna da bukatunsu na musamman, sai dai kuma, muna bada shawara cewa kowa (kowane rukuni na masu bi) su bincike dukan nassoshin nan 1-6, wadanda sune kashin bayan wannan horaswar.

Akwai karin nassoshi guda biyu, Darasi na 7 da na 8, wadanda aka shirya musamma domin wadanda suka tuba suka shigo addinin Krista daga Musulunci. Ba za a yi wadannan darusan ba sai bayan an gama darusa shidan nan da suka zama tushen wannan koyaswar.

- Darasi na 7 yayi magana ne akan karin mabudai na yanci daga Musulunci: karya, fifiko na karya, da kuma zagi ko la'antaswa.

- Darasi na 8 yana bada koyaswa game da yadda za a reni lafiyayyar ikilisiyar mutanen da suke fito daga Musulunci. An shirya wannan domin ya zama da taimako ga dukan wadanda suke aiki tare da wadanda a da Musulumi ne.

An shirya wannan horaswa yadda za a bi da ita ta wata hanya ta musamman. Muna bada shawara cewa ka bi wannan tsari wanda aka

7

bayyana a nan, domin an rigaya an jaraba shi, ya kuma zama da amfani sosai ga masu koyo da suka fito daga wurare dabam dabam.

An tsara horaswa yadda za a iya gudanas da ita a cikin kwanaki 3 zuwa 5. Za kuma a iya gudanas da ita a matsayin binciken kananan kungiyoyi wanda za a iya yi mako mako.

Idan kana jagorantar horaswa, ka karfafa masu halartar horaswar da su yi magana game da wannan koyaswar da wadansu. Muna sa ran cewa duk wanda ya bi ta cikin wannan horaswar a matsayin almajiri zai koma ya juya shi zuwa yadda yayi daidai da yanayin da suke ciki, ya kuma jagoranci wadansu a cikin wannan horaswar.

Hanyar gudanas da horarwas

Za a iya gudanas da wannan horaswa a cikin yar karamar kungiya a gida ko kuma a kungiyar dake dauke da daruruwan mutane. Idan mahalartan horaswar sun fi mutum biyar ko shida, za a bukaci a raba jama'ar zuwa kungiyoyin mutum hudu hudu ko biyar biyar. Wadannan kungiyoyin zasu kasance tare, ba tare da canza wani zuwa wata kungiya ba har ya zuwa karshen horaswar.

Ka tabbatas cewa dukan masu halartar horaswar suna da tasu takardar ta wannan takardar horaswa. Ka nemi kowane mahalarcin horaswar da ya rubuta sunan sa a fuskar littafin horaswar ka kuma sanas da su cewa wannan takardar horaswar ta su ce wadda zasu rike su tafi gida da ita kuma suna da izinin yin rubutun wani abu da suka ga yana da muhimmanci a ciki. Daga nan sai ka bayyana abin da littafin koyaswar ya kunsa ga kowa, kana jawo hankalinsu zuwa ga ginshikan nassoshin nan guda shida wanda kuma shine kan maganar kowane nassi, manufofin koyaswar da wadanda aka zaiyana a farkon kowane darasi, kayan aikin dake a karshen kowane darasi (ma'anar kalmomi, sunaye, ayoyin Littafi Mai Tsarki da ayoyin Alkur'ani), tambayar dake a karshen kowane darasi da kuma amsoshin su wadanda za a iya samu a bayan wannan takardar horaswar.

A farkon kowace ranar koyaswa, kowace karamar kungiya zata zabi shugaba da kuma marubuci. Ana shawartar mahalartan da su rika sauya mutanen da zasu dauki wannan matsayin domin kowa ma ya samu ya taba.

- Shugaban shine zai jagoranci tattaunawar da ake yi a karamar kungiya kana kuma ya zama yana zuga kowane

8

mahalarci da ya bada tashi gudumuwar ta wurin sa baki dake cikin tattaunawar. Shugaban ne kadai yake da iznin ya dubi amsoshin dake a bayan wannan takardar horaswar.

- Marubucin zai rubuta yadda kungiyar take amsa amsoshin da ake bincike a kai, ya rubuta tambayoyin da ya kamata a gabatas a karshen darasin a lokacin tambayoyi da amsoshi, kana kuma shine zai wakilci kungiyar idan shugaban ya bukaci kungiyar ta bada amsar wata tambaya.

A farkon zama domin wannan horaswar, shugaban zai nemi mahalartan da su kasu zuwa kungiyoyin mutum hudu-hudu ko biyar-biyar, yana bayyana yadda wadannan kungiyoyin zasu yi aiki, da kuma cewa kungiyoyin suna bukata su zabi shugaba da sakatare a kowane zama. Malamin kuma zai bayyana wa kananan kungiyoyin cewa dole ne su yarda da cewa shugaban ne kadai yake da yancin duban amsoshin tambayoyin.

A farkon kowace rana ta horaswa, malamin zai yi sanarwa cewa, "An saukar da dukan shugabanni da sakatarori" daga nan sai kananan kungiyoyin su zabi shugaba da sakatare na wannan ranar (dubi kasa)

Yadda horaswa ta kowace rana zata gudana yana kamar haka:

- Malamin zai sanar da farkon darasin ga dukan mahalarta, yana gayyatarsu da su bude littattafan koyarwarsu zuwa wurin da darasin ya fara. Wannan shafin yana dauke da hoton kan maganar wannan darasin

- Wadansu masu wasan kwaikwayo zasu gabatas da manufar wannan darasin ga dukan mahalartan ta wurin wasan kwaikwayo.

- Malamin zai bada dan gajeren sharhi game da manufar wannan darasin (za a yi wannan a cikin minti daya ko biyu) ya kuma jawo hankalin mutane zuwa ga hoton taken dake cikin farkon darasin dake cikin wannan littafin horaswar hade da dan gajeren bayyani game da shi.

- Malamin zai karanta wa dukan mahalartan manufofin koyarwa dake a farkon kowane darasi. A misali, "Za a sami manufofin wannan darasin a shafi na (X). Wadannan manufofin sune .... (yana karanta su da murya yadda kowa zai ji)."

9

- Daga nan, za a iya gabatas da dan karamin labarin da ya shafi wannan darasin ta wajen kwaikwayo, amma za a iya kuma karanta shi da karfi domin kowa ya ji. Idan ka zabi kayi shi a matsayin kwaikwayo, za a iya daukar lokaci a koyi yadda za a gudanas da kwaikwayon tun kafin lokacin taron yayi: Ka karfafa mahalartan da su sa hannu a cikin yin wadannan kwaikwayon. Bayan an gama wannan kwaikwayon (ko kuma karatun) kananan kungiyoin zasu koma cikin kungiyoyin su su tattauna game da abin da aka nuna kana kuma su amsa tambayar dake biye wadda ke cewa "Yaya zaka yi?" ko kuma, "Wanne martani zaka bayas?" Bayan wannan, sakataren kowace kungiya zai dawo ya bada rahoto game da yadda kungiyar su ta amsa wannan tambaya ga babbar kungiyar

- Ana bukata a karkasa kowane darasi zuwa zama dabam dabam sai dai ban da darasi na daya, wanda yake gajere ne kuma za a iya gudanas da shi a zama daya.

- A kowane zama karkashin kowane darasi, mahalartan zasu bi matakai 1 zuwa 5 wadanda aka zaiyana a nan kasa:

1. Shugaban zai fadi sashin da za a yi tattaunawa ta wannan ranar akai, zai kuma fadi lambar shafin da ake samun wannan a cikin takardar horaswa. (Idan shugaban ya ga dama, zai iya yin amfani da wuraren da aka kasa a cikin rubutun wadanda suke bada shawara akan yawan abin da ya kamata a yi a kowane zaman a karamar kungiya.)

2. Wanda ya iya karatu da kyau wanda kuma muryar sa take fita da kyau zai karanta abin da sashen da za a tattauna akai ya kunsa, zai yi karatun da murya. (idan binciken yana tafiya ne daidai da wuraren da aka rarraba, mai karatun zai karanta daidai yankin da aka kebe, wanda zai dauki kamar minti 10 zuwa 15).

3. Mahalartan zasu rarrabu zuwa kananan kungiyoyin su, kana za a nuna musu tambayoyin da wannan binciken ya kunsa. Za a iya samu tambayoyin a karshen kowane darasi.

4. Kungiyar zata tattauna ta kuma amsa tambayoyin da wannan darasin ya kunsa. Wanan zai iya daukar mintuna

10

10 zuwa 20 gwargwadon yawan tambayoyin. Yayinda wannan yake ci gaba, shugaban zai rika zagayawa daga wannan karamar kungiya zuwa waccan domin ya ganewa kansa yadda abubuwa suke tafiya ya kuma tabbatas kome yana tafiya daidai.

5. Idan shugaban ya lura da cewa wata kungiya ta kamala zamanta, sai ya iza sauran kungiyoyin da su yi kokari su gama nasu. Ka yi ta yawo da kayan aikin kada ka jira masu maida hannun agogo baya.

Ka maimata matakan nan na 1 zuwa na 5 a cikin dukan sauran zaman har sai an gama darasin.

- A karshen kowane darasi, dukan kungiyoyin zasu sake dawowa su taru a wuri daya domin lokaci na tambayoyi da amsoshi game da wannan darasin.

Za a karasa darasi na 5, na 6 da na 7 da addu'oi. Idan ka yarda ka yi kokari ka yi amfani da shawarar da aka bayar a kasa domin gudanar da addu'oin.

Wannan shine tambarin tattaunawar wanda yake dauke da mutane uku suna magana da juna

Wannan tamabarin yana nuna wurin da muke bada shawarar a tsaya, a shiga tattaunawa ta kananan kungiyoyi. Wannan shawara ce kawai: Kowane shugaba yana bukatar ya shirya yadda zai raba darussan domin tasu horaswar gwargwadon bukatar da mahalartan suke da ita. Yawan abin da mahalartan zasu iya rikewa a lokaci daya ya danganta ga kungiyar, sabili da haka, shugaban horaswar yana bukata ya yanke shawara akan yawan aikin da ya dace kananan kungiyon su yi a kowane zama.

Babban abin koyi a cikin darusan

Muna bada shawara da a gabatas da babban abin da ake so a koya game da kowane darasi da wani dan wasan kwaikwayo. Idan ka zabi kayi amfani da shi, zaka iya samun wani ginshikin koyaswa wanda ya shafi dukan horaswar dake cikin wannan littafi. Kana bukata ka dauke lokaci ka shirya wannan kwaikwayon tun kafin lokacin haduwa yayi.

Yawancin lokatai, masu wasan kwaikwayon ba zasu bukaci fiye da rabin awa suna koyon kwaikwayon kafin su gabatas da shi ba.

Babban abin koyi domin gabatas da horaswar gaba dayan ta

Ka nemi kujeru shida zuwa takwas masu karfi wadanda zasu iya daukar nauyin mutum yana tsaye a bisan kujeran. Ka jera kujerun a layi yadda gaban wannan kujerar yana bayan kujera ta gaba. Daga nan sai ka nemi wani matashi ya yi tafiya a bisa kujerun yana yi kamar yana tafiya a bisan wayar salular shi. daga nan sai ka kara wa aikin wahala ta wurin raba kujerun da juna a hankali a hankali har sai bi ta kan kujerun ya zama da wahala matuka. Daga karshe sai ka sa wani ya tsaya rike da wata takarda mai cewa "JAGORA". Wannan mutumin zai je ya rike hannun wannan mutumin da yake a bisan kujerar, yana tafiya tare da shi daga wannan kujera zuwa waccan, yana nuna yadda hannun jagoranci yake taimakawa wajen sa tafiyar da idan ka yi kai kadai zata iya zamar maka da wahala yanzu ta zama da sauki.

Babban abin koyi a darasi na 1

Mutum yana tafiya yana ihu "Na sami yanci! Na sami yanci!" yana fadin yadda ya yake da yanci a matsayinsa na Krista da karfi. A cikin yin hakan, yayi watsi da wadansu awaki guda biyu wadanda suke daure a kafafunsa, akuya daya a kafar dama, akuya daya kuma a kafar hagu. (Za a iya yin amfani da wata dabbar kamar tumaki biyu zakaru biyu ko kyawa guda biyu). Tafiya a mike ba tare da kauce hanya ba tana yi masa wuya. Ana jan shi daga wannan gefe zuwa wancan. Yana ta kokari ya kai wurin da yake so ya je sai dai kuma ba ya ko iya ganin wadannan awakin. A tunaninsa, yana da yanci, sai dai kuma ba haka ta kasance ba. Ba shi da yanci ko kadan!

Idan ba a iya samun dabbobin ba, a nemi wata kaluwar takarda sai a sa wani ya yi zanen mutum ko kuma wadansu mutane wadanda ke da awakai a daure a kafafunsu akan takardar. Ka nemi wani yazo ya nuna wannan zanen ya kuma ce, "Ni ne wannan mai bi wanda ya fito daga Musulunci! Ina da yanci, Ina da yanci." Shi ko itan zasu yi magana akan yancin da suke da shi na minti daya yayin da yake watsi da wadannan awakin ba tare da ko ambaton su ba. wannan mutumin zai gama ya sauka, kana wani mutum zai zo yayi amfani da wani manuni, ya nuna wadannan awakin, kana ya daga hannunwansa da alamar tambaya.

12

Babban abin koyi a darasi na 2

Ka sa a rubuta kalmar nan "DHIMMI" da manyan harufa da babban abin rubutu a bisan wani abu mai fadi, zai yi kyau ayi amfani da wani abu wanda zai iya kamawa idan an lika shi a wani wuri. Ka nunawa mahalartan wannan kalmar dake rubuce a wannan abin rubutun kana ka je ka like bakin wani mutum wanda aka rigaya aka daure a kan kujera. Bayan kamar dakika 20 sai ka nemi mutumin da ya dubi sama ya kuma yi kokarin mikewa a tsaye. Ba zai iya ba, ko kuma ba zata iya ba. ka nemi wani kuma ya daga wata takarda wadda aka rubuta "MAI CETO" da manyan harufa akai. Ka nemi mai ceton ya kwance wanda yake a daure din kana ka sa wannan wanda aka yantas din yayi tafiya zuwa ga fitilar nan mai haskakawa (zata iya zama fitila, ko tocin dake a bisan waya). Wannan mutumin zai rika tafiya yana fadin Zabura 23 da ka.

Babban abin koyi a darasi na 3

Idan dabba tayi kokarin daukar abin da aka sa a bisan tarko, za a kama ta. Ba zata iya samun yanci ba har sai ta yarda wannan abin wanda aka dana mata tarko da shi. Ka nemi wata kalba ko wani gwangwani mai fadi wanda mutum zai iya sa hannunsa a ciki, sai dai kuma fadinsa ya zama wanda idan mutum ya dunkule hannunsa a cikinsa, ba zai iya fitar da hannun ta bakin kwalbar ko gwangwanin ba. Ka daga kwalba ko gwangwanin, ka kuma daga wata takarda wadda aka rubuta "SHAHADA" akai. Ka sa wadansu yan kwayoyi ko na gyada a ciki. Mutumin zai sa hannunsa a ciki ya debo gyadar amma kuma ba zai iya fitar da hannunsa daga ciki ba. Wannan mutumin zai yi ta zagayawa yana nunawa jama'a irin matsalar da yake a ciki. Iyakar hanyar da zai bi domin ya iya fitas da hannunsa daga cikin wannan kwalbar shine idan ya saki kwayoyin nan.

Babban abin koyi a darasi na 4

Wata mace mai lullubi wadda hankalinta yake a tashe da kuma wani Musulmi sanye da hular sallar shi suna zaune a kan kujeru biyu da idanunsu a daure. Ka sa a rubutu "MUSULMI MAI IBADA" da manyan harufa a bisa katardu guda biyu kana ka lika takarda daya a bisa kirjin kowane dayansu ko kuma ka rataya wadannan takardun a bisan wuyansu. Ka sa mutane da yawa su shigo suna kewaye su suna yan maganganu na jin dadi da juna, suna kuma yin wakokin yabo tare, sai dai ba zasu yi magana da Musulmin ba ko na kalma daya. Ka sa Musulmi namijin ya kai hannu domin ya dauki takobi (ko kuma wani

13

makami kamar su adda) wanda yake a karkashin kujerarsa, yana wurga shi a iska a duk lokacin da wani ya zo kusa da shi, yana ce musu su yi shiru kada su bata masa rai har ya kai ga aikata wani mugun abu. Sauran sai su fita shiru. Daga nan sai wani ya shiga ya cire abin da aka rufewa mutanen idanun da shi a hankali ya kuma nunawa namijin da ta macen cewa ai babu kowa a wurin. Daga nan sai dukansu su fita suna ta mamaki.

Babban abin koyi a darasi na 5

Namiji ko mace na kwance a kasa da alamar ya gaji, ya nakasa yana kwance a nannade kamar yana kokarin kare kansa. An rubuta "YASASSHE" da manyan harufa a bisa wata takarda an kuma lika wannan takardar a jikin mutumin/matar. Wata doguwar igiya ta tashi daga idon kafarsa ta fita waje. Ba zaka iya ganin ko a jikin menene aka daure igiyar ba: kila an daure ta a jikin itace ne ko kuma wani abu dabam. Wani zai fito a matsayin mai ceto, zai kwance igiyar, zai daga ko kuma ya tallafi mutumin a hankali ya sa shi a bisan wata kujera, ya ba shi ruwan sha, ya kuma jira shi a hankali har sai ya gama shan ruwan daga nan sai ya karfi kofin shan ruwan ya ajiye shi a gefe kana ya cire "YASASSHEN" dake like a jikin mutumin. Daga nan sai wanda yake a matsayin mai ceton ya durkusa a gaban wanda aka cetan (wanda kuma yake a zaune a bisan kujeran) ya wanke kafafun wanda aka cetan, yana kuma share su.

Babban abin koyi a darasi na 6

Ka sa wani mutum ya zauna a kujera yana rike da Littafi Mai Tsarki a bayan wani tebur da matarshi a tsaye a bayansa, ta dora hannayenta a bisa kafadarsa. Suna Kallon Littafi Mai Tsarkin da yake a bude shiru. Ka sa a rubuta "DHIMMI" akan masking tape da manyan harufa yadda zai fito baro-baro. Ka nunawa sauran yan Kallon abin da aka rubuta a bisan tape din, daga nan sai kaje ka lika shi a bisa bakin mutumin da yake zaune a bisan kujerar. Daga nan sai ka sa wani ya yi kamar shine Musulmi, sai ya je ya yi ta yi wa wannan Kristan wanda yake zaune kuma baya magana ba'a. Ka sa matar tayi kokarin amsa tambayoyin. Musulmin zai yi watsi da amsoshin da take bayaswa. Ka sa Kristan ya ci gaba da rike Littafi Mai Tsarkin da hannaye biyu sai dai baya iya cewa kome sai dai ya kada kansa ya kuma girgiza shi.. daga karshe, ka sa Musulmin ya yi dariya ya kuma tafi abinsa. Ka sa matar ta cire tape din daga bakin mijinta ka kuma sa shi ya fadi a cikin murna cewa "Ce wa Musulmin ya dawo!" Sai ta fita da sauri ta bi

14

hanyar da Musulmin ya bi. Sai mutumin ya yanke shawarar bin ta yana cewa "Ina zuwa, ina zuwa!" Yana kuma rike da Littafi Mai Tsarki yayin da yake tafiyar.

Babban abin koyi a darasi na 7

Ka ajiye kujeru uku a gaban masu Kallon, kujera daya a wannan gefen kana kujeru biyu suna kusa da juna a daya gefen. Kowace daya daga cikin kujerun dake a gefen junan suna dauke da kalmar nan "YANCI" wanda aka rubuta a wata takarda a manne da su. Daya kujerar kuma tana dauke da kalmar "MUSULUNCI" a like a jikin ta. Wannan kujera guda dayan dake a gefe tana daure da igiya wadda aka kuma daura ta a jikin wani abu wanda ba za a iya matsarwa ba wanda yake a cikin dakin. Wani mutum yana zaune a kujerar da aka rubuta "MUSULUNCIN" da kafafunsa a daure da wata igiyar hade da kujerar da wata igiya wadda bata kai waccan tsawo ba. Tsawon igiyar bai isa ya bashi damar kaiwa ga kujerar da aka rubuta "YANCI" akai ba, kuma kujerar da aka rubuta "MUSULUNCI" akai bata motsawa domin an daure ta an hada ta wani abu wanda baya motsi. Ka sa a rubuta "BAUTA" da manyan harufa a kan wata takarda. Wani zai daga wannan takardar ya nunawa jama'a kana zai tafi ya lika wannan takardar a jikin igiyar dake rike da mutumin dake zaune a bisa kujerar da aka rubuta "MUSULUNCI" akai. Ka sa wani ya shigo ya zauna a bisan kujerar da aka rubuta "YANCI" akai, yana karanta Littafi Mai Tsarki. Sai mutumin yayi kira ga wancan mutumin wanda yake a daure din da cewar ya zo ya zauna a bisan daya kujerar da aka rubuta "YANCI" a kai wadda babu kowa a bisan ta. Daurarren zai yi kokari ya kai zuwa ga kujerar da aka rubuta "YANCI" a kai amma ba zai iya ba domin igiyoyin da yake daure da su. Mutumin da yake zaune a kan kujerar da aka rubuta "YANCI" akai zai dauki wata alama wadda aka rubuta "YI WATSI" akai, ya nunawa taron ita. Daga nan sai mutumin ya je ya lika wannan "YI WATSI" din a bisan kalmar nan "MUSULUNCI" yadda za a iya ganin dukan su biyu. Daga nan sai ya kwance igiyar da ta daure mutumin da kujerar da kalmar nan "MUSULUNCI" take manne a kai. Sai dukan su biyu su tafi su zauna a bisan kujerun nan da aka rubutu "YANCI" a kai. Sai su fara raira aya ta fari ta wakar nan 'Alherin Ubangiji na, abin mamaki ne' (ko kuma wata sanannar waka, ko kuma wata waka wadda take nuna yanci a cikin Almasihu)

15

Babban abin koyi a darasi na 8

Ka sa wata mace wadda tayi ado irin na cikakkiyar Musulma ta shigo da idanunta a rufe wani wanda a dukan alamu Musulmi ne, yana yi mata jagora zuwa wata kujera. Akwai kalmar nan "KUNYA" rubuce a wata takarda wadda take a like a kirjinta. Musulmin nan zai ce mata, "Kafafunki da hannuwanki suna da kazamta!" kana sai ya tafi abinsa. Tana nan zaune a bisa kujerar kuma jama'a za su iya ganin cewa kafafunta da hannayenta suna da dauda da gaske. Tana kuka a hankali. Sai wata mata wadda take Krista ta shigo. Sai matar ta dauki wani kwano wanda yake da ruwa a ciki, ta kuma dauki tawul. Za ta fara da share hawayen daya matar a hankali, ta share kumatun ta. Daga nan sai ta wanke mata hannayen ta kuma durkusa ta wanke kafafun ta. idan ta gama tsabtace ta, sai matar Kristan ta cire wa dayar matar lullubin da take da shi ta kuma taimaka mata ta mike tsaye. Sai su fita suna rike da hannayen juna, Kristan tana rike da kwanon, Musulmar kuma tana rike da tawul din.

Ayyukan shugabannin kananan kungiyoyi

Aikin shugaban karamar kungiya shine ya zuga mambpbin kungiyarsa su sa baki a cikin tattaunawa a kungiyoyar su.

Idan an rubuta wata kalma a cikin tambayoyin dake a cikin kowane darashi da mayan rubutu, wannan yana nufin cewa wannan kalmar tana cikin jeren sababbin sunaye ko kuma sababbin kalmomin dake cikin wannan darasin. Idan yan kungiyar sun yi karo da irin wadannan kalmomin, shugaban zai iya daukar dan lokaci ya jawo hankalin yan kungiyar zuwa ga ko wanene wannan mutumin ko kuma ma'anar wannan kalmar ko abin da kalmar ke nufi.

Shugaban zai zuga kowane dan kungiya ya shiga cikin tattaunawar.

Tabayoyin da aka rubuta an sa su ne a matsayin taimako domin a tabbatas cewa kowa ya gane da abin da ake koyaswa. Zai yi kyau idan mambobin kungiyar zasu so su dauki lokaci su yi tattaunawa mai zurfi akan abin da ake tattaunawa akai a wannan sashen

Idan kungiya ta fita daga abin da ya kamata a tattauna akai, shugaban zai iya dawo da su kan tambayoyin da ake kokarin amsawa.

Shugaban zai kuma tabbatas da cewa ba a zauna a wuri daya ba yayinda ake amsa tambayoyin.

16

A cikin kungiyar, shugaban karamar kungiyar ne kadai yake da izinin duba amsoshin dake a karshen littafin koyaswar

Jagorantar addu'oin dake a cikin darusa 5-7

Ga wadansu sharuda da za a iya yin amfani da su yayinda ake jagorantar addu'oin yin watsi da *shahada, danniya,* da *karya, fifikon da ba na gaskiya ba* da kuma *zagi* wadanda suke a cikin darusa na 5-7

- Ku fadi addu'oin dukan ku gaba daya a cikin babbar kungiya (ba a ware a cikin kananan kungiyoyi ba). sai dai kuma, idan bai zama dole ba, ba lallai mahalartan su taso daga cikin kungiyoyinsu domin a zo a taru a wuri daya ba.

- Zai fi kyau idan aka nemi kowa ya mike a tsaye yayin da ake fadar wadannan addu'oin: kamata yayi mu natsu, mu zama a fadake, mu kuma mike a tsaye yayinda muke yin wannan furucin.

- Kafin kowane lokaci na yin addu'a, an jera wadansu ayoyi na Littafi Mai Tsarki a cikin salon tambayoyi -da-amsoshi. Da farko, shugaban zai karanta tambayar, sai ya bi bayan tambayar da ayoyin Littafi Mai Tsarkin, kana sai amsoshin (wadanda suna nan a rubuce). Bayan wannan, sai kowa ya mike a tsaye a fadi addu'ar tare. Idan an gama darasi na 6 (Yanci daga danniya), bayan an gama darasi na 5 (Yanci daga *kalmar Shahada*) – haka tsarin ya kamata ya kasance – daga nan sai ayoyin 'fuskantar gaskiya' wadanda aka rigaya aka karanta a cikin darasi na 5 sabili da haka, ba sai an maimaita su a cikin darasi na 6 ba.

- A cikin darasi na 5, kamata yayi yin watsi da *kalmar shahada* ya biyo bayan 'Furuci da addu'ar mika kai cikin bin Yesu Almasihu' wadda har yanzu ake samu a darasi na 5. Ku fadi 'Furuci da addu'ar mika kai ga bin Yesu Almasihu' tare tukunna, kana sai ku karanta shaidu na yancin. Bayan wannan sai shugaban ya karata ayoyin "Fuskantar Gaskiya." Daga nan sai kowa ya fadi 'Furuci da Addu'ar Yin Watsi da *Kalmar Shahada* da kuma Karya ikon ta' tare.

- Za a iya fadin wadannan addu'oin tare ta wadansu hanyoyi na dabam:

17

- Mutane zasu iya karanta su tare daga cikin wannan takardar horaswar kai tsaye

- Idan ana amfani da projector ne, za a iya karantawa daga bango

- Yawancin lokaci, ya fi dacewa wani yana karantawa kana sauran suna maimaitawa. Idan hakan za a yi, shugaban zai karanta wani yanki kana sauran su maimaita abin da ya karanta. Salon fada da maimaitawa yana da kyau musamman ma inda mahalrtan basu saba da karanta wani rubutu da karfi tare ba. Harwayau, wannan salon yakan ba mutane dama su yi tunani akan kalmomin addu'oin kana su maishe su kalmomin su. Wannan salon zai kuma kara dankon zumunci a cikin kungiyar.

• Yana da muhimmanci a duk lokacin da aka gudanas da wadannan addu'oin, shugaban ya yayi wa dukan mutanen da suka yi wadannan addu'oin addu'a da zaran sun gama yin furuci da addu'oin karya la'ana da kuma gayyatar albarkun. Kamata yayi wadannan addu'oin da shugaban zai yi daga baya su kunshi wadannan:

- Kamata yayi shugaban ya furta karya dukan wata dangantaka da abin da aka furta yin watsi da shi din. Za a iya yin waddannan ko dai domin mutanen, ko kuma shi shugaban ya jagoranci mutane wajen yin wannan furucin domin kansu. A misali, "Ina karya dukan la'anar da Musulunci ya shigas a cikin rayuwarku. Ina karya dukan ikoki na ruhaniyar Musulunci." Ko kuma idan ana yi wa mutanen jagora ne, za su iya yin amfani da salon maimaitawa kamar haka, "Ina karya dukan la'anar da Musulunci ya shigar a cikin rayuwa ta. Ina karya dukan ikokin ruhaniya na Musulunci."

- Haka kuma, shugaban zai umurci aljannu su tafi – yana fitar da su – ko kuma ya jagoranci mutanen su yi haka domin kansu, suna amfani da kalmomi kamar, "Ina umurtar dukan aljannu su yi biyayya da Almasihu su fita yanzu a cikin sunan Yesu" (ko kuma "Ku rabu da ni yanzu")

- Daga nan sai shugaban ya sa wa mutanen da suka yi wadannan addu'oin albarka yana kiran albarku wadanda suka sha bamban da abin da ake yin watsi da shi din, kamar yadda aka bayyana a cikin darasi na 2. A misali, bayan an gama addu'ar yin watsi da danniya, shugaban zai albarkaci lebunan mutane da kalmomi na rai domin su iya fadin gaskiya a cikin karfin hali; bayan kuma an yi addu'ar yin watsi da *Kalmar Shahada*, shugaban zai iya sa wa mutane albarka ta rai, bege, karfin hali, da kuma kaunar Allah.

- Bugu da kari, zai yi kyau a shirya wata kungiyar addu'a wadda zata ci gaba da yiwa mutanen addu'a bayan sun fadi addu'ar tare. Wata hanyar yin haka shine ta samun wata kungiya ta kebewa: bayan sun gama yin addu'ar, za a iya kiran mutanen su zo gaba domin a shafa musu man kebewa, wannan kungiyar addu'an ta kuma yi wa kowane mutum dake cikin mahalartan addu'a tana kebe shi ga Ubangiji. Zai yi kyau ka horas da kungiyar addu'ar ka tun kafin wannan lokacin domin su iya sanin abin da za su yi da kuma abin da za su iya fuskanta.

Baptisma

Muna bada shawara da babbar murya cewa ya kamata kafin a yi wa kowane mutum wanda yake fitowa daga Musulunci domin bin Yesu baptisma, kamata yayi mutumin ya furta addu'oin dake a cikin darasi na 5: 'Furuci da addu'ar mika kai domin bin Yesu Almasihu' da kuma 'Furuci da addu'ar yin watsi da *Kalmar Shahada* da kuma karya ikonta'. Kafin su furta wadannan addu'oin, zai yi kyau a bayyana musu ma'anar wadannan addu'oin filla-filla domin su fahimci su kuma iya mika kai dungun ga abin da suke roko a cikin addu'ar. Muna bada shawara cewa a yi wannan yayinda ake shirya su domin yin baptisma.

Bayyanuwa

Wani lokaci idan mutane suka furta wadannan addu'oin, aljannu sukan bayyana. Wadansu zasu iya fara yin kuka da murya, za su iya faduwa a gefe, ko kuma kaga jikinsu ya fara rawa. Sabili da wannan, musamman ma idan mutane suna fadin wadannan addu'oin a cikin kungiya, zai yi kyau kowa ya zamana a shirye. Ka sami wata kungiya ko kuma kungiyoyi na kusa wadanda zasu iya jan mutumin a gefe a hankali, a karfafa su, a kuma tsautawa aljani/aljannun su fita daga cikin mutumin. Zai kuma yi kyau a sami mutum daya ko fiye da daya daga cikin shugabannin ya kasance da idanunsa a bude domin ya ga abin da kowane mahalarci yake yi a lokacin da ake yin addu'oin.

1

Bukatar yin
Watsi da musulunci

"Almasihu ya yanta mu, yantawar gaske"
Galatiyawa 5:1

Manufar wannan darasin

a. Fahimtar babbar bukatar dake akwai ta yin watsi da ikokin da Musulunci yake dauke da su.

b. Fahimtar mummunan ikon da Musulunci yake da shi a bisan Musulmi har ma da wadanda ba Musulmi ba.

c. Samun gabataswa ga ra'ayin samun kubuta daga ikon Shaidan zuwa cikin mulkin Yesu Almasihu.

d. Yin watsi da yin amfani a karfi a matsayin wata hanya ta aiwatas a jihadi irin na Musulunci.

e. Dubi yadda Muhammadu yayi kama da sifar "Sarki mai ban tsoron nan" dake cikin wahalin da Daniyel ya gani da kuma fahimtar cewa an yi nasara bisan wannan sarkin ta wurin wani "Iko wanda ba ikon mutum" ba ne.

Mu duba mu gani: Menene zaka yi?

Yayinda kake cikin karanta wannan littafin na Mark Durie sai aka kira ka da cewar kawun ka ya sami wani dan karamin hatsarin mota kuma yana wani asibiti dake a kusa da kai. Da ka tafi domin ka ziyarce shi, sai ka samu yana a daki daya da Ali, wani mai rikakken ra'ayin Musulunci dan darikar Shia. Bayan ka yi wa kawunka addu'a, sai Ali yayi marmarin yayi magana da kai. A cikin maganar Ali sai ya ce, "Da zaka karbi addinin Musulunci, da ka zama Musulmi mai kyau kuma kana kusa da yin hakan. Da zaran ka bi kyakyawan gurbin da Annabi Muhammada, salamar Allah ta kasance gareshi, ya bari, za ka ga cewa Annabi Isa, salamar Allah ta kasance a gare shi, yayi anabcin zuwansa. Babban Annabin mu mai Daraja shine mutum mafi jinkai, mafi kauna, mutumin da yafi kowane mutumin da ya taba yin rayuwa a duniya salama. Ina gayyatarka da ka shiga hanyar Allah ta gaskiya."

Wane martani zaka mayas? Menene zaka yi?

Bukata ta gaggawa

Wannan wata shaida ce wadda wani wanda ya fito daga Musulunci ya rungumi bangaskiyar Krista, wanda kuma ya sami cikakken yanci bayan yayi watsi da Musulunci ya bayas:

22

Na tashi a cikin gidan Musulmi a kasashen Yamma. Mukan tafi masallaci, na kuma koyi yadda zan yi addu'a da Larabci. Fiye da haka kuma, ban zama mai nacin addini a lokacin da nake tasowa ba. Bayan na shiga jami'a, na dauki lokaci ina bincike, daga nan sai abuuwa suka canza. A lokacin da wannan lokacin yake zuwa ga karshe, na gane ko wanene Yesu Almasihu, shi kuma ya ceci rai na.

Na hada kai da wata kungiyar dalibai Krista a harabar jami'ar. Kowane mako akan sami wani dan makarantan da zai dauki wani nassi na Littafi Mai Tsarki yayi magana akai. Ban kai shekara da zama Krista ba, amma sai suka neme ni da in dauki wani sashi nima in yi Magana akai. A yammar da ya kamata nine ke da Magana, na shiga daya daga cikin dakunan littafai na makarantar domin in yi addu'a. Abin da na shirya yin Magana akai shine "Yesu ya mutu domina; zan mutu domin Yesu?"

Yayinda na fara addu'a, wani bakon abu ya faru. Naji makogorona ya daure, kamar ana shake ni. Tsoro ya kama ni domin abin yana ta kara muni. Sai naji wata murya tana ce mani, 'Ka furta cewa kayi watsi da Musulunci! Ka furta cewa kayi watsi da Musulunci!' Na tabbata wannan murya daga Ubangiji take. A lokacin kuma sai tunanina ya fara kaini ga cewar 'Ubangiji, ai dama ni banyi wani zurfi a cikin Musulumci ba, ban kuma bi wannan addinin ba tun da na shiga wannan addinin.'

Amma wannan shakewar ta ci gaba, sabili da haka sai na ce, "Ina musu ina kuma yin watsi da Musulunci." Dukan wannan yana faruwa ne shiru domin ina cikin dakin karatu ne. Nan da nan sai abin da nake ji a wuyana ya bata. Na sami wata babbar sakewa! Na koma na ci gaba da addu'a da kuma shiri domin taronmu na yamma. A wannan taron, Ubangiji ya bayyana cikin ikonsa, na kuma tuna cewa yan makaranta da yawa sun sunkuya a gwiwoyinsu suna kuka ga Ubangiji suna kuma mika kansu gareshi.

Daya daga cikin bukata ta gaggawa da mutane ko ina a duniya suke da ita a yau ita ce bukatar yin watsi da Musulunci. Wannan littafin yana bayyana abin da yasa wannan ya zama dole, ya kuma bayyana yadda za a yi hakan. Littafin yana bada sadarwa da addu'oi domin ya taimaki Krista su zama yantattu daga ruhun dake mulki yana kuma rinjayar mutane a cikin Musulunci

Babban ra'ayi na wannan littafin shine akan yi amfani da ikokin ruhaniya da Musulunci yake da su ta wajen wasu alkawula ko yarjejeniya guda biyu wadanda ake kira *Kalmar Shahada* da kuma *Yarjejeniya ta danniya*. *Kalmar Shahada* tana daure Musulmi kana kuma Yarjejeniyar danniya tana daure wadanda ba Musulmi ba a cikin sharuddan da *Shari'ar* Musulunci ta shinfida.

Yana da muhimmanci a san:

- Yadda mutumin da yake Musulmi a da amma ya zabi ya bi Almasihu zai iya yin watsi ya kuma sami yanci daga alkawalin da ya dauka lokacin da yake yin shahada da kuma dukan abin da *Kalmar Shahadan* ta kunsa.

- Yadda Krista zai iya rungumar yancin da yake da shi ya kuma sami kubuta daga reni da kaskancin da *Shari'ar* Musulunci ta kakuba wa wadanda ba Musulmi ba ta wurin cusa su a cikin Yarjejeniya ta danniya.

Krista zasu iya kwatar yancin da ya tabbata nasu daga wadannan alkawulan guda biyu ta wurin yin watsi da su. (Sabili da wannan ne aka tanadas da addu'oin yin watsi da Musulunci wadanda suke cikin wannan littafin).

Alkawalan guda biyu

Ma'anar Kalmar nan ta larabci da ake kira *Islam* tana nufin "mika wuya ko kuma sallamarwa". Bangaskiyar Muhammadu tana ba duniya damar mika wuya ta fannoni guda biyu. Ta daya ita ce mika wuyar tubabbe zuwa karbar addinin Musulunci. Dayar kuma ita ce mika wuyan wanda ba Musulmi ba zuwa ga Mulki ko danniya daga Musulmi ba tare da ya tuba ba.

Alkawalin wanda yake so ya tuba shine *Kalmar Shahada*, shaidar karbar addinin Musulunci. Wannan shaida ce ta bangaskiya cewa Allah daya ne, da kuma manzancin Muhammadu da dukan abubuwan da wadannan suka kunsa.

Alkawalin wanda ba Musulmi ba wanda ya mika wuyansa karkashin mulkin Musulunci shine ake kira **dhimma**. Wannan wani shiri ne da *shari'ar* Musulunci ta fitas wadda take kayyade matsayin Krista da dukan wanda ya zabi ya ki tuba zuwa ga addinin Musulunci amma kuma aka tilastawa ya zauna a karkashin mulkin Musulunci.

24

Dole ne a yi tsayayya da bukatar da Musulunci yayi na cewar dole ne dukan mutane su mika kai ko dai ta wurin yin *Kalmar Shahada* ko kuma ta wurin amincewa da yarjejeniyar danniyan nan ta *dhimma*.

Krista da yawa zasu gane da cewa mutumin da ya fito daga cikin bangaskiya ta Musulunci ya kuma zabi ya bi Almasihu, yana da bukatar yayi watsi da Musulunci. Sai dai kuma, zai zamar wa Krista da yawa abin mamaki su ji cewa Kristan da bai taba zama Musulmi ba zai iya kasancewa a karkashin danniya da rinjaye daga ruhun Musulunci. Domin yin tsayayya da wannan, suna bukata su dauki matakin gaba da matsayin da alkawalin danniya na *dhimma* yake dauke da shi, suna kiyayya da tsoro da kuma kaskancin da Musulunci yake nema ya kakaba musu a matsayinsu na wadanda ba Musulmi ba.

Zamu kara duba makasudan da suka zama tushen wadannan alkawalan guda biyu – *kalmar shahada* da kuma danniya ta dhimma – mu kuma gayyace ka da ka gwada Almasihu, ikon rayuwarsa, da kuma abubuwan da suka shafi yanci irin wanda ya samo ta wurin giciyen. Ka'idodi Litafi Mai Tsarki da kuma addu'oin da aka tanadas wadanda suka baka damar karbar yancin da Almasihu ya rigaya ya samar domin ka a madadin kanka.

Mika Mulki ko Fifiko

Malaman Musulunci da yawa suna nanata cewa fifiko "na Allah ne shi kadai." Yayinda suke fadar haka, abin da suke nufi shine dole ne *Shari'ar* Musulunci ta zama da fifiko a bisan kowace shari'a ko kuma kowane mulki ko iko.

Daya daga cikin manyan ra'ayoyin wannan littafi shine masu bin Almasihu suna da damar ki har ma da hakin yin watsi da kowane irin ruhu na fifiko.

A cikin fahimtar mu ta Krista, juyawa zuwa ga Almasihu yana nufin yin watsi da rabuwa da kowane irin ikon da yake mallamar ruhun mu sai dai Ruhun Almasihu kadai. A cikin wasikar sa zuwa ga Kolosiyawa, Bulus ya bayyana shigowa cikin baskiya ga Almasihu a matsayin tashi daga wani mulki zuwa wani mulki na dabam:

> Ya tsamo mu daga mulkin duhu, ya maishe mu ga mulkin kaunataccen Dansa, wanda ta gare Shi ne muka sami fansa, wato gafarar zunubanmu. (Kolosiyawa 1:13-14)

Dabara ta ruhaniyar da wannan littafi ya zaiyana shine dokar tsallakewa daga wani Mulki zuwa wani. A cikin abin da ceton sa ya kunsa shine, ta wurin fansar da ya samu, kowane Krista ya koma zuwa ga mulki na Almasihu. Wannan ya sa, a yanzu, baya karkashin 'mulkin duhu'.

Domin Krista ya iya rike yancin sa domin kansa - wanda gadonsa ne – cikin tsayayya da matsayin da Musulunci yake rike da shi, kowane Krista yana bukata ya gane abin da ake fitas da shi daga cikinsa da kuma abin da ake saka shi a cikinsa. Wannan littafin yana bada haske ga mai karatu, yana kuma ba masu bi kayan aiki domin su iya yin amfani da shi.

Takobi ba shine amsa ba

Akwai hanyoyin yin tsayayya da danniyar da Musulunci ke kokarin yi. Wannan zai bukaci daukar matakai dabam dabam wadanda suka hada da na siyasa da na daukar mataki a matsayin al'umma, yin magana game da yancin dan'adam, ilimantaswa da kuma yin amfani da kafofin sadaswa domin fayyace gaskiya. Ga wadansu kasashe da kuma yankuna, akwai lokacin da za'a bukaci yin amfani da karfin soja idan yin haka ya zama tilas. Sai dai kuma takobin ba zai iya zama babbar amsa ta *Jihadin Musulunci* ba.

A lokacin da Muhammadu yake ba mabiyansa aikin yada addininsa zuwa ga dukan duniya, ya umurce su da su ba wadanda ba Musulmi ba zabi guda uku. Na daya shine tuba – *Kalmar shahada* – na biyu shine zama karkashin mulkin wadanda suke Musulmi – *dhimma* – kana na ukun shine takobi – suyi yaki domin ransu, suna kisa ana kashe su, kamar yadda Alkur'ani ya koyas (dubi Sura 9:111; 2:190, 193, 216-217, Sura 9:5, 29).

Sai dai kuma, banda yiwuwar shan kaye a hannun Musulmi, yin tsayayya da *jihadi* yana da hatsari na ruhaniya. A lokacin da Kristoci na zamanin da suka shiga yin tsayayya suna kuma kokarin kare kansu daga Musulunci, wani fama wanda ya dauki fiye da shekara dubu, ya zamar musu dole su dauki takobi. An dauki kusan karni takwas kafin aka iya gama cinye yankin Iberia. Bayan wajen shekaru bakwai da wannan nasarar, Larabawa sun hambare Roma a cikin shekara ta 846 kuma bayan fiye da karni daya bayan Musulmi sun abka suka kuma mamaye Andalusia (Tsibirin Iberiya), a shekara ta 853 AD, Paparoma Leo IV yayi wa Kristan da suka rasa rayukansu wajen kare ikilisiyoyi da birane daga Jihadin Musulunci tabbacin zuwa aljanna. Sai dai kuma, wannan wani kokari ne na yakar Musulunci ta wurin yin amfani da dabarun su: bayan kuma Muhammadu ne yayiwa mabiyansa alkawalin samun aljanna idan suka mutu a cikin yaki, ba Yesu ba.

Duk da haka, tushen ikon da Musulunci yake da shi ba a bisa karfin soja ko na siyasa yake kafe ba, amma tushensa iko ne na ruhaniya. Yayinda suka samu su ka sami galaba, Musulunci yakan bukaci abubuwa wadanda suke da tushe na ruhaniya, wadanda suke kafe a bisan *shari'ar* Musulunci ta wurin kafa *Kalmar Shahada* da kuma *dhimma*, wadanda kuma suke da goyon bayan karfin soja. Sabili da haka ne yasa matakan da muka dauka na yantar da mutane daga Musulunci matakai ne na ruhaniya. An shirya su yadda masu bi Krista zasu yi amfani da su ta wurin yin amfani da fahimtar ikon giciye domin samun yanci.

Ba ta wurin ikon mutum ba

A cikin littafin Daniyel, akwai wani muhimmin wahayi na anabci wanda aka bayas wajen shekara dari shida kafin zuwan Kristi, wannan wahayin ya shafi wani mai mulkin da zai taso daga cikin mulkoki, wanda ya zo bayan daular Alexander the Great:

> A wajen karshen mulkinsu, sa'ad da muguntarsu ta kai intaha, wani mugun sarki mai izgila, mayaudari, zai fito, zai kasaita, amma ba ta wurin ikon kansa ba. Zai yi mummunar hallakarwa. Zai hallaka manyan mutane da tsarkaka. Zai yi nasara cikin abin da zai yi. Ta wurin mugun wayonsa zai sa cin hanci ya habaka. Zai daukaka kansa a ransa. Zai hallaka mutane da yawa, ba zato ba tsammani, har ma zai tasar wa sarkin sarakuna, amma za a hallaka shi ba ta hannun mutum ba. (Daniyel 8:23-25).

Halayen wannan mai mulkin da kuma abin da ya iya cimma sun yi kama da abin da Muhammadu yayi da kuma abin da ya bari. Wannan ya kuma hada da yadda Musulmi suke fifita kansu, marmarin su na su ga cewa sun yi nasara, yin amfani da yaudara, kwace karfi, fasaha da dukiyar wadansu, yin amfani da su wajen kwatar mulki, cin al'umomin da suke ganin kamar sun tsira da kuma yadda suka yi ta tarwatsa Krista da kuma al'umomin Yahudawa. Wannan yayi daban da gurbin da Yesu, Dan Allah wanda aka giciye wanda kuma shine Ubangijin duka, ya bari.

Shin, ko wannan anabcin yana magana akan Muhammadu da kuma addinin Musulunci ne? Addini wanda ya fito daga cikin lalacewa da kuma barewar ruhaniyar Muhammadu da kuma irin rashin da'ar da ta cika rayuwarsa kamar yadda kafofin Musulunci suka nuna. Idan har anabcin Daniyel yana magana ne akan Muhammadu, to wannan anabci yana bamu begen yin nasara akan wannan "sarkin" sai dai kuma yana kunshe da kashedin cewa nasarar ba za ta zo ta "ikon mutum" ba. Idan har za'a yi nasara da wannan 'sarki mai ban tsoron' yanci ba zai fito daga siyasa, karfin soja ko hanyoyin taltalin arziki ba.

Wannan kashedin ya tabbata gaskiya ga ikirarin da Muslunci yake yi na shine yake da ikon yin mulki a bisan kowa. Karfin dake bayan wannan ikirarin iko ne na ruhaniya, sabili da haka, tsayayya mai karfin da zata kai ga yin nasara da wannan dole ne ta zama ta ruhaniya. Wadansu hanyoyi na yin tsayayya kamar su karfin soja za su iya zama dole domin kayyade kokarin da Musulunci yake yi na danne kowa, amma ba zasu iya kankare ainihin tushen damuwar ba.

Sai ikon Almasihu ne kadai tare da giciyensa zasu iya bada mabudin dindindin wanda zai kubutas da mutane daga kaskancin da Musulunci ya kakaba musu. Daga wannan tabbacin ne aka rubuta wannan littafi. Manufarshi shine ya shirya masu bi su nemi yanci daga wadannan dabaru biyu da Musulunci ya kirkiro domin ya danne ruhun yan adam.

Jagoran bincike

Darasi na 1

Sabobin Kalmomi

Alkawali	*Shari'a*	Tsibirin Iberiya
Shahada	*Jihadi*	Andalusiya
Dhimma	*Reconquista*	

Sabobbin Sunaye

- Paparoma Leo IV (Yayi shugabanci daga 847 - 855 AD)
- Alexander the Great (356 – 323 BC)

Ayoyin Littafi Mai Tsarkin dake cikin wannan darasin

Kolosiyawa 1:13-14   Daniel 8:23-25

Ayoyin Alkur'anin dake cikin wannan darasin

Sura 2:190, 193, 217   Sura 9:29, 111

Tambayoyin Darasi na 1

- Mambobin kananan kungiyoyi za su gabatas da kansu ga juna kana su zabi shugaba da sakatare na kungiyar su
- A tattauna akan labarin dake cikin "Mu duba mu gani"

Babbar Bukata ta Hanzari

1. Menene Ruhu Mai Tsarki yake fadawa mutumin da ya fito daga Musulunci yayi kafin ya gabatas da sakonsa zuwa ga Krista?

2. Menene Durie yake gani yafi zama babbar bukata ta gaggawa ga dukan mutane?

3. Menene sunayen larabcin alkawalan nan na ruhaniya dake a cikin Musulunci?

4. Wadanne mutane ne suke da bukatar samun yanci daga *shahada*, suke kuma da bukatar yin watsi da ita?

5. Wadanne mutane ne suke da bukatar yanci daga kaskanci da rashin muhimmancin da **Shari'ar** Musulunci ta kakaba musu?

Alkawalai guda Biyu

6. Wadanne irin mika kai guda biyu ne bangaskiyar Muhammadu ta ke bukata daga wurin mutane?

7. Menene furta *kalmar Shahada* take nunawa?

8. Menene alkawalin yarjejeniyar danniya ta *dhimma*?

9. Menene zai iya zama da mamaki ga Krista da yawa game da ruhaniyar da danniyar Musulunci take kunshe da ita?

Mika Fifiko

10. Menene malaman Musulunci suke nufi a lokacin da suke cewa "Fifiko yana ga Allah shi kadai?"

11. Menene ya zama dole kowane Krista yayi watsi da shi ya kuma ki shi a lokacin da yake juyawa zuwa ga Almasihu?

12. Daga cikin menene aka tsamo Krista? Zuwa cikin menene aka shigar da shi?

Takobi ba shine amsa ba

13. Wadanne matakai ne Durie ya bada shawarar cewa Krista zai iya dauka wajen yin tsayayya da Musulunci?

14. Wadanne zabi guda uku ne Muhammadu ya umurci mabiyansa da su ba wadanda ba Musulmi ba wadanda aka ci da yaki?

15. Shekaru nawa aka yi Krista suna yaki da mulkokin Musulunci bayan Musulmi sun mamaye kasashen Krista kuma shekaru nawa Krista suka yi suna korar su – wani abu wanda ake kira **Reconquista** – domin su samu su iya kwato **Tsibirin Iberiya?**

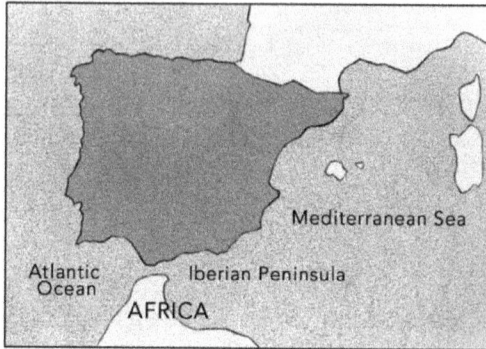

Mediterranean Sea
Atlantic Ocean
Iberian Peninsula
AFRICA

16. Bayan Musulmi sun cinye Roma a shekara ta 846 AD, menene **Paparoma Leo IV** yayi wa sojojin Krista alkawalinsa a cikin shekara ta 853 AD idan suka dauki makamai suka yi yaki gaba da Larabawan da suke kutso kai a cikin kasar su?

17. A fadar Durie, menene tushen ikon da Musulunci yake da shi?

"Ba da ikon Mutum ba"

18. A fadar Durie, da wane hali da kuma irin rayuwar Muhammadu take da kama sosai?

19. Ka lura da sassan Musulunci dabam dabam wadanda suka sa Musulunci yayi kama da wannan mugun sarkin wanda muke karanta labarinsa a cikin littafin Daniel (Ka karasa kowane layi):

- Yadda Musulunci yake ganin shine yake da …

- Yunwa ko kwadayin da Musulunci yake da shi na …

- Yadda Musulunci yake amfani da …

- Yadda Musulunci yake kwace yake kuma yin amfani da karfi da kuma dukiya …

- Cin kasashe da yakin da Musulunci yake yi …

- Yadda musulunci yake tsayayya da …

- Tarihin Musulunci na …

20. A karshe, ta yaya za a sami nasara?

21. Wadanne mabudai guda biyu ne kadai zasu iya kawo yanci daga kaskancin da Musulunci yake dorawa a bisan mutane?

2

Yanci ta Wurin Giciye

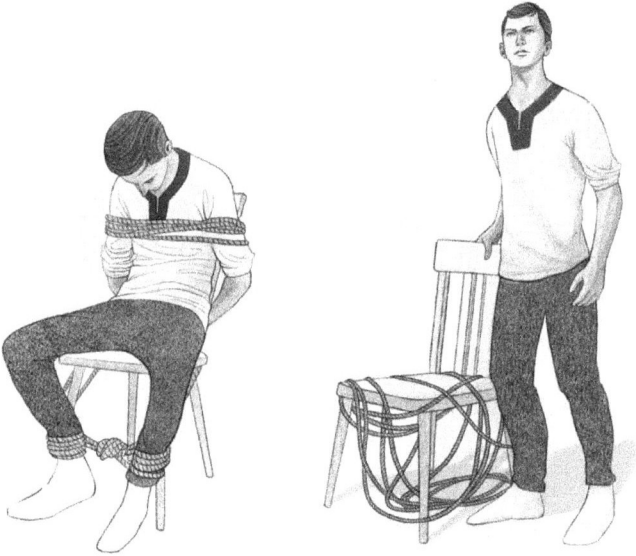

Ya aiko ni in yi shelar saki ga daurarru
Luka 4:18

Manufar wannan Darasin

a. Mutane su iya gane cewa Yesu yayi alkawalin yantas da kowane mutane.

b. Mutane su gane cewa zasu iya Karbar yancin su.

c. Ganewa da taken (sunayen dake nuna iko ko matsayi) da Shaidan yake da shi wadanda ake samu a cikin Littafi Mai Tsarki da kuma fahimtar abin da suke nufi.

d. Gane cewa an rigaya an karya ikon Shaidan ta wurin giciye kuma an kwashe mu daga karkashin mulkin sa.

e. Mu gane cewa muna cikin kokowa da ikokin duhu.

f. Mu gane da dabaru guda shida wadanda Shaidan yakan yi amfani da su domin ya zarge mu da kuma yadda zamu kasance a fadake ga wadannan dabarun.

g. Gane cewa Shaidan yakan yi amfani da kofofi ko kuma tudun dafawa a cikin rayuwar mutane.

h. Gane dabarun da za a iya yin amfani da su domin rufe wadannan kokofin da kuma cire madafan da Shaidan yake yin amfani dasu a kan mu.

i. Fahimtar iko na ruhaniya wanda Yesu Almasihu ya ba almajiransa, da kuma sanin yadda za yi amfani da wannan ikon domin yantas da mutane.

j. Fahimtar "ka'ida takamamma" da kuma abin da ya sa ta zama da muhimmanci wajen karbar yancin mu.

k. Duban matakai biyar na taimakawa mutane su zama yantattu.

Mu duba mu gani: Menene zaka yi?

Kai ma'aikacin sashen matasa na wata ikilisiya ne kuma an gayyace ka halartar wani taron matasa na kasa wanda ya kunshi wadansu sanannun masu bi wadanda suka fito daga cikin addinin Musulunci. An yi muku masauki a wata kyakyawar makaranta aka kuma saku a cikin dakuna masu dauke da gadaje hudu a kowane daki. Biyu daga cikin yan uwa Krista wadanda kuke daki daya tare da su Hassan da Hussaini, yan biyu ne kuma sun tuba ne suka fita daga cikin addinin Musulunci kafin suka zama Krista. Kafin ku kwanta, Patrick, daya daga cikin shugabannin matasa ya gayyace ka da sauran wadannan matasa biyun da suka fito daga Musulunci cewa ku zo ku yi addu'a tare. Dukan ku sai kuka yi na'am da wannan gayyata, daga nan sai Patrick yayi addu'a domin kariya daga hatsarori na dare. Da wajen karfe hudu na asuba, Hassan ya fara ihu kuma da alamar yana da wata damuwa ta ruhaniya. Patrick, Hussaini da kuma kai kun taru, kuka sa Hassan a tsakiya domin ku yi masa addu'a. Yayinda Patrick yake yin addu'a, Hassan ya kara firgita.

Patrick ya juya ya tambayi Hussaini, "Tun da kuka fito daga cikin Musulunci, ko kum taba daukar lokaci ku yanke dukan wata dangantaka da alkawalai, rantsuwa ko wata yarjejeniya da kuka shiga ciki a baya? "

Hussaini ya nuna cewa wannan tambaya ta ba shi mamaki har ya kai ga cewa, "Wannan hauka ne. bamu taba yin wani abu kamar haka a cikin Musulunci ba. Mukan tafi masallaci ne kawai, kuma yanzu ai mu Krista ne. Dan'uwa Hassan yana fama da damuwa ne kamar yadda kowa yake yi. Wannan ba shi da wata dangantaka da addini." Daga nan sai Hussaini ya juyo wurin ka ya tambaye ka, "Kai ma ka gaskanta cewa ya kamata da mun yanke dangantaka da wani abu? Ka gaskanta cewa akwai wadansu aljannu ko wani abu mai kamar haka tare da mu?"

Menene zaka fada?

37

Reza wani saurayi ne wanda ya yanke shawara ya rabu da Musulunci ya kuma zama mabiyin Yesu Almasihu. An gayyace shi da yayi addu'a a wani taron yamma, manufar addu'a kuwa shine da yayi addu'ar yin watsi da Muslunci. Ya tashi da yardar rai ya fara addu'a. Sai dai kuma a yayin da yake cikin yin addu'ar, ya zo wurin wuraren da zai ambaci kalmomin cewa, "Ina yin watsi da dukan guraban da Muhammadu ya bari," sai ya ga cewa ya kasa fadin wadannan kalmomin. Wannan abin ya gigita shi kwarai domin koda yake ya yi girma a cikin iyalin dake cikin Musulunci, bai taba son Musulunci ba kuma bai dade a cikin Musuluncin ba. Abokan shi Krista suka kewaye shi suka karfafa shi da kalmomi wadanda suke tunashe shi da ikon da yake da shi a cikin Yesu Almasihu. Bayan wannan, ya iya kammala addu'ar yana furta kalmomin da ke raba shi da kowane irin gurbi da Muhammadu ya bari.

A wannan daren, abubuwa biyu sun canza a cikin rayuwar Reza. Na farko, ya sami warkaswa daga wani hali na fushi da kuma fada da mutane wanda ya dade da shi; na biyu kuma shine ya zama mai kwazo a cikin aikin bishara har ya zama yana koyas da wadansu wadanda suma suka fito daga cikin Musulunci. A wannan daren da Reza ya yanke dangantaka da Musulunci, ya sami kebewa da ikon yada bishara da kuma horas da wadansu, wani abu wanda ya zama babban mabudin da ya bude masa kofa zuwa zama ma'aikacin Almasihu mai kwazo. An yantas da shi domin ya bautawa bishara.

Wannan surar tana magana ne akan yadda zaka sami yanci daga ikon Shaidan. Wannan shine yake sharewa sauran surorin da zasu biyo baya, wadanda suke bada karfi akan kangin Musulunci hanya.

Za a iya yin amfani da makasudan da ake koyaswa a cikin wannan surar a yanayi daban daban, ba ga Musulunci kadai ba.

Yesu ya fara koyaswa

A cikin wasikar sa zuwa ga Romawa, Bulus yayi magana akan "madaukakin yancin da yayan Allah suke da shi" (Romawa 8:21). Wannan "madaukakin yancin" wani gado ne wanda kowane Krista yake da shi. Wannan wata babbar kyauta ce, wani gado wanda Allah yake so ya ba kowane mutumin da ya dogara a gareshi ya ke kuma mabiyin Yesu.

A lokacin da Yesu yake fara aikinsa na koyaswa, koyaswa ta farko da yayi a bainin jama'a, koyaswa ce a kan yanci. Wannan ya faru ne daidai

38

bayan da Yahaya Mai Baptisma yayi wa Yesu baptisma, kuma bayan da Shaidan ya jaraba shi a jeji. A lokacin da Yesu ya dawo daga jejin, nan da nan sai ya fara wa'azin bishara. Ta yaya yayi wannan? Ya yi shi ne ta wurin gabatas da kansa. A cikin littafin Luka muna karanta wannan cewa Yesu ya mike tsaye a cikin haikali a kauyensa na Nazaret. Ya fara karatu daga cikin littafin Ishaya sura ta 61:

"Ruhun Ubangiji yana tare da ni,
domin ya shafe ni in yi wa matalauta bishara
Ya aiko ni in yi shelar
saki ga daurarru,
in kuma bude wa makafi ido
in kuma yanta wadanda
suke a danne
in yi shelar zamanin samun karbuwa ga Ubangiji.

Ya rufe littafin ya mayar wa mai hidima, ya zauna. Duk wadanda suke cikin majami'a suka zuba masa ido. Sai ya fara ce musu, "Yau Nassin nan ya cika a kunnenku." (Luka 4:18-21)

Yesu yana fadawa masu sauraren cewa ya zo ne domin ya yantas da mutane. Abin da yake cewa shine, alkawalin yancin da aka yiwa annabi Ishaya ya cika "a yau". Mutanen Nazaret suna zance ne da shi wanda yake da ikon ya kawo yanci da wadanda suke daurarru. Wani abu kuma da yake fada musu shine, an shafe shi da Ruhu Mai Tsarki: shi ne shafaffe, Almasihu, zababben Sarki na Allah, Mai ceton da aka yi musu alkawalin sa.

Yesu yana gayyatar su da su zabi yanci. Yana gabatas musu da labari mai dadi na bege ga matalauta, saki ga daurarrun da suke kulle a kurkuku, warkaswa ga makafi da kuma yanci da wadanda suke a karkashin danniya.

A duk inda Yesu ya taka, yana kawo wa mutane yanci – cikakken yanci, ta hanyoyi daban daban. Yayinda muke karanta a cikin bisharun, muna jin labarin ayyukan alheri wadanda Yesu yake yi ga mutane da yawa, yana kawo bege ga wadanda basu da bege, yana ciyas da mayunwata, yana yantas da mutane daga danniyar aljannu, yana kuma waskas da marasa lafiya.

Har a yau, Yesu yana kawo wa mutane yanci. Yesu ya kirawo kowane Krista da ya more yanci wanda shi Yesun da kansa ya kawo.

A lokacin da Yesu yake furtawa a cikin haikalin cewa yana shela ne na "karbabbiyar shekara da alherin Allah," abin da yake fadawa mutanen shine, wannan shine lokaci na musamman wanda suka samu domin Allah ya nuna musu alheri. Yesu yana fada musu cewa Allah yana zuwa da iko da kuma kauna domin ya yantas da mutane kuma su ma suna iya samun wannan yancin.

Ko zaka yi bege ka kuma bada gaskiya cewa karatun wannan littafin zai iya zama lokaci na musamman da kake da shi na dandana alheri da kuma yanci daga Allah?

Lokaci na yin zabi

Mu ce ka sami kanka a rufe a cikin wani keji, kuma kofar wannan kejin tana a kulle. Ana kawo maka ruwa da abinci kowace rana a cikin wannan kejin. Zaka iya yin rayuwa a cikin wannan kejin, sai dai kuma rayuwar zata zama a matsayin dan fursuna. Mu ce wani ya zo ya bude kofar wannan kejin. Yanzu kana da zabi, zaka iya ci gaba da zama a cikin wannan kejin, ko kuma, zaka iya mika kafarka ka fita daga cikin kejin ka dandana yadda wajen kejin take. Barin kofar a bude ba zai zama da biyan bukata ba. Dole ne ka zabi ka fito daga cikin wannan kejin. Idan baka zabi ka sami yanci ba, daidai yake da har yanzu kana kulle a cikin kejin.

A lokacin da Bulus yake rubutawa Galatiyawa, ya ce, "Almasihu ya yanta mu, yantawar gaske. Don haka sai ku dage, kada ku sake sarkafewa a cikin kangin bauta" (Galatiyawa 5:1). Yesu ya zo domin ya yantas da mutane kuma da zaran mun san wannan yancin wanda ya zo da shi, ya zamar mana dole ne muyi zabi. Ko zamu zabi muyi rayuwa a matsayin yantattun mutane?

Abin da Bulus yake fada shine, muna bukata mu zama a falke kuma a fadake kafin mu iya cafke wannan yancin. Kafin mu iya zama a cikin wannan yancin, ya zama dole ne mu fahimci abin da yanci yake nufi, daga nan sai mu rungumi yanci wanda yake namu kana kuma mu yi tafiya a cikin sa. Yayinda muke bin Yesu, muna bukata mu koyi yadda zamu iya "dagewa" mu kuma ki "kangin bauta."

An shiya wannan koyarwar domin ta taimaki dukan mutane su zabi yanci kana kuma su yi rayuwa wadda ta cancanci yantattu.

⁂

40

A cikin yan sassan nan dake a gaba, zamu koyi rawar da Shaidan yake takawa , yadda aka sauya mu daga ikon Shaidan zuwa Mulkin Allah, za kuma mu koyi wani abu game da yaki na ruhaniyar wanda muka sami kanmu a ciki.

Mulkin Shaidan

Littafi Mai Tsarki ya ce muna da abokin gaba, wani wanda yake kokari ya hallaka mu. Ana kiran sa Shaidan. Yana da mataimaka masu yawa. Ana kiran wadansu daga cikin masu taimaka masa aljannu.

A cikin Yahaya 10:10, Yesu ya bayyan hanyoyin Shaidan. Ya kira Shaidan "barawo." "Barawo yakan zo ne kawai don sata da kisa da hallakarwa. Ni kuwa na zo ne domin su sami rai, su kuma same shi a yalwace." Wannan wani babban banbanci ne! Yesu ya kawo rai – rai a yalwace; Shaidan ya kawo hasara, kisa da mutuwa. Yesu ya kuma fada mana cewa Shaidan "mai kisan kai ne tun daga farko" (Yahaya 4:44).

Kamar yadda muke karantawa a cikin bisharun da kuma wasikun dake a cikin Sabon Alkawali, tabbatacce ne cewa Shaidan yana da iko yana kuma mulki a cikin wannan duniya, sai dai kuma ikon nasa kayyadajje ne. Ana kiran mulkinsa "mulkin duhu" (Kolosiyawa 1:13), shi kuma ana kiransa:

- "Sarkin wannan duniya" (Yahaya 12:31)

- "sarki na wannan zamani" (2 Korantiyawa 4:4)

- "sarkin masu iko a sararin sama" (Afisawa 2:2)

- "ruhun da a yanzu yake aiki a cikin kangararru" (Afisawa 2:2)

Manzo Yahaya har yana koya mana cewa duniya duka tana karkashin ikon Shaidan. "Mun sani mu na Allah ne, duniya duka kuwa tana hannun Mugun" (1 Yahaya 5:19)

Idan muka gane cewa dukan duniya "tana karkashin mulkin mugun nan," ganin alamun aiki da kuma hannun Shaidan a cikin dukan al'adu, ra'ayoyi da addinan duniya ba zai zamar mana abin mamaki ba. Shaidan yana aiki har a cikin ikilisiya.

Sabili da haka, muna kuma da bukatar mu dubi hannayen Shaidan a cikin Musulunci, yadda yake daukar rayuwar duniya da kuma ikon ruhaniya da Musulunci yake da shi. Amma kafin mu kai wurin, zamu fara da duban ka'idodin da suka shafi yadda zaka sami yanci daga mugun.

Babban Sauyi

J.L. Houlden, wani masani wanda yake a Trinity College Oxford ya rubuta wani bayyani game da tauhidin da Bulus yake Kallon duniya da shi. Yace, Bulus:

> ....Yana da tabbaci game da mutum. Ba wai kawai mutum ya zabi ya zauna cikin zunubi a kuwa ware da Allah ba.... amma har yanzu yana karkashin ikokin Shaidan wanda yake bin duniya, wanda kuma yake yin amfani da Doka, ba a matsayin hanyar da mutum zai zama mai biyayya da Allah ba, amma a matsayin wani kayan aiki na tauye mutum. Rabuwar mutum da Allah wani abu ne wanda ya shafi kowane dan adam – ba abu ne wanda ya tsaya akan Yahudawa ko kuma Al'ummai kadai ba. Wuri ne wanda mutum ya sami kansa a ciki a matsayinsa na dan Adamu.[1]

Houlden ya ci gaba da yin bayyani yana cewa, a cikin yadda Bulus yake duban bukatun da mutune suke da shi na ceto daga wannan kangin, "Game da abin da ya shafi ikokin Shaidan da aljanu, iyakar abin da mutum yake bukata shine kubutaswa daga karkashin mulkin su." Mabudin samun wannan kubutaswar shine abin da Almasihu yayi ta wurin mutuwarsa da tashin sa. Wannan shine ya samo nasara a bisan zunubi da dukan ikokin mugun da suka daure mutum.

Koda yake a matsayin mu na Krista har yanzu muna rayuwa a cikin "wannan duniya mai duhu" (Afisawa 6:12; kwatanta wannan ayar da Filibiyawa 2:15), wannan bai sa mu a karkashin mulkin Shaidan ba? Ko kadan. Domin an sauya mu daga ikon Shaidan zuwa mulkin Yesu.

A lokacin da Yesu ya bayyana ga Bulus a cikin wahayi ya kuma kiraye shi da ya tafi wajen Al'ummai, an fadawa manzon cewa zai bude wa makafi idanu, zai kuma juyo da mutane daga "duhu zuwa haske, daga kuma mulkin Shaidan zuwa mulkin Allah." (Ayyukan Manzanni 26:18).

A cikin wasikar sa zuwa ga Kolosiyawa, Bulus ya bayyana irin addu'ar da yake yi musu:

---

1. J. L. Houlden, *Paul's Letters from Prison*, p. 18.

Kuna gode wa Uba, wanda ya maishe mu mu isa samun rabo a cikin gadon tsarkakan da suke a cikin haske. Ya tsamo mu daga mulkin duhu, ya maishe mu ga mulkin kaunataccen Dansa. (Kolosiyawa 1:12-13)

A lokacin da mutum yake kaura daga wata kasa, kila zai bukaci ya nemi izinin zama dan kasa na sabuwar kasar da yake so ya koma, sai dai kuma, kafin mutum yayi hakan, yana bukatar ya yanke dangantaka da kasar da yake fitowa daga cikin ta. Haka ceton dake a cikin Almasihu yake: Yayinda muke shiga a cikin mulkin Allah, kana karbar sabon yancin zama dan kasa kuma kana juyawa kasar da kake fitowa daga ciki baya.

Kamata yayi komawarka da kuma mannewa Yesun ka ya zama wani abu wanda kayi da son ranka. Wannan yana iya kunsar abubuwa kamar su:

- Yin watsi da Shaidan da kowane abu na mugunta

- Yin watsi da kowace mugunwar dangantaka da mutanen da suke yin amfani da iko na mugunta a bisan ka

- Yin watsi da kuma yanke danganta da dukan alkawalan mugunta wadanda kakannin ka suka shiga ciki a madadain ka ko kuma alkawalan da suka shafe ka ta wata hanya

- Yin watsi da kuma rabuwa da dukan wata basira ko kwarewa ta ruhaniya wadda aka samu ta wurin wata muguwar hanya

- Mika dukan yanci na rayuwarka ga Yesu Almasihu da kuma gayyatarsa da ya yi mulkin zuciyarka a matsayin Ubangiji daga wannan ranar har zuwa nan gaba.

Yakin

Yayinda dan wasan kwallo ya canza sheka daga wannan kulub zuwa wancan, dole ne ya buga wa sabon kulub din sa wasa. Ba zai koma ya ci gaba da buga wa tsoron kulub din sa ba kuma. Haka yake a garemu yayinda muka canza sheka zuwa cikin Mulkin Allah: ya zama dole mu yi wasa domin kungiyar Yesu, mu kuma rabu da yin kwallo domin kungiyar Shaidan.

Littafi Mai Tsarki ya nuna cewa akwai yaki na ruhaniya wanda yake faruwa tsakanin Allah da kuma Shaidan. Wannan wani babban tawaye ne gaba da mulkin Allah (Markus 1:15; Luka 10:18; Afisawa

6:12). Fada ne a tsakanin mulkoki biyu, a cikin wannan fadan kuma babu tsaka-tsaka inda mutum zai iya zuwa ya buya. Krista sukan sami kansu a cikin wani dogon fada inda an rigaya an yi nasara a cikin wannan yakin ta wurin giciye, kana kuma karshen wannan yakin duka, tabbatacce ne: Almasihu ya rigaya yayi, kuma zai yi nasara.

Mabiya Almasihu wakilai ne na Almasihu, wannan ya sa a yanzu, a kowace rana, suna samun kansu a cikin yaki da ikokin duhu a wannan zamani. Mutuwar Yesu da tashinsa daga matattu sune suka zama sanadin ikon da muke da shi a bisan wannan duhun, shine kuma tushen ikon da muke da shi na iya tsayawa gaba da shi. Wadanda wannan yakin ya ritsa da su sun hada da mutane, anguwoyi, al'ummoni da kuma kasashe.

Har ikilisiya ma tana iya zama wurin fafatawa a cikin wannan yakin, kuma za a iya yin amfani da abin da ikilisiyar take da shi wajen aikata miyagun abubuwa ko kuma wajen cimma miyagun manufofi.

Wannan wani babban abu ne, kuma abu ne mai nauyi. Sai dai kuma, Bulus ya bayyana tabbacin nasara a lokacin da yake rubuta cewa an rigaya an ci nasara a bisa ikokin wannan zamani mai duhu, an kwace makaman su, an kumyatas da su an kuma yi nasara a bisan su ta wurin giciye da kuma gafarar zunuban da giciyen ya samo.

Ku kuma da kuke matattu saboda laifofinku, marasa kaciya ta jiki, Allah ya raya ku tare da Almasihu, ya yafe mana dukkan laifofinmu, ya kuma yanke igiyar nan ta Shari'a da ta daure mu da dokokinta, ya dauke ta, ya kafe ta da kusa a jikin gicciyensa. Ya kwace makaman masarauta da na masu iko, ya kunyata su a fili, da ya yi nasara a kansu a kan gicciyen. (Kolosiyawa 2:13-15)

Wannan nasin yayi amfani da holon da aka dauka daga cikin jerin gwano na nasarar wanda ake kira 'nasara' wanda sojojin Romawa sukan yi. Hafsan soja da mayakan shi sukan komo cikin birnin Rome bayan sun ci nasara a bisan abokan gaban su. Domin yin bikin wannan nasarar, hafsan sojan zai jagoranci sojojinsa a cikin wani babban jeren gwano inda bayan an kwace makamansu, za a tilastawa sojojin da aka ci nasara a bisan su da suyi tafiya a cikin sarka, suna bi titi-titi a cikin birnin. Mutanen Rome zasu fito suna ta kallo, suna yiwa wadanda suka yo nasarar kirari suna kuma yi wa abokan gaban da aka ci nasara a bisan su ba'a.

Bulus yana amfani da wannan jerin gwano na nasarar domin ya bayyana ma'anar giciyen. A lokacin da Almasihu ya mutu a giciye, ya soke dukan ikokin zunubi: soke wadannan kushewar ya zama abin da dukan ikokin duhu zasu iya gani a fili. Sabili da haka, Shaidan da dukan miyagun ikokinsa wadanda suke kokari su halaka mu, sun rasa iko a bisan mu domin babu abin da za su iya kai sarar mu akai kuma. Sun zama kamar sojojin da sojojin Romawa suke bikin cin nasara a kan su, kasassu, marasa makamai, da kuma wadanda suke shan kaskanci a bainin jama'a.

Ta wurin giciye, an samo nasara a bisan dukan ikoki da mulkoki na wannan zamani mai duhu. Wannan nasarar ta warwashe karfin dukan ikoki na mugu ta kuma kwace damar da suke da ita na yin mulki, hade da damar da aka basu ta wurin yarjejeniyar da mutune suka shiga da su, ko dai da son ransu, ko kuma ba da son ransu ba, ko da sanin su, ko ma ba da sanin su ba.

Wannan wata kakkarfar ka'ida ce: giciyen yana da martanin da zai bayas gaba da dukan wani kage ko sara da Shaidan yake amfani da su gaba da mu, giciyen shine ya zama tushen nasara da kuma yancin mu.

࣫࣫

A cikin sassa biyu na gaba, zamu dubi rawar da Shaidan yake takawa a matsayin mai kai sara da kuma dabarun da yake yin amfani da su gaba da mutane. Bayan wannan zamu dubi hanyoyi guda shida wadanda Shaidan yake yin amfani da su wajen kokarinsa na daure mutane. Ta wurin zunubi, rashin gafartawa, kalmomin baki, rauni na zuciya, karairaki (muguwar bangaskiya), da zunubin dake bin tsara da kuma irin sakamako ko la'anar da wannan zunubin yake da shi. Zamu bayyana makarin kowace dabara ta Shaidan: hanyar da Krista zai iya karbar yancin sa ya kuma karya irin wadannan rinjayen da Shaidan yake da shi a cikin rayuwar sa. Dukan wadannan abubuwan zasu zama da muhimmanci yayin da muka zo wajen yadda za a iya samun yanci daga kangin Musulunci.

Mai kai sara

Shaidan yana da dabarun da yakan yi amfani da su gaba da mu. Zai yi kyau mu san wani abu game da wadannan dabarun, mu gane da su, mu kuma kasance a shirye domin mu yi tsayayya da su. Muna bukata mu yi amfani da yancin mu, mu kuma yi rayuwa a cikin yancin da muke da shi. Kafin mu iya yin wannan, dole ne mu mayas da hankali: Yana da kyau Krista ya san kulle-kullen Shaidan, ya kuma kasance a shirye domin yayi tsayayya da su.

A cikin Afisawa 6:18, Bulus ya rubuta cewa kamata yayi Krista su "tsaya da karfin su." Haka kuma, Bitrus ya gargadi Krista da su "Natsu, ku kuma zauna a fadake. Magabcinku Iblis yana zazzagawa kamar zaki mai ruri yana neman wanda zai lankwame." (1 Bitrus 5:8). Menene muke bukatar mu yi lura da shi? Muna bukata mu yi kula da zarge- zargen Shaidan.

Littafi Mai Tsarki ya kira Shaidan da sunan "Mai kai kara" (Wahayin Yahaya 12:10), haka kuma da harshen Ibraniyanci, ainihin ma'anar sunan nan Shaidan (Satan) shine "mai kai kara " ko kuma "abokin gaba". An yi amfani da wannan kalmar ne a matsayin abokin hamayya wanda kuke shari'a da shi a kotu. Haka kuma aka yi amfani da wannan kalmar nan 'Shaidan' a ckin littafin Zabura 109 "Ka sa a same shi (Shaidan) da laifi a *shari'ar* da ake yi masa" (Zabura 109:7). Haka kuma a cikin Zakariya 3:1-3, an yi magana akan wata sifa wada ake kira "Shaidan" wanda yake tsaye a hannun daman Joshuwa babban priest, yana kai sarar sa a gaban mala'ikan Allah. Daya daga cikin misalan kuma shine na lokacin da yake kai sarar Ayuba a gaban Allah (Ayuba 1:9-11), yana neman izini domin ya gwada Ayuba.

Ga wanene Shaidan yake kai saran mu? Mun sani cewa yana kai karar mu a gaban Allah. Yakan kuma kai sarar mu ga wadansu; harwayau, yakan kai karar mu a wurin kanmu ta wurin kalmomin wadansu da kuma ta wurin tunanin mu. Yana so wannan sarar ta yi mana zafi, mu gaskanta da su, su tsorata mu, su kuma hana mu aiwatas da abubuwan da suka kamata mu aiwatas.

Menene Shaidan yake sarar mu akai? Yana sarar mu akan zunuban mu, yana kuma sarar mu ta gefen kowane sashe na rayuwar mu wadanda muka mika masa mulkinta ta wata hanya.

Harwayau, muna bukata mu gane cewa a duk lokacin da Shaidan yake sarar mu, sarar sa tana cike da karairaki. Yesu yana magana akan Shaidan sai ya ce:

> Shi dama tun farko mai kisankai ne, bai zauna kan gaskiya ba
> don ba ruwansa da gaskiya. Duk sa'ad da yake karya, cinikinsa
> yake yi, don shi makaryaci ne, uban karairayi kuma. (Yahaya
> 8:44)

Wadanne ne dabarun karyar Shaidan, kuma ta yaya zamu iya tsayawa da karfi a duk lokacin da yake kai karar mu? Hakika sanin dabarunsa zai iya zama da taimako a gare mu. A misali, a cikin 2 Korantiyawa, Bulus ya bukaci Krista da su zama masu gafartawa. Menene ya sa

46

wannan ya zama da muhimmanci? Bulus ya ce zamu yafe "domin kada Shaidain ya ribace mu, gama mu ba jahilan makidodinsa ba ne" (2 Korantiyawa 2:11). Bulus yana cewa zamu iya sanin abin da Shaidan yake kulla wa, kuma, domin mun san cewa daya daga cikin dabarun Shaidan shine ya kai sarar mu sabili da mun kasa gafartawa, zamu yi sauri mu yafe wa wadansu, domin kada kararsa ta zama gaskiya a kan mu.

Shaidan yana kuma da wadansu dabaru. A nan, zamu yi bincike a kan shida daga cikin manyan dabarun da yake yin amfani da su wajen kai sarar masu bi, zamu kuma dubi yadda zamu iya yin tsayayya da su. Wadannan dabarun guda shida sune:

- Zunubi

- Rashin gafartawa

- Raunin zuci

- Kalmomi (da ayyuka)

- Gaskanta abin da ba daidai ba (karairaki)

- Zunuban dake bin tsara da kuma la'anar da wadannan zunuban ke haifaswa.

Kamar yadda zamu gani, daya daga cikin muhimman matakai na samun yanci na ruhaniya shine mu iya gane, mu kuma iya yin watsi da dukan abin da Shaidan ya daure mu da shi. Wannan ya hada da ko dai zargin da yake yi mana yana da wata kanshin gaskiya ko kuma tarin karairayi ne kawai.

Budaddun kofofi (kafa) da kuma abin dafawa

Kafin mu bi ta kan kowane daya daga cikin wadannan hanyoyin guda shida, zamu bukaci mu gabatas da wadansu sunaye masu amfani na damar da Shaidan yakan yi amfani da su wajen samun iko a kan mutane, wani abu wanda ya kan yi amfani da shi domin yayi musu danniya. Biyu daga cikin wadannan manyan hanyoyin sune 'Budaddun kofofi (kafa)' da kuma 'abin dafawa'

Budaddun kofofi wata kafa ce wadda mutan yakan iya ba Shaidan ta wurin rashin sani, rashin biyayya ko kuma sakaci, wadda Shaidan yakan yi amfani da ita domin ya kai wa mutumin hari ya kuma danne shi. Bari mu tuna da yadda Yesu ya bayyana Shaidan a matsayin "barawo" wanda yake yawo yana neman hanyoyin yin sata, kisa da kuma hallakaswa (Yahaya 10:10). Ba zaka sami ana barin kofofi a bude a cikin gidan da yake da cikakken tsaro ba: Kowace kofa tana rufe ne da kwado mai kyau.

Abin dafawa wani tudu ne a cikin rayuwar mutum wanda Shaidan yake ikirarin cewa ai mutumin ya rigaya ya mika wannan wurin a hannunsa – wani fanni na rayuwarmu wanda Shaidan ya rigaya ya sawa alama cewa wannan na shi ne.

Bulus ya yi magana akan cewa akwai yiwuwar Krista ya ba Shaidan wata dama ta wurin fushi: "In kun husata, kada ku yi zunubi, kada fushinku ya kai faduwar rana, kada kuma ku bar wa Iblis wata kofa" (Afisawa 4:26-27). Kalmar Helinancin da aka juya zuwa 'kafa' ita ce *topos* wadda take nufin 'wurin da ya zama mazauni'. Tushen kalmar nan *Topos* na da ma'anar wurin da yake da wani abu ko kuma wurin da wadansu suke zaune. Wannan shine ya sa salon maganan nan na Helinanci "Ka bada *topos*" yana nufin 'ka bada dama.' Abin da Bulus yake fada shine, idan mutum ya zauna a cikin fushi a maimakon ya furta ya kuma yi watsi da shi a matsayin abin da zai iya kai shi ga aikata zunubi ba, mutumin nan yakan budewa Shaidan wata kofa ta ruhaniya. Daga nan, Shaidan zai yi amfani da wannan kafar domin ya aikata mugunta. Mutum yana iya ba Shaidan abin dafawa ta wurin kin rabuwa da fushi.

A lokacin da yake yin magana a cikin Yahaya 14, Yesu yayi amfani da harshen dama ta fannin shari'a ne a lokacin da yake cewa Shaidan bashi da wata dama a bisansa:

> Ba zan kara yi muku magana mai yawa ba, domin mai mulkin duniyan nan yana zuwa, bashi kuwa da wani hannu a kaina, sai dai domin duniya ta sani ina kaunar Uban ina kuma yin yadda Uba ya umarce ni. (Yahaya 14:30-31)

Archbishop J. H Bernard yayi wani rubutu a cikin sharhin da ya bayas game da abin nan da Yesu ya fada. J. H. Bernard ya ce, "Shaidan .... Bashi da wani abu a cikin rayuwa ta wanda zai iya dafawa (rikewa domin yayi amfani da shi)."[2] Wannan harshe ne na shari'a kamar yadda D. A Carson yayi kokarin bayyanawa:

2. J.H. Bernard; *A Critical and Exegetical Commentary on the Gospel According to John*, Vol. 2, p. 556

Cewar ba shi da wani hannu a kaina wata magana ce wadda take nuna cewa "Bashi da wani abu a ciki na" yana amfani da wani salon magana na harshen Ibraniyanci wanda yake nufin "bashi da wata hujja a kai na" ko kuma, "ba shi da wata dama a kaina." .... Shaidan ba zai iya samun wata dama a kan Yesu ba sai idan da wani laifi wanda zai iya yin sarar Yesu a kan sa.[3]

Menene ya sa Shaidan ya rasa wani abin kamawa akan Yesu? Dalilin shine Yesu bai taba yin zunubi ba. Yesu da kansa ya fadi cewa yana "yin yadda Uba ya umarce ni" (Yahaya 14:31; ka kuma duba Yahaya 5:19). Wannan shine ya sa babu wani abu a cikin Yesu wanda zai ba shaidan damar samun wata hujja ko wata dama ta shari'a a bisan sa. Yesu bashi da wani tudun dafawa wanda Shaidan zai iya yin amfani da shi.

An giciye Yesu a matsayin mutum mara laifi. Wannan yana da muhimmanci matuka a cikin ikon giciyen. Domin Yesu bashi da wani laifi, Shaidan ba zai iya cewa giciyen Yesu ya faru ne sakamakon wani hukunci na shari'a wanda ya wajaba a bisa Yesun ba. Mutuwar Almasihu na Allah wata hadaya ce mara aibi domin wadansu, ba hukunci bane wanda Shaidan ya aiwatas a bisan Yesu domin wani laifi nasa na kanshi. Da a ce Yesu ya budewa Shaidan wata kofa, da mutuwarsa ta zama hukunci wanda ya wajaba a kansa domin zunubin sa. A maimakon haka, Yesu bashi da laifi, mutuwarsa zata zama, kuma ta zama cikakkiyar hadaya domin zunubin duniya duka.

Menene zamu iya yi game da budaddun kofofi da kuma kafofin da suke a cikin rayuwar mu? Zamu iya rufe budaddun kofofin mu kuma cire dukan abin da Shaidan zai iya kamawa ko kuma yin amfani da su a cikin rayuwar mu. Idan har muna so mu iya ribtas yancin mu na ruhaniya, wadannan matakan sun zama dole. Muna bukata mu yi wanna a cikin natsuwa, mu rufe dukan kofofi, mu kuma cire dukan abubuwa wadanda suke cikin rayuwar mu, wadanda da Shaidan zai iya yin amfani da su.

Amma, ta yaya zamu iya yin wannan? Bari mu dubi wadannan abubuwan guda shida daya bayan daya. Idan muka zo duban yadda Musulunci yake daure mutane, zamu gane cewa dukan wadannan kafofin guda shida suna da amfani.

☙☙

---

3. D. A. Carson, *The Gospel According to John*, pp. 508-9

Zunubi

Idan ya zamana kofar da muka bude ta faru ne sabili da zunubi, zamu iya rufe wannan kofar ta wurin furta wannan zunubi da kuma yin tuba daga zunubin da muka aikata wanda ya budewa Shaidan kofa ya kuma ba shi izinin samun wata madafa a cikin rayuwar mu. Ikon giciye shine babban mabudi wajen cimma wannan. Zamu iya karbar gafara daga wurin Allah ta wurin yin amfani da Almasihu a matsayin Mai ceto. Kamar yadda Yahaya ya rubuta, "Jinin Yesu Dansa kuma yana tsarkake mu daga dukkan zunubi" (1 Yahaya 1:7). Idan muka samu aka wanke zunuban mu, to zunubi bashi da sauran wani iko a kan mu. Wannan shine ya sa Bulus ya rubuta cewa, "An kubutas da mu ta wurin jininsa"(Romawa 5:9). Abin da wannan yake nufi shine, yanzu Allah yana duban mu a matsayin masu adalci. Idan muka tuba muka kuma juya zuwa wurin Almasihu, an bizne mu tare da shi kenan: ana duban mu daidai yadda ake duban Yesu. Daga nan sai mu zama wadanda Shaidan ba zai iya samun wata galaba a kansu ba kuma. Mun zama wadanda Shaidan bashi da abin da zai kama mu da shi ba, domin an "rufe" zunuban mu (Romawa 4:7). An kubutas da mu daga sarar da Shaidan yake iya kaiwa gaba da mu.

Ta yaya wannan yake aiki? Idan mutum yana fama da halin karya, wannan mutumin yana bukata ya gane cewa wannan hali na karyan hali ne mara kyau (laifi ne) a gaban Allah, daga nan sai mutumin ya furta wannan laifin, ya tuba daga zunubin karya ya kuma sami tabbacin gafarar wannan laifin ta wurin aikin da Almasihu ya yi. Bayan an yi wannan, sai a yi watsi da karya a kuma juya mata baya. A wani gefen kuma, idan mutumin yana jin dadin yin karya, yana samun wani amfani daga cikin yin hakan, kuma bashi da niyyar rabuwa da yin karya, duk wani kokari ko marmarin samun yanci daga karya ba zai yi tasiri a cikin rayuwar wannan mutumin ba, kuma Shaidan zai iya yin amfani da wannan a matsayin wata kafa, gaba da wannan mutumin.

Zamu iya rufe koyar zunubi ta wurin tuba, rabuwa da zunuban mu, da kuma dogaro ga giciyen Almasihu. Ta haka ne zamu iya hana wa Shaidan samun damar yin amfani da zunuban mu gaba da mu.

Rashin gafartawa

Wata hanya da Shaidan yake jin dadin yin amfani da ita gaba da mu ita ce, idan muka zama marasa jafewa. Gafara tana daya daga cikin abubuwan da Yesu yayi ta yin koyaswa a kai. Ya ce, idan bamu gafartawa wadansu ba, mu ma ba za a gafarta mana ba (Markus 11:25-26; Matiyu 6:14-15).

Rashin gafartawa zai iya daure mu hade da kuskuren da wani ya aika, ko kuma ya danne mu hade da wani abu wanda yayi mana zafi wanda ya faru a can baya. Wannan zai iya ba Shaidan kafa, wata dama da zai iya yin amfani da ita gaba da mu. A cikin wasikarsa ta biyu zuwa ga Korantiyawa, Bulus yayi rubutu game da wannan:

Wanda kuka yafewa kome, ni ma na yafe masa. Abin da na yafe kuwa, in dai har ma akwai abin yafewa, saboda ku ne na yafe masa, albarkacin Almasihu, don kada Shaidan ya ribace mu, gama mu ba jahilan makidodinsa ba ne. (2 Korantiyawa 2:10-11)

Menene yasa rashin gafartawar mu ke iya ba Shaidan damar ya ribace mu? Wannan yana faruwa ne domin Shaidan zai iya yin amfani da rashin yafewar mu a matsayin wata kafa gaba da mu. Sai dai kuma, kamar yadda Bulus ya fada, "mu ba jahilan makidodinsa ba ne." Sabili da haka, mun sani cewa muna bukatar mu kawas da wannan kafar ta wurin zama masu gafartawa.

Gafartawa tana da fuskoki guda uku: gafartawa wadansu; karbar gafara daga wurin Allah, wani lokaci da kuma gafartawa kanmu. Wannan alamar gafara ta giciyen[4] tana taimakon mu mu tuna da wadannan fuskoki ukun da gafara take dauke da su. Layin da yake a kwance yana tuna mana da mu zama masu gafartawa wadansu. Layin da yake a tsaye yana tuna mana da mu nemi gafara daga wurin Allah. da'irar kuma tana tuna mana cewa kada mu manta mu yiwa kanmu gafara.

Gafara ba wai tana nufin mu manta da abin da abin da mutumin yayi ko kuma mu amince da abin da yayi bane. Ba wai yana nufin mu yarda da mutumin kawai ba ne. gafartawa wadansu tana nufin mun jefar da hakin da muke da shi na yin karar su a gaban Allah. Mun saki wannan mutumin wanda ya saba mana daga dukan wani haki da muke da shi a kan wannan mutumin. Muna mika su ga Allah wanda yake mai

4. Gafara ta giciye ya fito ne daga Littafin da **Chester and Betsy Kylstra** suka rubuta, mai suna *Restoring the Foundations*, p, 98

shari'ar adalci, muna kuma mika abin da ya farun ga Allah. Gafartawa ba wai yadda kake ji ba ne: Yanke shawara ne.

Karbar gafara daga Allah abu ne mai muhimmancin gaske, haka kuma yiwa wadansu gafara, domin gafara tana da iko matuka, musamman ma idan muka sani cewa mu ma an gafarta mana (Afisawa 4:32). Akwai "addu'ar gafara" a cikin sashen da aka bayas wanda yake dauke da karin kayan aiki, wanda yake a karshen wannan littafin horaswan.

Raunukan zuci

Rauni a zuciya zai iya zama wata kafa wadda Shaidan zai iya yin aiki da ita. Raunuka na zuci suna iya fin raunuka na jiki zafi, kuma wani lokacin, idan muka sami ciwo na jiki wannan zai iya taba zuciyar mu ma. A misali, an kaiwa wani mutum mummunan hari. Mutumin nan zai iya dadewa yana zama a cikin tsoro bayan faruwar wannan harin. Shaidan zai iya yin amfani da tsoron nan da mutumin yake fama da shi domin ya bautar da mutumin ya rike shi cikin ci gaba da zama a cikin tsoro.

Akwai lokaci da ake koyaswa akan Musulunci, sai wata mata yar Afrika ta Kudu wadda tayi fama da wani abu na tashin hankali kusan shekaru goma da suka wuce, wanda ya hada da wadansu mutane wadanda suka fito daga cikin Musulunci. Wata makarantar tauhidi ta roki iyalinta da su ba wadansu mutane su biyu wadanda suka ce sun fito daga Musulunci masauki, su kuma suka yarda suka dauke su zuwa gidansu a matsayin bakin su. Wannan sai ya zama farkon wani mawuyacin lokaci da lokaci na matsi a cikin gidansu. Bakin nasu sun zama mafadata kuma lokaci lokaci, sai bakin suyi ta yiwa mutanen gidan ba'a. Wani lokaci sukan bankade ta su hada ta da bango, su kira ta alade, su zazzage ta, kai wani lokacin ma har tofa mata miyau suke yi idan suna wucewa ta kusa da ita. Har ma matannan takan tsinci wadansu yan kananan takardu wadanda aka cuccusa a wadansu wurare a cikin gidan. Wadannan yan takardun suna kunshe da zage zage wadanda aka rubuta da Larabci a kansu. Wannan iyalin sun nemi taimako daga wurin ikilisiyarsu, sai dai ba wanda ya gaskanta da abin da suke fadi. A karshe dai, sun yi nasarar rabuwa da wadannan bakin ne ta hanyar nemar musu wani gida na haya suka kuma biya kudin hayar. Matar ta rubuta cewa, "A wancan lokacin, mun shiga mummunan kunci ta fannin tattalin arziki, ruhaniya, motsin rai da kuma ta fannin jiki. Na kai inda ban yarda da kaina ba kuma, domin yadda suke yi dani kamar wata shara, na ji kamar bani da wani amfani." Bayan ta saurari koyaswa ta game da kangin bautar dake a cikin Musulunci, ta tashi tsaye gaba da wannan rashin yarda da kan wanda ya danne ta, ta kuma yi watsi da shi. Muka yi addu'ar neman warkaswa daga wannan abin tare, muka yi watsi da wata barazana. Ta sami warkaswa mai ban al'ajibi har ta rubuta cewa, "Ina yabon Ubangiji na sama domin wannan babbar damar.... Yanzu na sami salama ina ji kuma cewa a matsayina na mace, na cancanci in bautawa Ubangiji. Mu yabi Ubangiji." Daga baya ta rubuta:

Har yanzu muna bautawa Ubangiji, muna kaunarsa fiye da yadda muke kaunarsa a da, mun koyi abubuwa da dama game da al'adu da kuma bangaskiyar Musulmi, kuma wannan ya karfafa mu har zamu iya cewa muna kaunar Musulumi da kauna irin ta Ubangiji kuma ba zamu taba dena nuna irin zurfin kaunar da Yesu yake da ita dominsu ta wurin rayuwar mu ba.

Yayinda mutane suka sami rauni na zuciya, Shaidan yakan yi kokari ya cusa musu wadansu karairaki. Wadannan karairakin ba gaskiya bane, amma mutumin zai iya gaskantawa da su domin yana jin zafin. Karyar da wannan matar ta fuskanta ita ce, karyar cewa "bata da wani amfani."

Zamu iya yin amfani da wadannan matakan guda biyar domin samun yanci daga wadannan karairakin:

1. Abu na farko shine, ka gayyaci mutumin da ya bude zuciyarsa ga Ubangiji yana fadawa Ubangiji dukan yadda yake ji game da zafin da yake fama da shi.

2. Daga nan sai yayi addu'a domin Yesu ya warkas da wannan rauni na zuciyar.

3. Daga nan sai mutumin ya gafartawa mutumin da ya zama sanadiyar samun raunin zuciyar.

4. Daga nan sai mutumin yayi watsi da tsoro da kuma abubuwa marasa kyau da raunin zuciya ke kawowa, yayinda yake yin haka, yana kara furta dogaronsa ga Allah.

5. Daga nan sai mutumin ya furta ya kuma yi watsi da dukan wata karya wadda ya gaskanta da ita a da sakamakon rashin jin dadin da mutumin ya fuskanta.

Bayan an yi wannan, za'a fi samun nasara wajen yin tsayayya da Shaidan domin an rigaya an kawas da kafar da yake samu yana amfani da ita.

⁂

Kalmomi

Kalmomi suna iya zama da iko matuka. Zamu iya daure kanmu har ma da wadansu ta wurin yin amfani da kalmomin bakin mu. Wannan dalilin ne a sa Shaidan yakan yi kokari yayi amfani da kalmomin mu gaba da mu. Yesu ya ce:

> Ina dai gaya muku, a Ranar Shari'a duk hululun da mutum ya yi, za a bincike shi. Maganarka ce za ta kubutar da kai, ko kuma ta hukunta ka." (Matiyu 12:36-37)

Yesu ya koya mana da mu yi amfani da kalmomin bakin mu wajen sa albarka ba la'ana ba. "Ku kaunaci magabtanku, ku yi wa makiyanku alheri. Ku sa wa masu zaginku albarka. Masu wulakanta ku kuma, ku yi musu addu'a." (Luka 6:27-28)

Kashedin nan da Yesu ya bayas na kada mu yi magana barkatai, kashedi ne wanda ya shafi kowace irin magana muke yi, a duk lokacin da muka bude bakin mu. Wannan ya hada da yin rantsuwa, daukar alkawali, alkawulan da muka furta, da muka shiga ciki. Ka kula da dalilin da Yesu ya ba almajiransa akan kada su yi rantsuwa:

> Amma ni ina gaya muku, kada ma ku rantse sam, …. Abin da duk za ku fada ya tsaya a kan "I" da "A'A" kawai. In dai ya zarce haka, to daga Mugun ya fito. (Matiyu 5:34, 37)

To menene zai hana mu yi rantsuwa? Yesu ya bayyana cewa wannan daga wurin "Mugu" ne, daga wurin Shaidan shi da kan sa. Shaidan yana so mu yi rantsuwa domin yana so yayi amfani da kalmomin mu gaba da mu, domin ya yi mana barna. Rantsuwa zata iya ba Shaidan kafar yi mana barna, wani dalilin da zai iya yin amfani da shi domin ya zarge mu. Wannan zai iya zama gaskiya ko dama ba mu gane da ikon da kalmomin da muka furta suke da shi ba.

To yanzu idan mun ragaya mun yi rantsuwa ko kuma mun rigaya mun dauki wani alkawali a baya, (kila ma har mun sa hannu a ckin wata al'ada wadda ta daure mu a wata muguwar hanya, hanyar da bata kamata da mun bi ba, hanyar kuma da ba ita ce hanyar da Allah ya shirya domin mu ba, menene zamu yi?

A cikin Littafin Firistoci 5:4-10 akwai bayyani game da abin da ya kamata yayan Isra'ila su yi yayin da wani ya furta wani "alkawali na ganganci" kuma wannan alkawalin ya daure su. An shirya musu hanyar da zasu bi domin kubuta daga wannan alkawalin ko rantsuwar. Dole ne mutumin ya kawo hadaya a gaban Firist, shi kuma Firist din zai yi kafara domin wannan zunubin. Daga nan sai mutumin ya kubuta daga wannan alkawalin ganganci.

Labari mai dadin shine, ta wurin giciye zamu iya samun kubuta daga alkawula marasa kyau, rantsuwa da kuma kowace irin yarjejeniya da muka shiga. Abin ban sha'awa ne ganin yadda Littafi Mai Tsarki yake fadin cewa jinin Yesu "Yake yin mafificiyar magana fiye da jinin Habila."

Amma ku, kun iso Dutsen Sihiyona ne, da birnin Allah Rayayye, Urushalima ta Sama, wurin dubban mala'iku..... Kun iso wurin Yesu, matsakancin sabon alkawali, da kuma wurin jinin nan na tsarkakewa wanda yake yin mafificiyar magana fiye da na Habila. (Ibraniyawa 12:22-24)

Abin da wannan yake nufi shine, jinin Yesu yana da ikon soke dukan la'arnar da take bin mu, wadda kalmomin bakin mu suka jawo mana. Wani abu na musamman kuma shine, jinin Yesu yana kankare ya kuma soke dukan yarjejeniyar da muka kulla da tsoro ko kuma da mutuwa.

Ayyuka na al'ada: Yanci daga yarjejeniya ta jini

Muna ta magana akan ikon da kalmomin bakin mu suke da shi wurin daure mu. A cikin Littafi Mai Tsarki na Ibraniyanci, wata tabbatacciyar hanya da mutum zai iya daure kanshi a cikin wani alkawali shine ta wurin yin yarjejeniya ta jini. Wannan ya shafi kalmomi hade kuma da yin wani abu na al'ada.

A lokacin da Allah ya yi shahararren alkawalin san nan da Ibrahim wanda ake samu a cikin Farawa 15, an kafa shi ne ta wurin yin hadaya. Ibrahim ya tanada dabba, ya yanka ta, ya shinfida wannan dabbar a kasa. Daga nan sai haki da wuta – wadanda suke wakiltar kasancewa da kuma sa hannun Allah – suka ratsa ta cikin gababuwan wannan dabbar. Wannan al'adar ta jawo wata la'ana wadda ke cewa, "idan na karya wannan alkawalin, bari in zama kamar dabbar nan" – wato, "bari a kashe ni, a yanyanka ni gunduwa gunduwa."

Za a iya ganin wannan a cikin kashedin da Allah ya bayas ta wurin annabi Irmiya:

> Mutanen da suka keta alkawarina, ba su kuma kiyaye maganar alkawarin da suka yi a gabana ba, sa'ad da suka raba dan maraki kashi biyu, suka bi ta tsakiyarsa, wato manyan fadawan Yahuza, da na Urushalima, da yan majalisa, da firistoci da dukan jama'ar kasa wadanda suka bi ta tsakanin rababben dan marakin, zan bashe su a hannun abokan gabansu wadanda suke neman ransu. Gawawwakinsu za su zama abincin tsuntsaye da namomin jeji.
> (Irmiya 34:18-20)

Irin al'adun kaddamarwar da ake yi a yayin da mutum yake shiga wata kungiyar asiri ko kuwa wani tsafi, yakan hada da daure mutumin ta wurin wani alkawali wanda yawancin lokaci yakan shafi yin amfani da jinin hadaya. Za a iya kiran mutuwa a cikin irin wannan alkawalin, ba da jini na hakika ba, amma ta wajen yin wata alama: a misali, ta wurin ambaton wadansu munanan abubuwa da zasu iya faruwa da mutum, ta wurin rataya wa mutumin wata alamar mutuwa kamar su daura wata igiya a wuyansa, ko kuma ta wurin kyaikwayon mutuwa kamar su saka mutum a cikin akwatin gawa ko kuma yin wata alama wadda take nuna an soki mutum a zuciya. (A nan gaba, zamu dubi wani misali na irin wannan al'adar wadda ta shafi Musulunci.)

Alkawali na jini wanda ya hada da alamar mutuwa, kiran la'ana ta mutuwa a bisan mutum wanda wani lokaci yakan hada zuriyarsa. Wannan yana da hatsari na ruhaniya domin irin wannan al'adun suna bude wa danniya ta ruhaniya kofa. Da farko, sukan fara da daure mutum ga sharudan da wannan alkawalin ya kunsa, daga nan sai su kafa wani izini na ruhaniya wanda zai iya kai ga kisa ko kuma mutuwar mutumin domin cika la'anar wannan la'anar.

Wata mata wadda al'ummar su suka yi rayuwa a karkashin mulkin Musulunci na shekaru masu yawa tayi ta fama da mugayen mafarkai in da takan rika ganin dangin ta wadanda suka dade da mutuwa suna zuwa wurinta suna kiranta da ta bi su zuwa kasar matattu. Har yanzu matar ta yi ta fama da tunanin kashe kanta ba tare da wani kwakwaran dalili ba. Yayinda muke yin magana da ita ina kuma yi mata addu'a, mun gano cewa wadansu daga cikin mambobin iyalin ta a cikin tsararrakin da suka wuce, sun yi ta fama da irin wannan mugun mafarkin game da mutuwa, wani abu wanda ya dame su matuka. Na gane cewa domin kakannin ta sun yi zama a karkashin mulkin Musulunci kuma sun yi rayuwarsu karkashin alkawalin mika kai a cikin danniya ta dhimma, shine ya sa tsoron mutuwa yake ta wahalar da ita. Akwai wata al'ada ta musamman wadda kakannin su maza Krista sukan yi kowace shekara yayin da suke biyan harajin *jizya* ga Musulmi bisa ga sharudan da dhimma ta kakaba musu. Wani sashe na wannan al'adar ya hada da inda ake buga gefen wuyansu domin a nuna alamar irin kisan da za a yi musu idan suka ketare sharudan da mika kansu karkashin Musulunci ya kunsa. (Zamu yi magana akan wannan al'adar a darasi na 6). Na yi addu'a tare da matar, ina tsautawa ikon mutuwa ina kuma soke wadansu la'anu na musamman na mutuwa wanda wannan al'adar take nunawa. Tun daga lokacin da wadannan addu'oin suka karya ikon wadannan al'adun, matar nan ta rabu da wadannan miyagun mafarkai da kuma tunanin mutuwar.

⚶

Bangaskiya wadda ta sabawa Allah (karya)

Daya daga cikin manyan dabarun da Shaidan yakan mora shine na yi mana karya. Yayin da muka karba muka kuma gaskanta da wadannan karairakin, zai iya yin amfani da su gaba da mu domin ya zarge mu, ya gigita mu, ya kuma rude mu. Kada ka taba mantawa da cewa Shaidan "makaryaci ne kuma uban karya" (Yahaya 8:44). (A cikin labarin matar Afrika ta Kudun nan da muka gani a cikin farkon wannan darasin, karyar da yayi mata ita ce wai bata da amfani.)

Yayinda muke kara girma a cikin Yesu Almasihu, mukan fara banbance karya daga gaskiya, mukan kuma yi watsi da karairaki wadanda a da, muna yarda gaskiya ne. Karairaki ko kuma karkatacciyar bangaskiya na iya nuna kai a cikin rayuwarmu ta hanyoyi daban daban; abin da muke fadi da bakin mu, abin da muke tunani da kuma abin da muka gasknata da shi. Zai iya fitowa a cikin yadda muke magana da kanmu, wato, abin da muke tunani ko kuma abin da muke fadawa kanmu a lokacin da babu wani wanda yake sauraron mu. Wadansu misalai na karkatacciyar bangaskiya sun hada da:

- "Babu wanda zai taba kauna ta."

- "Mutane ba zasu taba iya canzawa ba"

- "Ba zan taba zama lafiya ba."

- "Akwai wani muhimmin abu wanda ba daidai yake ba a ciki na."

- 'Idan mutane suka gane da yadda nake, zasu guje ni."
- "Allah ba zaya taba gafarta mani ba."

Wadansu karairakin suna iya zama wani abu daga cikin al'adun mutanen mu; a misali, "Mata basu da karfi," ko kuma, "Namiji ba abin yarda ba ne." Ni na fito daga al'adun turawan da ake kira Anglo-Saxan, kuma daya daga cikin karairakin al'adar mu shi ne, ba daidai bane namiji ya nuna cewa wani abu ya dame shi. Akwai wata karin magana ta turanci wadda ke cewa "maza basu yin kuka." Mutane sukan kira wannan kamun baki. Sai dai kuma, wannan ba gaskiya ba ne: mazan kwarai ma suna iya yin kuka.

Yayinda muke girma a cikin almajircin mu, mukan koyi kalubalantar wannan karyar wadda ta zama daya daga cikin al'adun mu, mu kuma maye gurbin su da gaskiya.

Ka tuna: karyar da tafi kyau sosai, ita ce karyar da tafi kama da gaskiya. Wani lokaci ko da ma mun sani a cikin zuciyar mu cewa wannan karkatacciyar bangaskiyar ba gaskiya bace, a cikin zuciyar mu, za mu yi ta ji kamar gaskiya ne

A cikin Yahaya 8 Yesu ya koya mana cewa "In dai kun zauna kan maganata, hakika ku almajirai na ne. Za ku san gaskiya, gaskiya kuwa za ta yanta ku." (Yahaya 8:31-32).

Ruhu Mai Tsarki yakan taimaka mana wajen gane da kuma kiran karairakin da muka gaskanta da su da sunayensu, daga nan sai mu yi watsi da su. (1 Korantiyawa 2:14-15). Yayinda muke ci gaba a cikin bin Yesu muke kuma koyon kaucewa karairakin duniya, zamu iya samun warkaswa a cikin ran mu, mu kuma sami sakewa. Bulus ya bayyana cewa, ta wurin yin haka, zamu sabunta zukatan mu:

> Kada ku biyewa zamanin nan, amma ku bar halinku ya sake, ta wurin sabunta hankalinku dungum, don ku tabbatar da abin da Allah yake so, wato nufinsa kyakkyawa, abin karba, cikakke kuma. (Romawa 12:2)

Labari mara dadin shine, karya zata iya ba Shaidan matsuguni a cikin rayuwar mutum. Labari mai dadin kuma shine, zamu iya kawas da wannan matsugunnin ta wurin gaskiyar da muka yi karo da ita. Idan muka gane da gaskiya, zamu iya furta, mu yi watsi, mu kuma juyawa kowace irin karya da muka taba karba baya.

Akwai addu'a ta yin maganin karya a cikin sashen karin kayan aikin dake cikin wannan littafin horaswar.

Zunuban dake bin tsara da kuma la'anonin da suke kawowa

Wata dabarar da Shaidan zai iya yin amfani da ita gaba da mu ita ce zunubin tsara: zunuban da kakanninmu suka yi. Wadannan suna iya zuwa da la'anoni wadanda zasu iya zama da barna a cikin rayuwar mu.

Dukan mu mun taba ganin iyali inda wani zunubi na musamman ko kuma wani mugun hali yake bi daga wannan tsara zuwa waccan tsara. Akwai wata karin magana ta turanci wadda ke cewa, "Yayan itace basu faduwa nesa da itacen." Haka kuma. Iyali suna iya mika gado na ruhaniya daga wannan tsara zuwa waccan ta wurin budewa Shaidan wata kafa. Danniya ta ruhaniya tana iya shafar tsararraki masu yawa, domin wannan tsarar zata iya daure tsara mai zuwa ta wurin zunubansu, haka kuma, zasu mika musu la'anoni da kuma mugunta daga wannan tsara zuwa tsara ta gaba.

Wasu Krista suna ganin maganar cewa danniya ta ruhaniya tana iya bin tsara wani abu wanda bashi yiwuwa ko kuma wani abu wanda bashi da ko ma'ana. A maimakon haka, zasu iya yin nuni da yadda halin iyaye zai iya rinjayar yaya. A misali, idan uba makaryaci ne, yayansa suna iya koyon karya daga wurinsa, su ma su tashi a makaryata. Ko kuma, idan uwa tana la'antar yaro, yaron zai iya tashi yana ganin kansa ba kome ba. Wannan hali ne wanda ake koyo. Sai dai kuma, shi ma wani gado ne na ruhaniya wanda iyaye suke mika wa yayansu, wanda kuma yayi dabam da abin da muke magana akai.

Dukan duniya ta yarda da yadda Littafi Mai Tsarki yayi magana a kan rantsuwa, la'ana da albarku, yayi daidai da wannan ra'ayin. Littafi Mai Tsarki ya bayyana yadda Allah yayi alkawali da yayan Isra'ila, yana tafiya da su a matsayin al'umma inda tsara take bin wata tsara, yana kuma tsoma su a cikin wani tsari inda albarku da la'anoni suna shafar su da zuriyar su, jikoki da tattaba kunne har tsara dubu, kana kuma la'anonin suna bi har tsara ta uku ko ta hudu (Fitowa 20:5; 34:7)

Tun da Allah ya tafiyar da mutane ta wannan hanyar bisa ga jeren tsararraki, hakika zai iya zamar wa Shaidan da sauki wajen yin amfani da jeren tsararraki. Ka tuna cewa Shaidan shine "mai kara" wanda "yake kai kararsu a wurin Allah dare da rana" (Wahayi Yahaya 12:10). Yana jefa dukan abin da yake iya kamawa gaba da mu. Zai yi, kuma yana yin karar mu sabili da zunuban kakannin mu. A misali, Zunubin Adamu da Hauwa'u ya bude kofar la'anoni akan zuriyarsu. Wadannan la'anonin sun hada da zafi a lokacin haihuwa (Farawa 3:16); fifikon maza a bisan mata (Farawa 3:16); aiki mai wuya domin samun abinci da abin zaman gari (Farawa 3:17-18); a karshe kuma mutuwa da ruba (Farawa 3:19). Haka wannan mugun zamanin yake aiki, Shaidan kuma yana sane da wannan, yana kuma yin amfani da shi gaba da mu.

Littafi Mai Tsarki yayi alkawalin wani canji wanda ke zuwa akan wannan, zai zama wani lokaci inda Allah ba zai kara kama yaya da zunuban iyayen su ba. A maimakon haka, kowa zai dauki nauyin zunuban da shi da kanshi ya aikata:

Zaku yi tambaya cewa, "Me ya sa da ba zai dauki hakkin laifin mahaifinsa ba? Sa'ad da dan ya bi Shari'a, ya yi abin da yake daidai, ya kiyaye dokokina sosai, lalle zai rayu. Wanda ya yi zunubi shi zai mutu. Da ba zai dauki hakkin laifin mahaifinsa ba, mahaifi kuma ba zai dauki hakkin laifin dan sa ba. Adalcin adali nasa ne, muguntar mugu kuma tasa ce." (Ezekiyel 18:19-20)

Kamata yayi mu dauki wannan nassin a matsayin zamani na mulkin Yesu Almasihu. Wannan ba wani babban canji bane game da yadda wannan "duniya mai duhu" take aiki a karkashin mulkin Shaidan, amma alkawali ne na wata duniya ta dabam, duniya wadda ta sami sakewa ta wurin shigowar mulkin kaunataccen Dan Allah. Wannan wani alkawali ne wanda bai tsaya akan cewar a cikin sabon alkawalin, Allah zai bukaci alhakin zunubin kowa a bisa yuwansa, amma har da cewar an ikon mutuwa da dashin Yesu Almasihu ya karya ikon da Shaidan yake da shi na daure mutane ta wurin zunuban iyaye ko kakanninsu.

Sabili da haka koda yake gaskiya ne cewa alkawali na tsohuwar doka, "dokar zunubi da mutuwa" ta yi maganar cewa zunubin wata tsara zai iya shafar wata tsara, Almasihu ya jingine wannan tsohuwar dokar wadda Saidan yake yin amfani da ita ya kama mutane da zunubin iyayensu. Giciyen ya soke wannan. Wannan wani yanci ne da kowane Krista yake da damar rungama domin kansa.

Ta yaya zamu iya da'awar yancin da muke da shi daga la'anonin kakannin mu? Ana samun wannan amsar a cikin Littafi Mai Tsarki. Attaura ta bayyana cewa idan har tsara dake biye suna so su zama yantattu daga hakkin zunuban iyaye da kakannin su, suna bukata su "furta muguntar su da ta kakanninsu" (Littafin Firistoci 26:40). Daga nan sai Allah yace, "Zan tuna da alkawarin da na yi da kakanninsu wadanda na fisshe su daga kasar Masar a idon al'ummai domin in zama Allahnsu." (Littafin Firistoci 26:45).

Zamu iya yin amfani da wannan salon. Zamu iya:

- Furta zunuban kakannin mu da kuma namu zunuban
- Yi watsi da kuma rabuwa da wadannan zunuban, daga nan kuma
- Mu karye dukan la'anonin da wadannan zunuban suke dauke da su

Muna da ikon yin wannan ta wurin giciyen Almasihu. Giciyen yana da ikon yantas da mutane daga kowace irin la'ana. "Almasihu ya fanso mu daga la'anar nan ta Shari'a, da ya zama abin la'ana saboda mu ....." (Galatiyawa 3:13)

Akwai addu'a domin "zunubin kakanni" a cikin sashen karin kayan aiki wanda yake cikin wannan takardar horaswa.

☙

A cikin sashen nan na gaba zamu dubi ikon da muke da shi a cikin Almasihu da kuma yadda zamu yi amfani da shi a cikin kowane irin yanayi. Haka kuma, zamu yi bayyani akan matakai biyar na yin nasara a bisan dabarun Shaidan.

Ikon da muka samu daga zaman mu yayan mulkin

Yesu ne da kansa ya fadawa almajiran cewa suna da iko su "daure" ko kuma su "kwance" al'amura a sama da kuma kasa. Ma'anar wannan shine suna da iko bisa al'amura da suka shafi ruhaniya da kuma al'amura da suka shafi jiki:

> Hakika ina gaya muku, kome kuka kulla a duniya, zai zama abin da aka riga kullewa a Sama ne. Kome kuka warware a duniya, zai zama abin da aka riga warwarewa a Sama ne. (Matiyu 18:18; dubi kuma 16:19)

An furta ikon da muke da shi a bisan Shaidan tun daga farkon Littafi Mai Tarki, tun a cikin Farawa 3:15 inda Allah yake fadawa Iblis cewa tsatson matar zasu "kuje kanka." Bulus ya sake yin magana a kan

61

wannan; "Allah mai bada salama kuwa zai sa ku tattake Shaidan da hanzari" (Romawa 16:20)

A lokacin da Yesu ya aiki almajiransa, da farko su goma sha biyu daga baya kuma su saba'in da biyu, ya basu iko su kori aljannu yayinda suke shelar Mulkin Allah (Luka 9:1). Daga baya, a lokacin da almajiran suka dawo, sun nuna irin mamakin da wannan ikon yake ba su. Almajiran sun ce, "Ya Ubangiji, har aljannu ma suna mana biyayya albarkacin sunanka." Sai Yesu ya amsa musu ya ce, "Na ga Shaidan ya fado daga sama kamar walkiya." (Luka 10:17-18)

Ganin cewa Krista suna da ikon yin nasara bisan dabarun Shaidan wata babbar ta'aziya ce. Wannan yana nufin cewa masu bi suna da iko su karya su kuma soke dukan wata yarjejeniya da wani alkawali mara tsarki domin alkawalin dake a cikin jinin Almasihu ya soke ikokin dukan alkawalan da aka yi na mugunta. Wanan shine alkawalin da ya shafi Alamasihu wanda muke gani a cikin anabcin Zakariya:

Ubangijiya ce, "Ke kuma saboda jinin alkawarina da yake tsakanina da ke, zan yantar da wadanda suke a cikin rami." (Zakariya 9:11)

Ka'idar rarrabewa

Yayinda kake neman yanci, zai zama dole ne ka dauki wadansu matakai wadanda suke yaki da kafofi da kuma damar da ka ba Shaidan. Tsohon Alkawali ya bada dokar cewa ya zama dole a kawar da dukan gumaka a kuma lalata dukan masujadun su. A cikin Maimaitawar Shari'a 12:1-3 an bada wasu matakai wadanda za a iya yin amfani da su a wajen yin hakan. A wurin, Allah ya umurci mutanensa da su lalata tuddan (wuraren da ake yiwa gumakan sujada), wuraren da ake gudanar da al'adu, kayan da ake yin amfani da su a lokacin gudanar da al'adun hade kuma gumakan su da kansu.

Zai yi kyau zai kuma zama da taimako idan mutum ya kira zunubinsa da sunansa a lokacin da yake furta zunubansa. Haka kuma, a yayinda muke karbo yancin mu na ruhaniya, ya kamata mu fadi takamammen yancin da muke magana a kai. Wannan yana haskaka gaskiyar Allah a cikin kowane sashe wanda yake bukatar yafewa. Inda aka rigaya aka shiga wadansu dangantaka ko wadansu alkawalai marasa dacewa, za a bukaci a karya su daya bayan daya, haka kuma dukan sharuda da sakamakon su. Ana bukata a fitar da su filla filla. Anan zamu iya cewa, zamu bukaci mu karya kowane iko daya bayan daya gwargwadon yadda Shaidan yake yin amfani da wannan dabarar.

Ka'idar takamammaicewa ya shafi lokacin da muke zabar mu yantar da kanmu daga wata muguwar yarjejeniya da muka shiga ko dai ta wajen kalmomin bakin mu, ko kuma ta wajen ayyukan mu. A misali, mutum ya daure kanshi da alkawalin cewa ba zai fadi wani abu ba, ya kuma yi wannan ta wurin yin rantsuwa ta hadayar jini. Wannan mutumin yana bukata ya tuba daga wannan yarjejeniyar, ya kuma raba dangantaka da hannun da yake da shi a cikin wannan al'adar, kana kuma ya soke dukan alkawalin da ya shiga ta wurin yin hakan. Haka kuma, wanda yake fama da rashin gafartawa wanda har ya kai ga ambata kalmomin, "Muddin ina da rai, ba zan taba yafewa wane ba," dole ne ya tuba daga wannan alkawalin, ya rabu da shi ya kuma roki Allah ya gafarta masa wannan furucin da yayi. Wanda aka yi wa fyade kuma ya yarda cewa ba zai fada wa wani wannan abin ba domin an yi barazanar za a yi mishi wani abu ko kuma za a kashe shi, yana bukata ya yi watsi da wannan alkawalin yin shiru din ya dauka domin ya iya samun yancin sa. A misali, ina yin watsi da rufe bakin da na yi game da abin da aka yi mani, kuma ina karbar yancin yin magana."

Wata mata wadda ake kira Susan ta rasa wadansu mutane wadanda take kauna: mahaifinta, mahaifiyarta da kuma mijinta. Ta na jin tsoro cewa idan ta kara kaunar wani, shi ma zata rasa shi, wannan ya sa ta yi wa kanta alkawali cewa ba zata kara shiga soyayya da wani ko kuma ta kaunaci wani ba. Amma a lokacin da shekarunta suka haura tamanin, ta yi karo da Yesu ta kuma hada kai da wata majami'a. wannan ya bata bege ya kuma sa ta iya yin watsi da alkawalin da ta yi wajen shekaru 50 da suka wuce na cewar ba zata kara kaunar wani ba. Bayan ta sami yanci daga tsoro, matar nan ta iya kafa zumunta tare da mata masu yawa wadanda suke a majami'ar da take zuwa. Rayuwarta ta canza kwarai domin ta sami kubuta daga kamun da Shaidan yayi mata.

Matakai shida zuwa ga samun yanci

Ga wata hanyar yin bishara mai sauki wadda take dauke da matakai biyar wadanda za a iya yin amfani da su wajen yin tsayayya da Shaidan da kuma lalata dabarun da yake amfnai da su gaba da mu.

1. furta ka kuma tuba

Mataki na farko shine furta dukan wani zunubi, kana kuma a furta gaskiyar Allah wadda tayi daidai da wannan abin. A misali, idan a da kana rike da wata karkatacciyar bangaskiya, zaka iya ambaton wannan a matsayin zunubi, ka roki Allah ya gafarta maka wannan zunubin, kana kuma ka tuba daga aikata wannan zunubin. Za kuma ka iya furta gaskiyar Allah wadda ta shafi wannan yanayin.

2. Yi watsi da shi

Mataki na gaba shine na yin watsi da wannan zunubin. Abin da wannan yake nufi shine, ka furta a fili cewa daga yanzu ba ka goyon baya, baka gaskanta ba, ba ka yarda da shi ba, baka kuma da wata dangantaka da wannan abin. A misali, idan ka taba shiga a cikin wata muguwar al'ada, bayan ka yi watsi da wannan al'adar, zaka fita daga cikin ta ko kuma ka yanke dukan wata dangantaka da kake da shi a da. Kamar yadda aka bayyana a baya, yin hakan takamamme domin wannan abin yana da muhimmanci kwarai.

3. Karya

Wannan matakin ya kunshi daukar matsayin iko a cikin ruhaniya domin karya ikon wani abu. A misali, idan abin ya shafi wata la'ana, zaka iya furta cewa "Na karya wannan la'anar." An baiwa almajiran Yesu "iko bisan kowane iko na magabci" a cikin sunan Yesu (Luka 10:19). Kamata yayi a yi wannan karyawar ta wajen ambaton abin da ake karyarwar da sunan sa.

4. Fitaswa

A yayinda aljannu suka samu suka kafa sansaninsu sakamakon wata kafa ko kofar da aka bude musu har ya kai ga suna wahalas da mutum, bayan ka gama rufe wadannan kafofi da kofofin, ka fitas da su ta wajen shaida, tsinke dangantaka da su da kuma karya ikon su, kamata yayi kuma ka umurce su da su rabu da wannan mutumin.

5. Sa albarka da kuma cikawa

Mataki na karshe shine na sawa wannan mutumin albarka da kuma yi masa addu'a domin Allah ya cika shi da kowane abu mai kyau. Wannan ya hada da akasin abin da yake damunsa a baya. A misali, idan mutumin yana fama da tsoron mutuwa, ka albarkace shi da rai da kuma karfin hali.

Za a iya yin amafani da wadannan matakai guda biyar domin kowane irin dauri na Shaidan, sai dai, a nan mun fi mayas da hankali ne ga yanci daga Musulunci, sabili da haka a cikin darusa na gaba, zamu koyi yadda za a iya yin amfani da wadannan matakan wajen yantas da mutane daga kangin Musulunci.

Jagoran bincike

Darasi na 2

Muhimman kalmomi

Yin watsi

Yanci

Almasihu

Shaidan

Mulkin Allah

Wannan zamani mai duhu

Nasarar Romawa

Kafofi

budaddan kofofi

kafofi

topos

dama ta shari'a

gafara ta giciye

rantsuwa

Alkawali na jinni

Jizya

yi wa kai magana

gaskiyar da aka yi karo da ita

raunukan zuci

Zunubin tsara

gado na ruhaniya

Tsara zuwa tsara

makasudin daidaiko

Sabobbin Sunaye

- Reverand J. L. Houlden: Fellow na Trinity College Oxford (wanda aka haifa a 1929)

- Reverand J' H' Bernard: Irish Anglican Bishop (1860 – 1927)

- D. A. Carson Farfesan Sabon Alkawali (An haife shi a 1946)

Ayoyin Littafi Mai Tsarki dake a cikin wannan darasin

Romawa 8:21
Ishaya 61:1-2
Luka 4:18-21
Yahaya 10:10; 8:44
Kolosiyawa 1:13
Yahaya 12:31
2 Korantiyawa 4:4
Afisawa 2:2
1 Yahaya 5:19
Afisawa 6:12
Filibiyawa 2:15
Ayyukan Manzanni 26:18
Kolosiyawa 1:12-13
Markus 1:15
Luka 10:18
Kolosiyawa 2:13-15
Afisawa 6:18
1 Bitrus 5:8
Wahayin Yahaya 12:10
Zabura 109:6-7
Zakariya 3:1-3
Ayuba 1:9-11
2 Korantiyawa 2:11
Afisawa 4:26-27
Yahaya 14:30-31; 5:19
1 Yahaya 1:7
Romawa 5:9; 4:7

Markus 11:25-26
Matiyu 6:14-15
2 Korantiyawa 2:10-11
Afisawa 4:32
Matiyu 12:36-37
Luka 6:27-28
Matiyu 5:34, 37
Littafin Firistoci 5:4-10
Ibraniyawa 12:22-24
Farawa 15
Irmiya 34:18-20
Yahaya 8:31-32
Korantiyawa 2:14-15
Romawa 12:2
Fitowa 20:5; 34:7
Wahayin Yahaya 12:10
Farawa 3:16-19
Ezekiyel 18:19-20
Littafin Firistoci 26:40, 45
Galatiyawa 3:13
Matiyu 18:18
Matiyu 16:19
Farawa 3:15
Romawa 16:20
Luka 10:17-18
Zakariya 9:11
Maimaitawar Shari'a 12:1-3

Tambayoyin darasi na 2

- A tattauna akan labarin da aka fara wannan darasin da shi

☢

1. Menene ya ba Reza mamaki a lokacin da yayi kokarin fadin addu'ar yin watsi da Musulunci?

2. Wane canji Reza ya samu a cikin rayuwar shi bayan da yayi kokari ya fadi wannan addu'ar?

Yesu ya fara yin koyaswa

3. Menene gadon kowane Krista?

4. Menene Yesu ya fara koyarwa a bainin jama'a?

5. Wane alkawali ne ya ce ya zo domin ya cika?

6. Wadanne abubuwa ne Yesu yake yantas da mutane daga gare su?

Lokaci na yin zabi

7. An bar kofar kurkukun dan fursuna a bude. menene ya kamata wanann fursunan yayi idan yana so ya more yancin sa? Menene wannan yake koya mana game da yanci na ruhaniya?

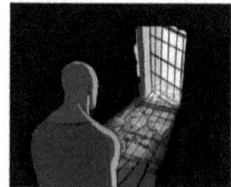

Shaidan da kuma mulkin sa

8. Wadanne sunaye na mukami Shaidan yake da su, kuma menene wadannan sunayen suke koya mana?

9. Bisa ga Yahaya 12:31 da sauran ayoyi wadanda aka jera tare da wannan ayar, menene Durie ya gane cewa Shaidan yana da shi sai dai kuma ya zama kayyadadde?

10. Menene Durie yake umurtar mu da mu auna game da Musulunci?

Babban Sauyi

11. Bisa ga Kolosiyawa 1:12-13 da kuma abin da J. L. Houlden ya fada, bawan wane iko ne yanayin mutumtaka ya zama bawa?

12. A bisa ga Ayyukan Manzanni 26:18, daga wadanne ikoki ne aka ceci mutum, aka fanshe shi aka kuma tsamo shi?

13. A fadar Bulus, menene yake faruwa da mu a lokacin da Allah ya kubutas da mu?

14. Menene Bulus yake so mutanen Kolosi su zama da godiya a kai?

15. Wadanne sassa biyar ne mayas da cikakken mika kan mu ga Yesu ya kunsa?

Yakin

16. Bisa ga Markus 1:15 da kuma ayoyin da aka
    lissafta tare da wannan ayar, a cikin wane yaki
    ne Krista suke samun kansu?

17. Wadanne kalamu na kashedi ne Durie yake
    yiwa ikilisiya a cikin gwagwarmaya da ikokin
    Shaidan wanda muke fuskanta kowace rana?

18. A fadar Bulus, menene Krista suke da
    tabbacin sa a cikin wannan yakin?

19. Ta yaya Bulus yayi amfani da ra'ayin **Nasarar Romawa** wajen
    bayyana nasarar da giciyen ya samu?

Mai kai sara

20. Menene ma'anar kalmar
    Ibraniyancin nan wadda ake kira
    Shaidan?

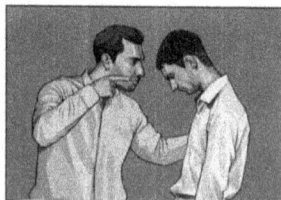

21. Menene Bitrus da Bulus suka gargadi Krista da su yi ganin yadda
    Shaidan yake gudanas da al'amuransa?

22. Menene Shaidan yake kai sarar mu a kai?

23. Wadanne dabaru guda shida ne Durie ya shinfida wadanda
    Shaidan yake yin amfani da su wajen kai sarar mu?

24. Wane Baban mataki ne muke da shi na samun yanci na ruhaniya?

Budaddun kofofi da kafofi

25. Ta yaya Durie ya bayyana:

- Budaddiyar kofa da
- Kafa?

26. Idan muka ki mu furta mu kuma rabu da zunubi, menene yin hakan zai iya bayaswa ga **Shaidan**?

27. Menene ma'anar kalmomin da Yesu ya fada cewa "Ba shi da wani haki a kai na"?

28. Menene **Shaidan** bai iya samu har ya kama daga wurin Yesu ba?

29. Menene muhimmancin giciye Yesu ba tare da yayi zunubi ba?

Zunubi

30. Menene muke bukata mu yi da **Budaddun kofofi** da kuma **kafofi?**

31. Ta wace hanya zamu rufe **budaddiyar kofa** ta zunubi a cikin rayuwar mu?

Rashin gafartawa

32. Wane sharadi Yesu ya bayas na samun gafara?

33. Menene ya sa rashin gafartawar mu yake ba Shaidan damar yin nasara da mu?

34. Wadanne ne fannoni uku na gafartawa?

35. Dole ne mu manta bayan mun gafarta?

Raunukan zuci

36. Ta yaya Shaidan yake yin amfani da raunukan zuci domin gaba da mu?

37. Daga menene matar Afrika ta Kudun nan ta sami warkaswa, kuma menene take bukata ta yi watsi da shi?

38. Wane matakai biyar ne ake bukata idan kafar ta zama wani rauni ne na zuci?

Kalmomi

39. A bisa ga Matiyu 12, menene ya zama dole mu bada lissafin sa a ranar *sharia*?

40. Menene ya sa **Shaidan** yake so mu rika yin rantsuwa?

41. Menene yake da iko ya soke dafin da kalmomin da muka furta suke da su a bisan mu?

Ayyukan Al'adu: Yanci daga alkawali na jini

42. Menene alkawali na jini wanda Ibrahim ya shiga tsakaninsa da Allah a cikin Farawa 15 yake nunawa? (Haka kuma, ka yi tunani akan Irmiya 34:18-20)

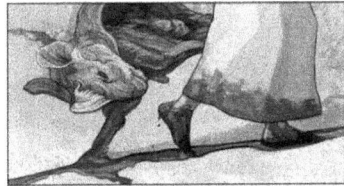

43. Menene ya sa alkawali na jini yake da hatsari?

44. Alamar menene bugu a wuyan da ake yiwa Krista wadanda suke zama a karkashin inuwar Musuluci yake nunawa yayinda suke biyan haraji na *Jizya* ga Musulmi?

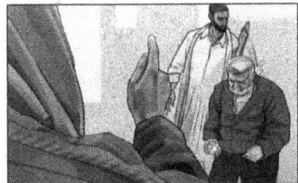

Karkatacciyar bangaskiya (Karya)

45. Menene daya daga ikin manyan hanyoyin da **Shaidan** yake yin amfani da su gaba da mu?

46. Menene Durie ya ce muna bukata mu yi idan muna so mu zama almajiran Kristi?

47. Wace karya ce Durie ya ce al'adar turawa ta kunsa?

48. A fadar Durie, menene "cikakkar tabbataciyar karya"?

49. Wane mataki da kuma wace "gamuwa" ce take bamu ikon rufewa karairakin **Shaidan** kofa?

Zunubin kakanni da kuma la'anonin da suke dauke da su

50. Menene Durie ya gaskanta cewa za a iya mikawa daga wata tsara zuwa ga wata a cikin iyali, daidai kamar yadda ake mika kwayayen halitta zuwa ga yaya?

51. Menene Durie yake hakikance cewa ba zai iya bayyana zurfin danniya ta ruhaniyar da wadansu mutane suke fuskanta da kyau ba?

52. Zuwa ga wane tsari ne Allah ya daure dukan yayan Isra'ila a cikin alkwalin da yayi da su? (Dubi Fitowa 20:5; 34:7)

53. A matsayin misali na gado daga tsara zuwa tsara, menene
zunubin Adamu da Hauwa'u ya sako mana? (Dubi Wahayin
Yahaya 12:10; Farawa 3:16-19)

54. Wace amsa Durie ya bayas ga furucin dake a cikin Ezekiyel 18
wanda yake cewa yaya ba su daukar zunuban iyayen su?

55. Wadanne matakai guda uku ne za a iya dauka wajen magance
lahanin zunubin kakanni?

♻

Ikon da muke da shi na kasancewar mu yayan mulki

56. Wane iko ne aka yiwa dukan mutane alkawalinsa a cikin Farawa
3:15 wanda kuma Yesu ya mikawa almajiransa a cikin Matiyu
16:19 da 18:18, wanda kuma ya zama cikon anabcin da Zakariya
yayi a cikin Zakariya 9:11?

Ka'idar takamaime (Kiran abu da sunansa)

57. Menene ya sa umurnin da aka bayas game da gumaka a cikin
Tsohon Alkawali suka zama abin koyi game da yadda ya za a
kiyaye iyakoki na ruhaniya? (Dubi Maimaitawar Shari'a 12:1-3)

58. Menene yake da iko ya karya ya kuma
soke kowane irin alkawali wanda muka
taba shiga?

59. Wane irin matakai Durie ya ce muna
bukata mu dauka a lokacin da muke
kokarin kawasda budaddun kofofi da kuma kafofi?

60. Wane alkawali ne Susan ta dauka? Wane sakamako wannan ya haifas a cikin rayuwar ta? ta yaya aka yantas da ita daga wannan alkawalin?

Matakai biyar na yanci

61. Wadanne matakai biyar ne suke kai ga samun yanci? Ko zaka iya hadace su?

62. Wane furci wadanne irin matakai kuma ake bukata domin samun yanci?

63. A fadar Durie, menene kake bukatar ka albarkaci mutum da shi da zaran ya sami yanci?

3

Fahimtar Musulunci

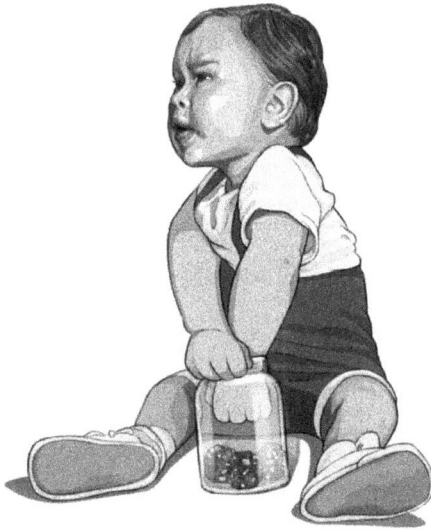

"Za ku san gaskiya, gaskiya kuma zata yantas da ku."
Yahaya 8:32

Manufar wannan darasin

a. Fahimtar rawar da mika kai take takawa a wajen zama Musulmi.

b. Duba yadda salon rayuwar Muhammadu ya shafi mika kan Musulmi ga Allah.

c. Fahimtar abin da ya sa ya zama dole a sami dokoki na *shari'a* domin su zama jagora ga Musulmi.

d. Ganin yadda "nasara" da "hasara" suka zama da muhimmanci ga Musulunci.

e. Bayyana yadda Alkur'ani ya kasa mutane kashi hudu.

f. Fahimtar koyaswar Muhammadu da kuma ta Musulmi game da Krista da kuma Yahudawa.

g. Gane irin tasirin da addu'ar da Musulmi suka fi maimaitawa take da shi ga Krista da kuma ga Yahudawa.

h. Duban irin barnar da *shari'ar* Musulunci ta yi.

i. Bayyana abin da ya sa Musulunci ya yarda mutum ya rudi wani.

j. Zuga Krista da su nemarwa kansu sani game da wata bangaskiya wadda wadansu shahararru suke gadin ta.

k. Banbanta Isa, Yesu na Musulunci da kuma Yesu na gaskiya wanda yake a cikin tarihi.

Mu duba mu gani: Menene za ka yi?

Bayan kun dauke dogon lokaci kuna addua, da kai da ikilisiyarku kun ji cewa Ruhu yana zuga ku da ku bude gidan addu'a a wani sabon yanki in da Musulmi da yawa suke da zama. Bayan kun yi yan watanni kuna taruwa a kadaice tare da iyali da kuma makwabta a gidan wani mutum wanda ake kira "mutumin salama" (Luka 10:6), wata rana bayan kun tashi daga taro sai mutumin da ake taron a gidansa ya fada muku cewa ana kiran ku a gidan mai anguwa. Da kuka isa gidan sai kuka sami liman tare da wadansu shugabanni na masallaci sun rigaya sun isa wurin. Ku ka sha hannu. Bayan kun gama gaisawa sai ku ka ji cewa wai an kawo karar ku ne domin kuna tada hankalin jama'a, kuna taro a asirce inda kuke zagin annabi Muhammadu. Da kai da mutumin da kuke taruwa a gidansa duka kuka musunta wannan zargin. Sai limamin ya ce, "Ku Krista baku gaskanta da Allah ba kuma kun ki manzonsa na karshe wanda shine Muhammadu. Za ku shiga wuta. Allah ya daukaka Musulmi a bisan kowa domin haka, dole ne mu yi mulki a bisan ku. Idan baku mika kai ga Musulunci ba, an ba mu izinin mu yi tsayayya da ku, kuma har ma Isa da kansa zai yi yaki gaba da ku idan ya dawo duniya. Dole ne ku dena tilastawa mutane marasa karfin da ke a cikin al'ummar mu bin gurbataccen addini." Ba ku san ko wane addini mai anguwan yake bi ba, sai dai, da alama yana so ya ce muku kuna da yanci ku mayas da martani game da wannan zargin da aka yi muku.

Menene za ka ce?

Za mu gabatas da *Kalmar Shahada* a wadannan sassan kana kuma mu yi bayyani akan yadda take daure Musulmi da su zama masu yin koyi da Muhammadu.

Yadda zaka zama Musulmi

Kalmar Larabcin nan *Musulunci* tana nufin 'Mika kai' ko kuma 'Mika wuya.' Ma'anar kalmar nan *Musulmi* kuma shine "Wanda ya mika kai' ko 'Wanda ya mika wuya,' wanda ya mika wuya ga Allah.

Menene wannan mika kai ko mika wuyan yake nufi? Wani babban hoto na Allah wanda Alkur'ani yake yawan nunawa shine na mafificin shugaba wanda yake mai iko a bisan kome. Dangantakar da ake sa ran samu da wannan shugaban shine na sadaukar da kai ga shugabancin sa.

Mutumin da ya shiga Musulunci ya yarda ne ya sadaukar da kai ga Allah da kuma hanyoyin manzonsa. Ana yin wannan yarjejeniyar ne ta wurin furta *kalmar* shahada da Labarci wadda take cewa:

Ashhadu an la ilaha illa Allah
Wa ashadu anna Muhammadun Rasulu Allah

na furta cewa babu wani allah sai Allah,
Ina kuma furta cewa Muhammadu manzon Allah ne.

Idan ka karbi *shahada* ka kuma furta ta domin kanka, to ka zama Musulmi.

Koda yake wadannan yan kalmomi ne yan kadan, abin da suka kunsa yana da yawa kwarai da gaske. Yin *kalmar shahada* furta wani alkawali ne wanda yake cewa Muhammadu shine zai zama jagoran ka muddin ran ka. Zama Musulmi – mai mika kai – yana nufin bin gurbin Muhammadu a matsayin wani manzo na karshe daga wurin Allah wanda kuma ya zama dabam da kowane manzo. Shine wanda yake bada jagoranci a cikin kowane fanni na rayuwa.

Ana samun jagorancin Muhammadu daga wurare guda biyu, wadanda a hade suka zama littafan addinin Musulunci:

- *Alkur'ani*, wani littafi ne wanda ya ke kunshe da ruyoyi ko wahayoyin da Allah ya baiwa Muhammadu.

- *Sunna* wadda ita ce gurabu wadanda Muhammdu ya bari. Wadannan sun hada da:

  - Koyaswa: abubuwan da Muhammadu ya koyawa mutane cewa su aikata

  - Abubuwaan da shi Muhammadun da kansa ya aikata.

Abin koyi da Muhammadu ya bari (*Sunna*) suna samuwa a cikin fannoni guda biyu. Daya shine tare taren *hadisai*, wadanda labaru ne wadanda aka bayas game da abubuwan da Muhammadu ya aikata da kuma abubuwan da ya fada. Dayan kuma yana a cikin wani abu wanda ake kira *sira*, wanda tarihin rayuwar Muhammadu ne wadanda suke kokarin fadin labarin rayuwar Muhammadu daga farko zuwa karshe.

Halayen Muhammadu

Ya zamar wa dukan wanda ya yi *kalmar shahada* dole ya bi gurbin Muhammadu ya kuma nuna irin halayyar sa. Dukan wannan ya fito ne daga furucin dake cikin *kalmar shahada* inda ta ce Muhammadu manzon Allah ne. Ambaton wannan yayin da ake furta *kalmar shahada* yana nufin cewa ka rungumi jagorancin Muhammadu a cikin rayuwar ka kuma ya zamar maka dole kayi bi gurbin sa.

Alkur'ani ya ce Muhammadu shine abin koyi mafi kyau kuma ya zama dole kowa ya bi gurbin sa:

Lalle abin koyi mai kyau ya kasance gare ku daga Manzon Allah, ga wanda ya kasance yana fatan rahamar Allah da Rahar Lahira, kuma ya ambaci Allah da yawa. (Alkur'ani 33:21)

Wanda yayi da'a ga Manzon, to hakika yayi da'a ga Allah.... (Sura 4:80)

Kuma ba ya halatta ga mumini kuma haka ga mumina, a lokacin da Allah da Manzonsa ya hukunta wani umurni, wani zabi daga al'amarinsu ya kasance a gare su. Kuma wanda ya saba wa Allah da Manzonsa, to ya bace, bacewa bayyananna (Sura 33:36)

Alkur'ani ya fadi cewa dukan wadanda suka bi Muhammadu za su zama mau nasara da kuma masu albarka:

Kuma wanda yayi da'a ga Allah da Manzonsa, kuma ya ji tsoron Allah, ya kuma bishi da takawa, to wadannan su ne masu babban rabo (Sura 24:52)

Kuma wadanda suka yi da'a ga Allah da Manzonsa, to, wadannan suna tare da wadanda Allah yayi ni'ima a kansu...... (Sura 4:69).

An fadi cewa kin bin koyaswa ko misalin da Muhammadu ya bari daidai yake da rashin bangaskiya wanda kuma ya ke kai ga faduwa ko hasara a cikin wannan rayuwa, kana kuma a cikin rayuwa ta gaba, ya kai mutum ga shiga wuta. Alkur'ani ya zuba wannan la'anar a bisan Musulmi.

Kuma wanda ya saba wa Manzo daga bayan shiriya ta bayyana a gare shi, kuma ya bi wanin hanyar muminai, za mu jibintar masa abin da ya jibinta, kuma mu kone shi da jahannama kuma ta munana ta zama makomarsa. (Sura 4:115)

81

Kuma abin da Manzo ya ba ku, to, ku kama shi, kuma abin da ya hane ku, to ku bar shi, kuma ku bi Allah da takawa. Lalle, Allah, Mai tsananin ukuba ne. (59:7)

Har ya kai ga Alkur'ani ya bada umurnin yin yaki da dukan mutumin da ya ki Muhammadu:

Ku yaki wadanda ba su yin imani da Allah kuma ba su imani da Ranar Lahira kuma ba su haramta abin da Allah da Manzonsa suka haramta, kuma ba su yin addini, addinin gaskiya, daga wadanda aka bai wa Littafi, har sai sun bayar da *jizya* daga hannu, kuma suna kaskantattu. (Sura 9:29)

..... Lalle ni ina tare da ku, sai ku tabbatar da wadanda suka yi Imani. Za ni jefa tsoro a cikin zukatan wadanda suka kafirta, sai ku yi duka bisa ga wuyoyi kuma ku yi duka daga gare su ga dukkan yatsu. Wancan ne, domin lalle ne su suna saba wa Allah da Manzonsa. Kuma wanda ya saba wa Allah da Manzonsa, to, lalle ne Allah Mai tsananin ukuba ne. (Sura 8:12-13)

Sai dai kuma, gurbin da Muhammadu ya bari ya cancanci ya zama abin da za a yi koyi da shi? Yayinda wani gefe na rayuwar Muhammadu ya zamana da kyau, wadansu suna da ban sha'awa, sai dai kuma, akwai abubuwa masu yawa wadanda Muhammadu ya aikata wadanda ko ta wane bangare ka dube shi, ba daidai ba ne. Akwai ayyukan Muhammadu masu yawa wadanda zaka samu a cikin *hadisai* da kuma cikin *Sira* (tarihin Muhammadu) wadanda suka zama masu tada hankali. Wadannan sun hada da kisan kai, azabtaswa, fyade da sauran cin zarafin mata, bautaswa, sata, rudi da zuga Musulmi gaba da wadanda ba Musulmi ba.

Ba kawai wadannan labarun sun zama abin damuwa game da tabbacin ko wane irin mutum Muhammadu yake ba, amma ta wurin *shari'ar* Musulunci, wadannan labarun sun shafi kowane Musulmi. A cikin Alkur'ani, Allah ya bada dokar cewa a yi koyi da annabi Muhammadu a matsayin gurbi mafi kyau, sabili da haka, kowane fanni na rayuwar Muhammdu, har ma da marasa kyau din, sun zama abin koyi ga Musulmi, sun kuma zama abin da ya kamata kowane Musulmi yayi.

Alkur'ani – takardar Muhammadu ta musamman

Wadanda suke da naciya a cikin addinin Musulunci sun gaskanta cewa kowace kalma daga cikin Alkur'ani wahayi ne na jagorancin

Allah zuwa ga mutane wanda Allah da kansa ya bayas ta wurin manzonsa Muhammadu. Idan ka yarda da dan aika, ya zama dole ka yarda da sakon sa. Sabili da haka, *kalmar shahada* ta nemi kowane Musulmi da ya gaskanta ya kuma yi biyayya da Alkur'ani.

Wani muhimmin abu wanda ya kamata a lura da shi game da yadda Alkur'ani ya zo shine, da Muhammadu da kuma Alkur'ani suna da wata cikakkar ma'amala kamar yadda jiki yake da wata kwakwarar dangantaka da kashin baya. *Sunna* – koyaswa da kuma gurbin da Muhammadu ya bari – suna kama da jikin, kana kuma, Alkur'ani shine kashin bayan. Babu daya daga cikinsu da zai iya tsayawa ba tare da dayan ba, kuma ba za ka taba iya fahimtar daya ba idan ba tare da dayan ba.

Shari'ar Musulunci- Yaddda zaka zama Musulmi

Idan kana so ka bi koyaswa da kuma gurbin Muhammadu, ya zama dole Musulmi ya dubi Alkur'ani, ya kuma dubi *Sunna*. Sai dai kuma, wannan kayan aikin ya zama da fadi, da wuyar samu, wuyar fahimta da kuma wuyar yin amfani da shi ga yawancin Musulmi. Shugabannin addinin Muslunci na wancan lokacin sun gane a fili cewa ya zamar wa yawancin Musulmi dole su dogara ga yan tsirarun kwararru wadanda zasu iya rarrabe su kuma jera wadannan kayan aiki na sunnar Muhammadu da kuma Alkur'ani ta hanyar da zai iya zama ka'idodi na rayuwa. Sabili da haka, masana *shari'ar* Musulunci suka zauna suka dubi Alkur'ani da kuma *Sunnar* Muhammadu, suka fito da abin da ake kira *Shari'a*, 'hanya' ko kuma 'yadda' za a yi rayuwa a matsayin Musulmi.

Za a iya kiran *shari'ar* Musulunci *Shari'ar* Muhammadu domin an kafa ta ne a bisa rayuwar Muhammadu da kuma koyaswarsa. Tsarin ka'idodi na *sharia* sune suke tsara kowane sashi na rayuwar mutum da kuma na al'umma. Idan babu *shari'a*, to ba za a iya samun Musulunci ba.

Domin *sunnar* Muhammadu ita ce tushen *shari'a*, fahimtar ta da kuma mayas da hankali kan abin dake rubuce a cikin *hadisai* da kuma tarihin Muhammasu ya zama da matukar muhimmanci. Rashin sanin Muhammadu jahilci ne ga *shari'a* wanda kuma ya zama jahilci ga sanin hakin mutanen dake a karkashin yanayi na Musulunci ko kuma wadanda Musulunci yake rinjaya. Abin da Muhammadu yayi, shine *shari'a* ta umurci Musulmi da su yi koyi da shi, wannan kuma ya shafi rayuwar dukan mutane, wadanda ke Musulmi da wadanda ba Musulmi ba. Ba lalle dangantaka tsakanin rayuwar Muhamadu da rayuwar mutanen dake Musulmi a yau ta zama kai tsaye ba, sai dai kuma, tana da iko kwarai tana kuma da muhimmanci.

Wani abu kuma da ya kamata a yi la'akari da shi game *shari'a* shine, sabanin dokokin da majalisu suke yi, wadanda mutane ne suka kirkiro su kuma za a iya canza su, ana duban *shari'a* a matsayin wani abu ne wanda Allah ya kafa. Wannan shine ya sa ake dauka cewa *shari'a* cikakkiya ce kuma bata canzuwa. Sai dai kuma, akwai wuraren da za a iya dan tankwarawa. Akwai sabobbin abubuwa wadanda suke ta tasowa, wadanda ya zama dole ne mahukuntan Musulunci su zauna su tsara yadda za a gudanas da su, sai dai kuma, wadannan daidaitawa ne na abin da aka dauka cewa an rigaya an tsara, cikakku kuma salo wanda ya shafi kowane irin zamani.

☘

A cikin sashe na gaba, zamu dubi koyaswar Musulunci mai cewa Musulmi sune masu nasara, wadanda suke da fifiko a bisan sauran mutane.

"Zo zuwa ga nasara"

Menene Alkur'ani yake kira sakamakon bin hanya madaidaiciya? Ga wadanda suke mika kai ga Allah suka kuma karbi jagorancin sa, sakamakon yin hakan shine nasara a cikin wannan rayuwar da kuma a cikin rayuwa mai zuwa. Kiran Musulunci kira ne na nasara.

Akan yi shelar nasara a cikin kiran sallah wadda take zuwa ga Musulmi sau biyar kowace rana:

> Allah ne Mafi Girma! Allah ne Mafi Girma!
> Allah ne Mafi Girma! Allah ne Mafi Girma!
> Na shaida babu abin bautawa da gaskiya sai Allah.
> Na shaida babu abin bautawa da gaskiya sai Allah.
> Na shaida cewa Muhammadu manzon Allah ne.
> Na shaida cewa Muhammadu manzon Allah ne.
> Ku zo ku bauta. Ku zo ku bauta.
> **Ku zo ga nasara. Ku zo ga nasara.**
> Allah ne Mafi Girma! Allah ne Mafi Girma!
> Allah ne Mafi Girma! Allah ne Mafi Girma!
> Babu abin bautawa face Allah.

Alkur'ani yayi ta nanata muhimmancin nasara kwarai da gaske. Ya raba mutane kashi biyu, masu nasara da kuma 'sauransu'. An yi ta nanata cewa wadanda suka ki karbar jagorancin Allah, sune masu 'hasara'.

> Kuma wanda ya nemi wanin Musulunci ya zama addini, to ba za a karba daga gare shi ba, kuma shi a lahira yana daga cikin masu hasara (Sura 3:85)

> Kuma an yi wahayi zuwa gare ka da kuma zuwa da wadanda suke a gabaninka, "lalle idan kayi shirki hakika aikinka zai baci, kuma lalle za ka kasance daga masu hasara. (Sura 39:65)

Karfin da Alkur'ani ya bayas akan nasara da hasara yana nufin addinin Musulunci ya koyawa mafiya yawan Musulmi da su dauki kansu cewa suna da fifiko a bisan wadanda ba Musulmi ba, haka kuma Musulmin da suka mika kai a cikin ibada suna gaba da Musulmi wadanda ba su mika kai sosai ba, sabili da haka a cikin Musulunci, wariya tana da karfi kwarai da gaske.

Duniyar da take a rabe

Idan ka duba a cikin surorin Alkur'ani, Alkur'ani yayi magana sosai ba akan Musulmi kadai ba, har ma akan mutanen dake mabiya wadansu addinai, wannan ya hada da maganganu masu yawa wanda yayi a game da Krista da kuma Yahudawa. Alkur'ani da kuma kalmomin hukumci na Musulunci sun yi magana akan mutane kashi hudu.

1. Na farko dai, akwai Musulmi na kwarai

2. Daga nan, akwai kashin mutanen da ake kira *Munafukai* wadanda sune Musulmi yan tawaye.

3. *Masu bautar gumaka* sune suka fi yawa a cikin Larabawa kafin baiyanuwar Muhammadu. Kalmar Larabci wadda take magana akan masu bautar gumaka ita ce *Mushrik*, wadda ainihin ma'anar wannan kalmar shine 'abokan tarayya'. Wadannan sune mutane da ake ganin sun yi *shirka* 'tarayya', wato suna cewa wani ko kuma wani abu yana daidai da Allah, ko kuma, cewa Allah yana da abokan tarayya wadanda suke da iko daya suke kuma mulki tare da shi.

4. *Mutanen Littafi* wani kashi ne na Mushirikai. Wannan kashin ya kunshi Krista da kuma Yahudawa. Dole ne a dauke su

Mushirikai domin Alkur'ani ya ambaci dukan Krista da Yahudawa akan cewa suna cikin masu *shirka* (Alkur'ani 9:30-31; Sura 3:64).

Muhimmancin ra'ayin nan na masu littafi yana nuna cewa an gaskanta cewa addinin Krista da kuma addinin Yahudawa suna dangantaka kuma sun fito ne daga Musulunci. Ana duban Musulunci a matsayin uwar dukan addinin wanda daga cikin sa ne Kristoci da Yahudawa suka kauce a cikin karnonin da suka gabata. A fadar Alkur'ani, Krista da Yahudawa suna bin wasu addinai wadanda asalinsu suna tsaye ne akan cewa Allah daya ne – watau Musulunci – amma an gurbata Littattafan su sabili da haka, yanzu littattafan nasu sun zama ba abin da za a yarda da su kuma ba. Wato, yanzu ana dauka cewa addinin Krista da addinin Yahudawa Musulunci ne wanda aka gurbata, wanda mabiyansa suka kauce daga hanyar dake daidai.

Alkur'ani yana kunshe da maganganu masu kyau da marasa kyau game da Krista da kuma Yahudawa. A gefen abubuwa masu kyau, Alkur'ani ya fadi cewa wadansu Krista da kuma Yahudawa suna da aminci kuma sun gaskanta, bangaskiya ta kwarai (Sura 3:113-114). Sai dai kuma, wannan surar ta sake fadin cewa gwajin bangaskiyar su shine masu amincin a cikin su za su zama Musulmi (Sura 3:199).

Alkur'ani ya ce Krista da Yahudawa ba su iya fita daga cikin jahilcin su ba har sai da Muhammadu ya zo da Alkur'ani (Sura 98:1). Musulunci yana koyas da cewa Muhammadu wata kyauta ce daga Allah zuwa ga Krista da kuma Yahudawa wanda ya zo domin ya kawo gyara a cikin rashin fahimtar su. Wannan yana nufin cewa kamata yayi Krista da Yahudawa su karbi Muhammadu a matsayin manzon Allah, su kuma karbi Alkur'ani a matsayin wahayi na karshe daga wurin Allah (Sura 4:47; Sura 5:15; Sura 57:28-29).

Ga wadansu abubuwa wadanda Alkur'ani da kuma *Sunna* suke fada game da wadanda ba Musulmi ba, musamman ma game da Krista da kuma Yahudawa:

1. Musulmi sune 'mutane mafiya kyau' kuma suna da fifiko a bisan sauran mutane. Aikin su shine su koya musu game da abin da yake daidai da kuma wanda yake ba daidai ba, suna umurtar su da bi abin dake daidai, suna kuma yi musu hani ga abin da yake ba daidai ba. (Sura 3:110).

2. An kaddara cewa Musulunci shine zai yi mulki a bisan dukan sauran addinai (Sura 48:28)

86

3. Domin samun cimma wannan fifikon, Musulmi zasu yi fada da Yahudawa da kuma Krista (Mutane masu littafin) har sai sun murkushe su, sun kaskantar da su, sun kuma tilasta musu da su biya diyya zuwa ga al'ummar Musulmi (Sura 9:29).

4. Krista da kuma Yahudawan da suka mannewa Shirkar su, suka kuma ci gaba da yi wa Muhammadu da koyaswar sa ta Allah daya tawaye – wato wadanda suka ki tuba su koma addinin Musulunci – za su shiga jahannama (Sura 5:72; Sura 4:47-56).

Koda yake an hada Krista da kuma Yahudawa an sa su a cikin kashi na mutane masu littafi, an fi sukar Yahudawa. An yi ta ambaton wadansu abubuwa na musamman game da karkataccen tauhidin da suke da shi. A misali, Muhammadu ya koyas da cewa a karshe, har duwatsu ma zasu tada murya, suna taimakon Musulmi wajen kisan Yahudawa. Haka kuma, Alkur'ani ya fadi cewa Krista ne suka fi kusa a cikin 'kaunar' Musulmi amma Yahudawa (da sauran masu bautar gumaka) sun fi gaba da Musulmi (Sura 5:82).

Sai dai kuma, a karshe, matsayin da Alkur'ani ya tsaya a kai wanda ya shafi Krista da kuma Yahudawa duka daya ne. Wannan hukumcin yana kunshe a cikin addu'ar kowace rana wadda Muslumin da yake mai mika kai yake yi.

Matsayin Yahudawa da Krista a cikin addu'ar da Musulmi suke yi kowace rana

Surar da tafi kowace *sura* shahara a cikin Alkur'ani it ace *al-Fatihah* 'Budewa'. Ana haddace wannan *surar* a matsayin wani sashi wanda ya zama dole a cikin addu'a ta kowace rana – *sallah* – ana kuma maimaita wannan *surar* a cikin kowace addu'a. Musulmin da suka zama masu aminci sukan maimaita wannan *surar* a kalla sau 17 a kowace rana, haka kuma, sukan fadi wannan *surar* sau fiye da 5,000 a kowace shekara.

Al-Fatihah addu'a ce ta neman jagoranci:

Da sunan Allah.
mai rahama, mai jin kai.
Godiya ta tabbata ga Allah Ubangijin talikai
mai rahama, mai jin kai.
ubangidan ranar sakamako.

87

Kai ne muke bautawa
kuma kai ne muke neman taimako.
Ka shiryar da mu ga hanya madaidaiciya.
Hanyar wadanda ka yi wa ni'ima.
ba daga wadanda fushinka ya sauka a kansu ba.
kuma ba a cikin batattu ba. (Sura 1:1-7)

Wannan addu'a a ce ta neman taimakon Allah domin ya jagoranci mai bada gaskiya a bisan 'hanya madaidaiciya.' Sabili da haka tana da muhimmanci a cikin sakon jagoranci da Musulunci yake dauke da shi.

Amma su wanene aka ce sun fada a karkashin fushin Allah ko kuma sun kauce daga bin hanya madaidaiciya? Wadanne mutane ne suka cancanci a fadi wadannan munanan kalamai a kansu a kowace rana, sau dubun dubbai cikin addu'ar kowane Musulmi har na tsawon rayuwarsa? Muhammadu ya bayyana ma'anan wannan surar yana cewa, "wadanda suka cancanci fushin Allah sune Yahudawa, kana kuma, wadanda aka batas sune Krista."

Abin ban mamaki ne ganin cewa addu'ar Musulmi ta kowace rana, wadda tana cikin Musulunci na ainihi, ta kunshi kin amincewa da Krista da kuma Yahudawa da cewar sune batattu da kuma wadanda fushin Allah ya fada a bisan su.

☙

A cikin wadannan sassan, zamu dubi lahanin da *shari'ar* Musulunci ta kawo. Wannan kuma ya fito ne daga gurbi da kuma koyaswar da Muhammadu ya bari.

Matsalolin da *shari'a* take dauke da su

Idan aka kata Musulunci a cikin kasa har yayi wadansu yan shekaru, bayan wani lokaci, al'adun wannan al'ummar zata fara kowama bisa ga *shari'a*. Matakin da ke kaiwa ga hakan shine ake kira 'Musuluntaswa'. Sabili da akwai abubuwa da yawa wadanda suke marasa kyau a cikin rayuwar Muhammadu, *shari'a* takan shigas da rashin adalci da matsaloli na zamantakewar jama'a masu yawa. Wannan yana nufin duk da cewar Musulunci yayi alkawalin nasara, al'ummomin da suke a karkashin *shari'a* sukan cutu kwarai. Idan muka duba a cikin duniya a yau, zamu iya ganin yadda rashin ci gaba ya mamaye yawancin kasashen Musulmi. Har yanzu, wadannan kasashen in da Musulunci yake da rinjaye suna fama da munanan al'amura wadanda suka shafi yancin dan adam.

Wadansu daga cikin matsaloli na rashin adalci wadanda *shari'a* ta kawo sun hada da:

- Matsayin kaskanci wanda mata suke fama da shi a cikin al'ummar Musulmi da kuma yadda ake cin zarafin su sakamakon *shari'ar* Musulunci. Zamu dubi wani misali na Amina Lawal a nan gaba

- Koyaswar *jihadi* da Musulunci yake dauke da shi tana ci gaba da kawo tashin hankali da kuma cutaswa ga milyoyin mutane, maza, mata da yara, ko ina cikin fadin duniya.

- Hukuncin da *shari'a* ta kakaba wa wadansu laifuffka yayi tsanani da yawa kuma ya zama tamkar mugunta; a misali, yanke hannu idan mutum yayi sata da kuma kashe mutum idan ya fita daga cikin addinin Musulunci

- *Shari'a* ba ta iya canza mutane zuwa mutanen kirki ba. Idan aka yi juyin mulki na Musulunci a cikin kasashe inda masu tsautsauran ra'ayin musulunci suka kafa gwamnati, abin da yakan biyo baya shine karin rashin gaskiya a maimakon raguwar sa. Tarihin Iran na kurkusan nan wani babban misali ne: bayan da kungiyar juya hali na Musulunci suka hambarar da Sha na Iran, masana Musulunci suka karbi shugabancin kasar, amma duk da alkawalin da suka yi ta yi, cin hanci da rashin gaskiya sai karuwa suke yi.

- Muhammadu ya yarda har ma a wadansu wuraren yana zuga Musulmi da suyi karya. A nan gaba za mu yi magana akan abin da wannan ya haifas

- Sabili da abin da Musulunci yake koyaswa, sau da yawa akan nunawa wadanda ba Musulmi ba banbanci a cikin al'umma. Mafiya yawan tsananin da Krista suke fama da shi a cikin duniya a yau yana fitowa ne daga hannun Musulmi.

Labarin Amina Lawal

Yanzu bari mu dubi misali na wata matar Musulmi wadda *shari'ar* Musulunci ta kalubanta. A cikin shekara ta 1999 Nigeria ta kaddamar ta kotunan *shari'ar* Musulunci domin Musulmi a yawancin jihohin arewacin kasar. Bayan shekara uku da yin hakan, a cikin shekara ta 2002, kotun *shari'ar* Musulunci ta yanke wa Amina Lawal *shari'ar* kisa ta wurin jifan ta da duwatsu domin ta haifi da wanda ta dauki cikinsa bayan mutuwar auren ta. Ta fadi sunan mahaifin yawon sai dai kuma da yake ba su iya gudanas da gwajin DNA ba, kotun ta kasa tabbatas da cewa wannan mutumin wanda Amina ta ambata shine uban yaron. Sabili da haka kotun ta zartas da cewa wannan mutumin ba shi da laifi. Matar ce kadai aka kama da laifin zina aka kuma yanke mata hukumcin kisa ta hanyar jifa da duwatsu.

Alkalin da ya yanke wa Amina *shari'a* ya sake yanke *shari'a* cewa ba za a jeffefi Amina har ta mutu ba sai bayan ta gama shayar da yaron ta. Wannan hukumcin da kuma jingine shi har sai bayan an yaye yaron yayi daidai da gurbin da Muhammadu ya bari in da ya sa aka jejjefe mace da duwatsu har ta mutu bayan ta amince cewa ta yi zina, sai dai ba a gudanas da wannan hukumcin ba sai bayan da aka yaye yaron, yaron kuma ya fara cin abinci mai karfi.

Hukumcin kisa wanda *shari'a* ta zaiyana yana da illoli da yawa sabili da wadansu dalilai:

- Ya wuce gona da iri

- Mugunta ce: mutuwa ta jifa, muguwar hanyar mutuwa ce

- Haka kuma wannan yana bata mazan da suke gudanas da jefar

- *Shari'a* ce ta wariya wadda ta sa ido a kan matan da suka yi ciki kadai ba tare da duban mazan da suka yi wa matan cikin ba.

- Yana raba dan karamin yaro da mahaifiyarsa, yana mayas da yaron maraya

- Wannan hukumcin bai yi la'akari da cewar yana yiwuwa an yi wa matar fyade ba ne

Abin da ya faru da Amina ya jawo fushin kasashen duniya dabam dabam. An rubuta wa ofishin jakadancin Nigeria fiye da wasiku milyan daya na nuna rashin amincewa. Wadannan wasikun sun fito daga kasashe dabam dabam na duniya. Amina ta ci sa'a an juya hukuncin da aka yanke a kan ta. Sai dai kuma, yayin da suke juya wannan hukuncin, kotun *shari'ar* Musuluncin ba su canza ra'ayin su na cewa hukumcin zina a cikin addinin Musulunci shine kisa ba. A maimakon haka, sai aka bada wadansu dalili; a misali, kotun daukaka kara ta ce ya kamata da an sami alkalai guda uku a lokacin da ake yanke wa Amina wannan hukumcin a maimakon alkali guda daya.

Rudin da Muslunci ya yarda da shi

Daya daga cikin matsalolin dake kunshe a cikin *shari'ar* Musulunci shine na koyaswar ta game da karya da kuma rudi. Yayinda ya zama dole mu yarda cewa Musulunci ya dauki karya a matsayin wani mummunan zunubi, shugabannin addinin Musulunci sun yarda cewa akwai yanayi inda aka yarda ko kuma ya zama dole mutum yayi karya. Wannan kuma ya samo tushe ne daga gurbin da Muhammadu ya bari.

Akwai yanayi daban daban in da aka yardar wa Musulmi ko kuma ake bukatar su da yin karya. A misali, akwai wata sura a cikin tarin hadisan da ake kira *Sahih al-Bukhari* wanda yake dauke da taken "Wanda ya kawo sulhu a tsakanin mutane ba makaryaci ba ne." Bisa ga wannan misali na Muhammadun, wani dalili wanda aka yarda Musulmi yayi karya shine idan karyar za ta taimaka wajen sulhunta mutane har a sami wata nasara.

Wani gefen kuma inda yin karya bai zama laifi ba shine idan Musulmi ya sami kanshi a cikin hatsari daga hannun wadanda ba Musulmi ba (Sura 3:28). Daga wannan ayar ne aka sami ra'ayin *taqiyya*, wanda yake magana a kan rudin mutane domin kiyaye lafiyar Musulmi. Malaman Musulunci sun yarda cewa idan Musulmi yana zama a yanki inda shugabannin wurin mafiya yawansu ba Musulmi ba ne, an yardar mishi da ya nuna abokantaka da kuma alheri ga wadanda ba Musulmi ba a matsayin wani matakin kare kai, muddin dai yana rike da bangaskiyar sa (da kuma gaba) a cikin zuciyar sa. Wani tasiri na wannan koyaswar shine, a na sa ran halayyar Musulmi zuwa ga wanda ba Musulmi ba zata yi ta kara kaushi, kana kuma zai ci gaba da nuna ainihin halin sa yayinda yake kara samun iko na siyasa ko kuma na shugabanci.

Wadansu daga cikin yanayi inda *shari'ar* Musulunci take zuga Musulmi su yi karya sun hada da: tsakanin miji da mata domin tabbatas da ci gaban zaman aure; yayinda ake kokarin sasanta wata rashin jituwa; idan fadin gaskiya zai iya sa a kama ka da wani laifi – wadansu lokuta, Muhammadu yakan tsauta wa mutanen da suka fadi cewa sun aikata wani abu wanda ba daidai ba; idan wani ya baka wata amana ko kuma ya fada maka wani abu a asirce; da kuma a lokacin yaki. A takaice dai, Musulunci yana goyon bayan halin yin karya idan yin hakan zai iya fitas da wani abu na kirki.

Wadansu masana addinin Musulunci sun yi kokarin fitar da wadansu banbance banbance tsakanin karya iri dabam dabam; a misali, an fi so a karkata magana a maimaikon fadin karya kai tsaye. Wannan koyaswa ta ribar da za a iya samu daga yin karya ko kuma fadin gaskiya, koyaswa ce wadda za ta iya zama da barna mai yawa a cikin al'umma. Wannan yana lalata yarda ya kuma kawo rudani, zai kuma iya lalata yadda zamantakewa a cikin gida da kuma ciki al'umma yake gudana. Wannan ya bata dukan al'ummar Musulmi – al'ummar Musulmi gaba dayan ta. A misali, idan har ya zama dabi'ar miji ya yiwa matar shi karya domin warware wadansu rashin jituwa kamar yadda Muhammadu ya koyas, wannan zai iya kawas da yarda a cikin aure. Idan yara suna ganin iyayen su maza suna yi wa iyayensu mata karya, wannan zai basu damar yi wa wadansu karya, kuma zai sa yarda da wani mutum ta zamar musu da wuya. Al'adar da ta yarda mutum ya shafa karya tana kawo rugujewar yarda da juna a cikin al'umma. A misali, wannan yana nufin hudda ta kasuwanci zata zama da wahala kwarai, warware rashin jituwa zai zama da wuya, haka kuma yin sulhu zai zama da wahala.

Idan Musulmi ya fita daga Musulunci, yin watsi da wannan abin da Muhammadu ya koyas zai kasance wani abu mai muhimmancin gaske. Za mu dawo kan wannan a cikin darasi na 7

Ka yi tunani domin kanka

Sakamakon yadda aka tsara shirin da ya shafi ilimi har ma da yadda ake kakkare shi a cikin Musulunci, sanin abin da Musulunci yake koyaswa game da wadansu darussa zai iya zama wani abu mai wuya. Amincewa da yin karya zai iya karawa wannan matsalar muni.

Kafofin Musulunci suna da fadi kuma da sarkakkiya, kana kuma hanyoyin yanke hukumci a karkashin *shari'ar* Muslunci wadanda aka dauko daga cikin Alkur'ani da kuma *Sunna* wani abu abu ne wanda yake bukatar kwarewa, wanda yake bukatar horaswa na shekara da shekaru, wani abu wanda mafiya yawan Musulmi ba za su iya cimma ba. wannan yana nufin, ya zamar wa Musulmi dole su dogara ga malaman su domin samun jagoranci a cikin abubuwan da suka shafi addini. Hakika, *shari'ar* Musulunci ta umurci Musulmi da su nemi wani wanda ya fi su sanin addinin Musulunci, su kuma zama masu

92

bin wannan mutumin. Idan Musulmi suna da wata tambaya game da *shari'ar* Musulunci, suna bukata su tambayi wani wanda yake da irin kwarewar da ake bukata.

Ba a bude illimin sanin addinin Musulunci ga kowa da kowa kamar yadda sanin Littafi Mai Tsarki yake a bude a cikin karni na baya bayan nan ba. Ana gabatas da ilimin ne bisa ga abin da kake bukata ka sani. A cikin addinin Musulunci, akwai abubuwan da ba a magana a kai idan ba wani abu wanda ya shafe su ya taso ba, haka kuma idan yin magana akan wadannan abubuwan za su sa Musulunci yayi kaurin suna, ba za a yi maganar su ba. Musulmi da yawa sun fuskanci tsautawa yayinda da suka yi wa malaman su tambayar 'da ake ganin bata dace ba'.

Bai kamata wani ya bari a yi masa barazana da cewar wai ba shi da ikon ya bayyana ra'ayinsa game da Musulunci, Alkur'ani ko kuma game da *Sunnar* Muhammadu ba. A zamanin da muke ciki inda kafofin samun labarai ko kuma kafofin kara ilimi a kan darussa dabam dabam suke iya samuwa ga kowane mutum – Krista, BaYahude, mara addini ko Musulmi – kamata yayi mutane su yi amfani da kowace dama da suka samu domin su nemar wa kansu sani, su kuma fadi ra'ayin su game da wadannan abubuwan. Duk wanda Musulunci ya shafa yana da yanci ya ilimantas da kansa ya kuma kafa na shi ra'ayin

𝆓

A cikin sassa na gaba, za mu yi magana akan yadda Musulunci ya dauki Yesu, za kuma mu yi bayyani akan dalilin da ya sa Yesun da addinin Musulunci yake koyaswa a kai ba zai iya ba yan adam yanci ba.

Isa, annabin Musulunci

Mutane masu addini suna da wata babbar tambaya wadda ya zama dole su amsa. Za su zabi su bi Yesu Banazare ko kuma zasu bi Muhammadu na Makka? Wannan wani muhimmin zabi ne wanda yake da babban sakamako a kan kowane mutum har ma da a kan kasa baki daya.

A bayyane yake cewa Musulmi suna daukar Yesu wanda suke kira 'Isa' a matsayin manzon Allah, kamar yadda Muhammadu ya ke. Alkur'ani ya koyas da cewa Maryamu ta haifi Yesu ta wata hanya mai ban al'ajibi, sabili da haka, wani lokaci akan kira shi *ibn Maryam* 'dan

93

Maryamu'. Haka kuma Alkur'ani ya kira Isa *masih* 'Almasihu' sai dai ba a bada wani bayyani game da ma'anar wannan sunan ba.

Idan ka kwatanta, a cikin Alkur'ani an kira sunan Isa fiye da sau ashirin – amma sunan Muhammadu sau hudu kadai ya fito – kana Alkur'ani ya kira Yesu da mukamai iri dabam dabam har guda 93.

Musulunci yana koyas da cewa akwai annaba ko manzanni wadanda Allah ya aiko a baya kafin zuwan Muhammadu. Alkur'ani ya kuma nanata cewa dukan wadannan, har ma da Isa, mutane ne kawai.

Alkur'ani yana ikirarin cewa dukan wadannan manzannin na da sun kawo sako iri daya ne da na Muhammadu: sakon Musulunci. A misali, sun yi ikirarin cewa wannan sakon wanda yayi kira da ayi yaki a kuma kashe, hade kuma da alkawalin cewa mutumin da ya mutu a cikin irin wannan yaki za a saka masa da aljanna, sako ne wanda aka bayas ga Yesu da kuma Musa a baya (Sura 9:111). Kana kuma, an sake ba da wannan dokar da kuma wannan alkawalin ta wurin Muhammadu. Sai dai kuma, Yesu Banazare na gaskiya bai taba yin irin wannan koyaswa ko kuma bada irin wannan alkawalin ba.

A cikin Alkur'ani, almajiran Isa sun shaida cewa "Mu Musulmi ne" (Sura 3:52; ka kuma dubi Sura 5:111). Haka kuma, Alkur'ani ya ambata cewa Ibrahim ba Bayahude ba ne ba kuma Krista ba ne, amma shi (Ibrahim) Musulmi ne (Sura 3:67). Wadansu daga cikin mutanen da aka ambata a cikin Littafi Mai Tsarki wadanda Alkur'ani ya ce su annabawa ne sun hada da Ibrahim, Ishaku, Yakubu, Isma'ila, Musa, Haruna, Dauda, Sulemanu, Ayuba, Yunusa, da kuma Yahaya Mai Baptisma.

Musulunci bai yarda da cewa *shari'ar* da wadannan 'annabawan Musuluncin' na da suka kawo daidai take da *Shari'ar* da Muhammadu ya kawo ba. Sai dai, Musulunci ya yarda cewa an soke wadancan shari'u wadanda wadancan manzannin suka kawo, aka kuma musanya su da wadanda Muhammadu ya kawo, sabili da haka, idan Yesu ya dawo, zai yi amfani ne da *shari'ar* Muhammadu wajen gudanas da mulkin sa:

> Tun da an rigaya an soke dukan shari'un da annabawan da suka gabata kafin zuwan Muhammadu da kuma manzancin da suka zo da su, Yesu zai yi amfani da *shari'ar* Muslunci ne.[5]

---

5. *Sahih Muslim*, Vol 2, p. 111, fn. 288

Haka kuma, Alkur'ani yayi ikirarin cewa kamar yadda ya ba Muhammadu Alkur'ani, haka kuma Allah ya ba Isa wani littafi wanda ake kira *Lanjila.* Sun gaskanta cewa koyaswar dake a cikin *Linjilar* tana daidai da abin da sakon da Alkur'ani yake dauke da shi, sai dai kuma, sun ce *Linjilar* ta gaskiya ta bace. Musulmi sun gaskanta cewa Bisharun dake a cikin Littafi Mai Tsarki wadansu rubuce rubuce ne wadanda aka musanya Bishara ta ainihi da su wadda kuma take dauke da gurbatacciyar *Lanjila* ta ainihi. Sai dai kuma, suna ikirarin cewa wannan ba abin damuwa ba ne domin Allah ya aiko Muhammadu domin ya isar da kalmomi na karshe game da abin da ya kamata a yi

A takaice da, abin da Musulunci yake koyaswa da kuma abin da mafiya yawan Musulmi suka gaskanta da shi, shi ne, da a ce Yesu yana da rai a yau, da zai fadawa Krista cewa su "bi Muhammadu!" Wannan yana nufin cewa idan har mutum yana so ya san hakikancin abin da Isa ya koyas da kuma wanda yake so ya bi shi, abin da zai yi shine ya bi Muhammadu ya kuma mika kai ga Musulunci: Alkur'ani ya koyas da cewa Krista ko Bayahude wanda yayi Imani, zai dauki Muhammmadu a matsayin tabbataccen annabin Allah (Sura 3:199).

Alkur'ani ya gargadi Krista da cewar kada su kira Yesu "Dan Allah" ko kuma su yi masa sujada a matsayin Allah. Ya jaddada cewa shi mutum ne kawai (Sura 3:59) da kuma cewa shi bawan Allah ne (Sura 19:30).

Musulunci yana koyas da cewa kafin duniya ta kare, Isa da kansa zai kawo karshen Yahudanci da kuma Kristanci. Wannan koyaswar da Musulunci yayi game da karshen duniya yana taimakon mu gane inda Musulunci ya sa fuska. Dubi wannan *Hadisin* daga *Sunan Abu Daud:*

> (Idan Isa ya dawo), Zai yi yaki da mutane domin ya daukaka Musulunci. Zai karya giciyen, zai kashe aladu, zai kuma kawas da *Jizya.* Allah zai sa dukan addinai su bata sai Musulunci ne kadai zai rage. Zai halaka Magabcin Kristi ya kuma yi rayuwa ta shekara arba'in a duniya kana sai ya mutu.

Abin da Muhammadu yake fada a nan shine, idan Isa ya dawo duniya, zai "karya giciye" – wato, zai lalata addinin Krista – ya kuma "kawas da *Jizya*" – wato, zai kawo karshen hakurin da *shari'a* take yi da Krista a karkashin mulkin Musulunci. Wannan yana nufin, daga lokacin, zabin da Krista suke da shi na biyan haraji domin samun damar ci gaba da bin addininsu ya kare. Masana addinin Musulunci suna fasarar wannan da cewa, wannan yana nufin idan Isa, Yesu na

Musulunci ya dawo, zai tilasta dukan wadanda ba Musulmi ba su tuba su karbi Musulunci, wannan ya hada har da Krista.

Bin Yesu Banazare na gaskiya

Mun fada a baya cewa dole mu mutane mu zabi wanda za mu bi: ko dai mu bi Yesu, ko kuma mu bi Muhammadu. Sai dai kuma, an koyawa Musulmi cewa wannan zabin, duka abu daya ne: bin Yesu daidai yake da bin Muhammadu. An koyawa Musulmi cewa idan suka zama masu bi da kuma masu kaunar Muhammadu, to, suna bi suna kuma kaunar Yesu kenan. Musulmi sun musanya Yesu wanda aka sani a cikin tarihi, Yesu wanda yake a cikin Bishara, da wani Yesu na dabam wanda Alkur'ani yake kira Isa. Wannan musanyar ta lullube shirin ceto na Allah ta kuma zama katangar da take hana Musulmi samu da kuma bin Yesu na gaskiya.

Gaskiyar ita ce, zamu iya sanin Yesu na gaskiya wanda yake a cikin tarihi ta wurin bisharun nan guda hudu wadanda aka rubuta a lokacin da labarin Yesu yake nan da zafi zafin sa. Wadannan tabbatattun labaru ne game da Yesu, sakon sa, da kuma aikin da yayi. Koyaswar Musulunci, wadda aka harhada wajen shekaru 600 bayan Yesu ya bar duniya, ba zata iya zama sadarwar da za a iya dogaro gare ta game da Yesu Banazaret ba.

Yayinda mutum yake barin Musulunci, ya zama dole yayi watsi da gurbin da Muhammadu ya bari hade kuma da kowace koyaswa ta karya wadda Alkur'ani yake dauke da ita game da Yesu. Hanya ta gaskiya, kuma hanya mafi dacewa ta yin rayuwa a matsayin almajirin Yesu shine ta yin koyi da shi da kuma sakonnin da mabiyansa suka bar mana a cikin Bisharun nan guda hudu, kamar yadda Luka yake fada, "Domin ka san ingancin maganar da aka sanar da kai" (Luka 1:4)

Wannan yana da matukar muhimmanci domin kamar yadda zamu gani a nan gaba, babbar hanyar samun yanci daga kangi na ruhaniya shine rayuwa da kuma mutuwar Yesu Almasihu. Sai Yesu Banazaret na gaskiya, Yesun da ake samun labarin sa a cikin Bisharu, zai iya bamu wannan yancin.

Jagoran bincike

Darasi na 3

Kalmomi

Musulunci	manzo	*sallah*
shahada	*adhan*	Musuluntaswa
Alkur'ani	*Mai shirka*	*Sahil al-Bukhari*
Sunna	*Shirka*	*taqiyya*
Hadisi	Mutanen Littafi	*Al'umma*
sira	*Fatiha*	*Lanjila*

Sabobbin sunaye

- Amina Lawal: Wata mata yar Nigeria (wadda aka Haifa a 1972)
- Isa: Sunan Yesu wanda yake a cikin Alkur'ani

Ayoyin Littafi Mai Tsarki wadanda ke cikin wannan darasin

Luka 1:4

Ayoyin Alkur'ani wadanda ke cikin wannan darasin

Sura 33:21	Sura 8:12-13	Sura 4:47	Sura 1:1-7
Sura 4:80	Sura 3:85	Sura 5:15	Sura 3:28
Sura 33:36	Sura 39:65	Sura 57:28-29	Sura 9:111
Sura 24:52	Sura 9:30-31	Sura 3:110	Sura 3:52
Sura 4:69	Sura 3:64	Sura 48:28	Sura 5:111
Sura 4:115	Sura 3:113-114	Sura 5:72	Sura 3:67
Sura 59:7	Sura 3:199	Sura 4:47-59	Sura 3:59

Tambayoyin Darasi na 3

- A tattauna akan labarin da ke cikin sashen 'mu duba mu gani'

Yadda ake zama Musulmi

1. Menene ainihin ma'anar kalmar Larabcin nan *Islam*?

2. Menene fadin *kalmar shahada* yake mayas da mutum?

3. Wanene kake cewa ya zama jagoran rayuwar ka a lokacin da kake furta *kalmar shahada*?

4. Ta wadanne kafofi guda biyu ne ake samun fahimtar jagorancin Muhammadu kuma ta yaya wadannan kafofin suka sha bamban da juna?

5. A cikin irin wadanne rubuce rubuce guda biyu ake samun irin gurbin da Muhamadu ya bari?

Halayen Muhammadu

6. Idan Musulmi yana so ya zama mai yi wa Allah biyayya, wanene zai yi wa biyayya?

7. Idan dukan salon rayuwar Muhammadu suka zama misali wanda Allah ya yarda da shi a matsayin gurbi mafi kyau wanda dukan Musulmi za su bi, menene wannan zai iya haifas wa?

8. A bisa ga Sura 24:52 na Alkur'ani, su wanene zasu zama masu nasara?

9. Wane hukumci ne aka yi wa wadanda suka ki yin biyayya da Allah da kuma manzonsa alkawalin sa?

10. Da wanene ya zamar wa Musulmi dole su yi yaki, kamar yadda Sura 9:29 da Sura 8:12-13 suka ambata?

11. Durie ya lura cewa Muhammadu ya aikata wadansu nagargarun abubuwa, sai dai kuma, wadanne misalai na rayuwar Muhammadu ne Durie ya ce sun zama abin ban tsoro?

Alkur'ani – Takardar musamman ta Muhammadu

12. Idan har ka furta *kalmar shahada*, menene kuma ya zama maka dole ka gaskanta ka kuma yi biyayya da shi?

13. Wane hoto Durie a bayas wajen bayyana dangantakar dake tsakanin *Sunna* da kuma *Alkur'ani*?

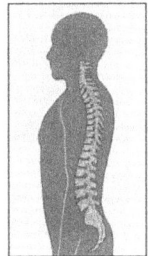

Shari'ar Musulunci – 'hanyar' zama Musulmi

14. Ga wanene ya zamar wa Musulmi dole ya dogara domin kwarewa wajen tsara **Sunna** da kuma **Alkur'ani** ta hanyar da zasu iya zama tsarin dokoki, wadanda ake kira *shari'a?*

15. Bisa ga fadar Durie, menene abin da idan babu shi babu Musulunci?

16. Menene ya sa *shari'a* ta yi dabam da dokokin da majalisu suke kafawa?

🔃

"Zo zuwa ga nasara"

17. Menene kiran Musulunci?

18. Kira na Musulunci ya raba mutane zuwa kashi biyu, wadanne iri da wadanne irin mutane ne?

19. Ta wadanne hanyoyi biyu ne Alkur'ani yake koyas da wariya (nuna bambanci) da kuma jin cewa kana da fifiko?

Rababbar duniya

20. Wane kashin mutane guda hudu ne ake samu a cikin **Alkur'ani** da kuma cikin *shari'ar* Musulunci?

21. Menene Muhammadu yake kiran dukan mutumi wanda ya hada wani ko kuma wani abu da Allah?

22. Yayin da da farko **Alkur'ani** ya bayyana Yahudawa da Krista (**Mutanen Littafi**, ko kuma **Mutane masu Littafi**) da cewa mutane ne wadanda suka amince cewa Allah daya ne, daga baya maganar ta canza. Ka rubuta a kalla abubuwa hudu wadanda Musulmi suke zargin Yahudawa da kuma Krista da su:

1)

2)

3)

4)

23. Wadanne abubuwa na kirki ne **Alkur'ani** ya fada game da Yahudawa da kuma Krista?

24. Ta yaya ikirarin tauhidin Musulunci guda hudu suka zama hanyoyi hudu na tsanantawa Yahudawa da kuma Krista? Ka ambaci dukan su hudun:

1)

2)

3)

4)

25. Ta yaya **Alkur'ani** ya bayyana dangantakar da ke tsakanin Yahudawa da kuma Musulmi?

Yahudawa da Kuma Krista a cikin addu'ar Musulmi ta kowace rana

26. Wadanne abubuwa uku ne suka sa sura ta fari ta Alkur'ani wadda ake kira *al-Fatihah* 'wato budewa' ta zama dabam?

27. Su wanene Durie ya ce wannan sura ta *al-Fatihah* take magana akai, watau wadanda suka kauce, kuma, su wanene suka cancanci fushin Allah?

Matsalolin da *shari'a* ta kunsa

28. Daga ina ne ginshikin wuraren da matsalolin da *shari'a* ta kunsa suka fito?

29. Wanne suna aka ba matakan sauya al'adun kasa domin su tafi daidai da addinin Musulunci?

30. Ka fito da matsaloli biyar wadanda Durie ya danganta da *Shari'ar* Musulunci

   1)

   2)

   3)

   4)

   5)

Abin da ya faru da Amina Lawal

31. Wane canji ne ya faru a Nigeria a cikin
    shekara ta 1999 wanda ya kai ga yanke wa
    Amina Lawal hukumci domin aikata zina?

32. Gurbin wanene wannan alkali na *shari'ar*
    Musulunci ya bi a wajen yanke wa **Amina
    Lawal** *shari'ar* cewa a yi ta jifan ta da
    duwatsu har ta mutu?

33. Wadanne soke soke guda shida Durie ya bayar wajen kushe
    sharia'ar jifa da dutse wadda take a cikin *shari'ar* Musulunci?

    1)

    2)

    3)

    4)

    5)

    6)

Rudin da yake bisa daidai bisa ga shari'a

34. Wadanne yanayi ne Durie ya bayyana inda aka ba Musulmi
    damar yin karya?

35. Menene ma'anar *taqiyya?*

36. Wane lahani Durie ya gani wanda yin karya zai iya yi wa halayen kirki a cikin jama'a?

Yi tunani domin kanka

37. Idan aka zo maganar bangaskiya, akan menene Musulmi suke dogara domin samun jagoranci?

38. Menene Durie yake karfafa mu da mu aikata yanzu da kafofi da kuma asalin Musulunci yake samuwa a gare mu ta hanyoyin yanar gizo (internet) wanda muke da su a hannayen mu a yanzu?

Isa annabin Musulunci

39. Wadanne zabi na musamman ne mutane suke fuskanta ko suke da shi?

40. Sunan wanene aka fi ambato a cikin **Alkur'ani**, Muhammadu ko kuma Isa (Yesu)?

41. A bisa ga fadar Musulunci, menene Muhammadu ya sa aka soke?

42. A fadar **Alkur'ani**, menene *Linjila*?

43. Menene *Hadisai* suke cewa **Isa** zai yi idan ya dawo?

Bin Yesu Banazaret na gaskiya

44. Menene ake koyawa Musulmi game da bin Yesu?

45. Menene wannan yake boyewa wanda
Musulmi ba su iya gani?

46. Ta yaya zamu iya sanin abin da ke na
gaskiya game da Yesu Banazaret?

47. Ta wace hanya banbantawa tsakanin **Isa** wanda yake a cikin
Alkur'ani da kuma Yesu wanda yake a cikin Bisharu ya zama
wani abu mai muhimmancin gaske?

4

Muhammadu da Kiyayya

"Ku kaunaci magabtanku, ku yi wa makiyan ku alheri"
Luka 6:27

Manufar wannan darasin

a. Fahimtar shekaru arba'in da suka zama masu wuya a cikin farkon rayuwar Muhammadu a yankin Larabawa.

b. Fahimtar yadda rashin gamsuwa da kanshi da kuma shakka suka zama da tasiri a cikin kafawar Muslunci a Makka.

c. Gane yadda aka yi amfani da "wahayoyin" da Muhammadu ya karba a Makka domin a tabbatar da manzancin Muhammadu a lokacin da yake fuskantar ba'a da tsanani daga wajen mutanen Makka.

d. Gane mutanen da suka yi rawar gani a cikin rayuwar Muhammadu a Makka: wadanda suka goyi bayansa da kuma wadanda suka yi gaba da shi.

e. Fahimtar ainihin yadda Muhammadu ya dauki *fitna* a matsayin tsanantawa ko kuma jarabawa ya kuma juya ta zuwa koyaswar fada da kuma yaki wadda ta fara daga karshen zamansa a Makka, ya kuma ci gaba zuwa cikin shekarun sa na farko a Madina.

f. Gane yadda marmarin da Muhammadu yake da shi na ramako da kuma sakawa suka sarrafa tauhidinsa da kuma yadda ya tafiyar da wadanda basu bada gaskiya gare shi ba, musamman ma Yahudawa.

g. Fahimtar cewa hanyar da Muhammadu yayi amfani da ita wajen yin gaba da tsayayya ta zamo wani salo na nuna cewa 'ni ne aka muzgunawa' da kuma 'kai hari' a cikin Musulunci.

h. Fahimtar yadda mugun halin Muhammadu yake ta bulluwa a cikin rayuwar Musulmi a yau, sakamakon rinjayen da *shari'ar* Musulunci take da shi a cikin rayuwar Musulmi.

i. Gane muhimmancin bukatar da wadanda suka bar Musulunci suke da ita na yanke dangantaka da halayen Muhammadu da kuma guraban da ya bari.

Mu duba mu gani: Menene zaka yi?

Aikin da kake yi ya bukaci ka dauki wadansu bitoci domin ka inganta kwarewar ka. A yayin daya daga cikin wadannan bitocin, an hada ka da wani mai kishin Muslunci, da wani wanda shi bai ma yarda cewa akwai Allah ba, wani dan darikar Katolika wanda addini bai dame shi sosai ba duk a kungiya daya. Wadansu lokatan yin aiki tare a cikin wannan kungiyar yakan bukaci ku zauna ku ci abinci tare. Wata rana kuna tadi yayin da kuke cin abinci sai wannan Musulmin ya zabi a jera dukan cin zarafin da Krista suka yi wa Musulmi a cikin karnuka da suka gabata, ya kuma hada da dukan irin muguntar da ake yi wa kasashen Musulmi a yau. A ganin sa, Musulmi ne ake muzgunawa, kana kuma Krista ne masu aikata wannan mugutar. Wannan wanda bai yarda cewa akwai Allah ba ya goyi bayan wannan Musulmin yana kushe yin amfani da "yaki mai tsarki" wanda yan Salibiyya suka gudanas. Wannan ya dami dan darikar Katolikan nan sai ya juyo wurin ka domin neman taimako.

Menene zaka fadawa Musulmi da kuma wannan wanda bai yarda cewa akwai Allah ba, ga shi su ma duk sun juya suna Kallon ka suna jira su ji abin da zaka fadi?

Muhammadu shine tushen Musulunci. Wannan darasin yana bada wadansu abubuwa masu zafi wadanda suka faru a cikin rayuwar Muhamadu, hade kuma da miyagun hanyoyi wadanda yayi amfani da su wajen tafiyar da wadannan wahalolin. A cikin sashi na farko, zamu dubi wahalolin da ya fuskanta cikin zamantakewar su ta iyali da kuwa wadansu matsaloli wadanda ya fuskanta a Makka.

Tasowa a cikin iyali

An haifi Muhammadu a Makka a cikin wata kabilar Larabawa wadda ake kira Quraysh. Mahaifinsa, Abdullah bin Abd al-Muttalib ya mutu tun kafin a haifi Muhammadu.   Wannan ya sa a lokacin da Muhammadu yake karami, aka bada shi ga wani iyali domin su rene shi. Mahaifiyarsa ta mutu lokacin da yake da shekara shida da haihuwa, daga nan sai kakansa wanda ake ji da shi, ya dauke shi ya lura da shi na wani dan lokaci, amma shi ma ya mutu lokacin Muhammadu yana da shekara takwas da haihuwa. Daga nan sai

109

Muhammadu ya koma da zama tare da dan'uwa mahaifinsa wanda ake kira Abu Talib. Abu Talib ya ba Muhammadu aikin kulawa da rakuma da kuma tumakin kawunnan na sa. Daga baya yayi amfani da wannan yana ikirarin cewa ai dukan annabawa sun yi kiwo. Ya juya tasowarsa ta kaskanci zuwa wani abu na musamman.

Ko da yake wadansu daga cikin kawunnan Muhammadu suna da dukiya, daga dukan alamu, ba su yi wani abu domiin su taimaki Muhammadu ba. Alkur'ani yayi ambato na raini ga daya daga cikin kawunnan Muhammadu wanda ake kira Abu Lahab inda yayi masa lakabi da "uban harshen wuta", yana cewa, Abu Lahab zai kone a jahannama, domin ya wulakanta Muhammadu.

Hannaye biyu na Abulahabi sun halaka, kuma ya halaka.
Dukiyarsa ba ta tsare masa kome ba, da abin da ya tara
Za ya shiga wuta mai huruwa
Tare da matarsa mai daukar itacen wuta
A cikin kyakkyawan wuyanta akwai igiya ta kaba (Ranar Kiyama)
(Sura 111)

Aure da kuma iyali

A matsayinsa na matashi, Muhammadu yayi aiki da wata mata mai kudi wadda ake kira Khadijah. Khadija ta nemi Muhammadu da ya aure ta a lokacin da yana da shekara ashirin da biyar. Ta girmi Muhammadu. Kamar yadda labarin da wani mai suna Ibn Kathir, ya rubuto, Khadija ta ji tsoron cewa mahaifinta ba zai yarda da wannan auren ba, sabili da haka, ta bugar da shi da giya kana ta sa ya daura musu aure a lokacin da yake a buge. A lokacin da giya ta watse mahaifinta kuma ya dawo cikin hayacinsa, yayi fushi kwarai da gaske da gane abin da ya faru.

A cikin al'adar Larabawa, dole ne mutum ya biya dukiya a kan matarsa, bayan yayi haka, daga nan sai matar ta zama mallakarsa. Har idan mijinta ya mutu, akan kirga ta a cikin abin da ya mallaka kana kuma magajinsa wanda yake namiji zai iya daukar ta ta zama matar shi idan ya ga damar yin hakan. Amma sabanin wannan al'adar, Khadija tana da iko kuma tana da kudi – wani marubucin tarihin Muhammadu wanda ake kira Ibn Ishaq ya kira ta mace "mai kwarjini mai kuma dukiya" – kana kuma Muhammdu talaka ne bai mallaki kome ba. Haka kuma, Khadija ta taba yin aure har sau biyu kafin auren ta da Muhammadu. Banbancin dake tsakanin yadda Laraba suke daukar aure da kuma irin shirin da ke tsakanin Khadijah da kuma Muhammadu ya zama wani abu na dabam.

Khadija da Muhammadu sun haifi yaya shida (wadansu suka ce bakwai). Muhammadu yana da yaya maza uku (ko hudu) amma dukan su sun mutu tun suna kanana, wannan ya sa Muhammadu ya tashi ba tare da magaji namiji ba. Hakika wannan ma ya zama wani abu na rashin jin dadai a cikin gwagwarmayar da muhammdu yayi a cikin rayuwa irin ta iyali, wato bayan abin da ya fuskanta a lokacin da yake tasowa.

Yayin da muke karasawa, zamu iya cewa Muhammadu ya fuskanci abubuwa wadanda suka zama marasa dadi a cikin rayuwarsa ta iyali. Wadannan abubuwan sun hada da zamansa maraya, mutuwar kakansa, zamansa kusan mabaraci mai dogaro ga dangi, yin aure ta hannun surukin da yake a buge, mutuwar yayansa, da kuma zama abin ki ga danginsa masu dan abin hannu. Wani babban banbancin da aka samu daga wannan jeren kiyayya da kuma rashin jin dadin shine kulawar da kawunsa Abu Talib yayi masa, da kuma zabin da Khadijah ta yi na aurensa, wani abu wanda ya kubutas da shi daga talauci.

An kafa sabon addini a Makka

Rayuwar Muhammadu a cikin iyali ta zama da wahala, haka kuma bayan ya kafa sabon addini, ya ci gaba da fuskantar matsaloli.

Muhammadu yana da wajen shekaru 40 a lokacin da ya fara samun ziyara daga wani ruhu wanda daga baya ya ce mala'ika Jibra'ilu ne. Da farko dai, wadannan ziyarun sun sa Muhammadu ya shiga cikin damuwa, yana tunanin ko dai aljannu sun kama shi ne. Wannan ya kai shi har ga tunanin kashe kansa, yana cewa, "Zan tafi in hau kololuwar dutse in fado domin in kashe kaina in huta." Matarshi Khadijah ta zama mai karfafa shi a cikin irin wannan mawuyacin lokacin. Ta dauke shi ta kai shi wajen wani dan'uwanta mai suna Waraqa wanda kuma shi Krista ne. Waraqa ya cewa Muhammadu ai shi annabi ne ba mahaukaci ba.

Daga baya, a lokacin da wahayin ya tsinke na wani dan lokaci, Muhammadu ya koma yana tunanin kashe kansa. Amma a duk lokacin da yayi kokarin ya jefo kansa daga bisan dutsen, sai Jibra'ilu

111

ya bayyana ya kuma karfafa shi, yana ce masa, "Sabon addini Muhammadu! Hakika kai mazon Allah ne na gaskiya."

Da alama cewa Muhammadu ya ji tsoron kada jama'a su dauke shi mayaudari domin a cikin daya daga cikin surori na farko, Allah ya tabbataswa Muhammadu cewa ba zai yi watsi da shi ba, ba kuma zai yashe shi ba (Sura 93).

Da farko, al'ummar Musulmi ta fara girma a hankali a hankali. Khadija ita ce ta fara karbar Musulunci. Na biye da ita kuma shine dan'uwan Muhammadu mai suna Ali bin Abu Talib, wanda a gidan Muhammadu yayi girma. Daga baya saura suka fara shiga, yawancin su kuma sun fito ne daga gidan matalauta, bayi da kuma bayin da iyayen gidansu suka yantas.

Kabilar da Muhammadu ya fito daga ciki

Da farko dai Mabiya wannan sabon addinin sun rike wannan addinin a asirce, amma bayan kamar shekaru uku sai Muhammadu ya ce Allah ya fada masa cewa ya fitar da addinin a fili. Yayi wannan ta wurin kiran taro na iyali inda ya fara da gayyatar yan'uwansa zuwa Musulunci.

Da farko, yan kabilar Muhammadu wato Quraysh na Makka sun yi marmarin su saurare shi, amma a lokacin da ya fara tayaswa gumakan su, sai suka janye. Daga nan sai Musulmi suka zama (kamar yadda Ibn Ishaq ya kira su), 'yan tsirarun da aka raina'. Rashin kwanciyar hankali ya fara tsawaita, daga baya sassan biyu suka fara kaiwa juna hari.

Da tsayayya ta yi tsauri, Abu Talib, kawun Muhammadu ya zama mai kare Muhammadu. A lokacin da mutanen Makka suka zo wurin Abu Talib suka ce masa, "Ya Abu Talib, dan ka ya zagi allolin mu, ya zagi addinin mu, ya yiwa salon rayuwar mu ba'a … Ko dai ka sa shi ya daina ko kuma ka bar mu muyi maganinsa." Abu Talib yayi musu magana mai taushi wadda ta kwantar da hakalinsu, suka kuma waste.

Sauran Larabawa wadanda basu bada gaskiya ga addinin Muhammadu ba suka shirya kauracewa zuriyar Muhammadu ta hanyar tattalin arziki da kuma yanke cudanya da wannan zuriyar. Suka hana wata hudda ta kasuwanci da kuma aurayya tsakanin su. Wannan ya sa Musulmi suka shiga wani mayuwacin hali sabili da talaucin da suke fama da shi. Ibn Ishaq ya takaice irin wahalar da suka sha a hannun sauran Larabawan da wadannan kalaman:

Daga nan sai kabilar Quraysh suka nuna magabakar su da dukan wandanda suka zama mabiyan manzon, duka wata zuriya ta shiga kaiwa dukan wani dan zuriyarsu wanda ya yarda ya karbi Musulunci, suna jefa su a kurkuku, suna dukan su, suna hana musu abinci ko ruwan sha, kana suna baje su a cikin zafin ranar Makka duk da nufin su raba su da wannan addinin. Da suka sha tsanani, wadansu sun juya, wadansu kuma suka ki, domin Allah yana kare su.[6]

Muhammadu da kansa bai tsira daga wannan hatsarin da kuma zagin ba: an yi ta zuba masa datti, kai har ma an jefe shi da hanjin dabbobi a lokacin da yake cikin yin addu'a.

Da tsananin ya ci gaba, Musulmi 83 suka kwashi iyalansu suka yi hijira zuwa wajen Kristan dake a Abyssinia domin neman mafaka, a wurin kuma suka sami kariya.

♺

A wadannan sassan dake biye, zamu dubi irin martanin da Muhammadu ya mayas ga wannan rashin yardan da mutanensa na Makka suka nuna masa.

Shakkar kai da kuma tabbatar da kai

Da alama cewa a wannan lokacin da matsi yayi yawa daga yan kabilar Quraysh, Muhammadu ya fara nuna alamar shakkar bangaskiyar sa ga wannan allahn. Sun ce masa idan ya bautawa allolin su, su kuma za su bauta wa Allahnsa. Muhammadu ya ki amincewa da wannan yarjejeniyar wanda ya kai shi ga shaida a cikin Alkur'ani 109:6 cewa, "Addininku na gare ku, kuma addinina yana gare ni." Sai dai kuma, Muhammadu yayi jinkiri domin al-Tabari ya rubuto cewa yayin da yake karbar Sura ta 53, akwai abubuwan da aka yi masa wahayinsu wadanda aka kira "Ayoyin Shaidan" wadanda suka kira wadansu alloli mata na Makka masu sunaye al-Lat, al-Uzza da Manat da cewar "su madaukaka ne kuma an yarda da rokon da suke yi a madadin mutane."

A lokacin da suka ji wannan ayar, arnan Quraysh sun ji dadi kwarai har suka fara yin sujada tare da Musulmi. Sai dai kuma, mala'ika Jibra'ilu ya tsautawa Muhammadu sabili da haka sai Muhammadau ya ce an soke wannan ayar da cewar ayar ta zo ne daga wurin Shaidan.

---

6. A. Guillaume, *The life of Muhammad*, p.143

Da Muhammadu ya sanar da cewa an soke wannan ayar, wannan ya sa yan kabilar Quraysh suka rena shi, suka kara fusata da Muhammadu da kuma mabiyansa.

Bayan wannan, Muhammadu ya sanas da wata aya wadda take ikirarin cewa ai Shaidan ya batas da dukan annabawan da suka rigaye shi (Sura 22:52). A wannan wurin, mun ga yadda Muhammadu ya dauki wani abu wanda ya zama abin kunya, ya juya shi zuwa wani abu wanda ya fifita shi, ya sa ya zama dabam.

A lokacin da yake fuskantar ba'a da kuma zargin cewa shi mara gaskiya ne, wani abu wanda yayi wa Muhammadu zafi kwarai, sai Muhammadu ya bada labarin cewa ya karbo wadansu ayoyi daga wurin Allah wadanda suke tabbatas da matsayinsa, suke kuma yabon halayensa cewa halaye ne masu kyau. Alkur'ani ya shaida cewa ba a cikin kuskure yake tafiya ba da kuma cewa shi mutum ne mai mutumci (Sura 53:1-3; Sura 68:1-4)

Wadansu *hadisai* sun rubuto cewa Muhammadu ya yarda cewa jinsinsa, kabilarsa, zuriyarsa da kuma iyayensa sun fi kowa daraja. A lokacin da aka zarge shi da cewa shi shege ne, Muhammadu ya ce babu wani daga cikin kakanninsa wanda aka haifa ba a cikin aure ba, fara daga kansa a yi baya har ya zuwa ga Adamu. A cikin wani *hadisi* na Ibn Kathir, Muhammadu ya sanar da cewa shine ya fi kowa a cikin zuriyarsu (Yan Hashimites) na al'ummar da tafi kowace (Larabawa), yana cewa, "Ni na fi kowannen ku a cikin ruhu, na kuma fi kowannen ku a cikin asali … ni ne zababben zababbu, sabili da haka, dukan wanda yake kaunar Larabawa, yana kaunarsu ne ta wurin kaunar da yake yi mani."

A cikin shekaru 13 da Muhammadu yayi a Makka ne ra'ayin da Musuluci yake da shi na nasara da kuma harshen masu nasara da masu hasara ya fara fitowa a cikin Alkur'ani. A misali, a cikin ambaton da aka yi tayi na faman da Musa yayi da matsafan Masar, Alkur'ani ya fitar da sakamakon a matsayin masu nasara ko kuma masu rinjaye da kuma masu hasara wato wadanda aka ci karfinsu (misali, Sura 20:64, 68; Sura 26:40-44). Muhammadu kuma ya fara yin amfani da wadannan kalmomi na nasara ko rinjaye a cikin gwagwarmayar da take tsakaninsa da kuma masu jayayya da shi, yana shaida cewa dukan wadanda suka yi watsi da wahayoyin Allah sun yi hasara (Sura 10:95)

Karin kin amincewa da kuma sababbin abokan tarayya

Abubuwa sun fara tabarbarewa a Makka bayan Muhammadu ya rasa matarsa Khadijah da kuma kawunsa Abu Talib a cikin shekara guda. Wannan ya zama wata babbar koma baya a gare shi. Ganin cewa ya rasa goyon bayan wadannan mutanen guda biyu, yan kabilar Quraysh suka kara samun kafin hali, suka kara kaimi wajen yin tsayayya da Muhammadu da kuma addininsa.

Al'ummar Larabawa tana kafe ne a kan kawance da kuma dangantaka ta abokan ciniki. Haryar samun kariya shine ka kasance a karkashin wani wanda ya fi ka karfi. Yanzu da ya zama da shi da mabiyansa suna cikin hatsari, ga kuma kiyayya daga yan kabilarsa, Muhammadu ya gudu zuwa Ta'if wani wuri wanda yake kusa da Makka domin neman mafaka. Sai dai kuma, da ya isa Ta'if, an yi masa ba'a kana kuma wadansu yan mutane suka kore shi.

Tarihin Musulunci ya nuna cewa a hanyar sa ta dawowa daga Ta'if ne wadansu *aljannu* suka ji Muhammadu yana karanta wadansu ayoyi daga cikin Alkur'ani yayin da yake yin addu'a da tsakar dare. Abin ya burge su har suka karbi Musulunci nan take. Wadannan *aljanun* da suka karbi Musulunci sun fita sun fara wa'azin Islama ga sauran *aljannu*. An ambaci faruwar wannan abin sau biyu a cikin Alkur'ani (Sura 46:29-32; Sura 72:1-15).

Faruwar wannan abin yana da muhimmanci sabili da dalilai guda biyu. Na farko dai, wannan ya tafi daidai da yadda Muhammadu yayi ta kokarin ya tabbatar da kansa ga jama'a, ya yi amfani da wannan domin ya nuna cewa koda yake mutane sun ki shi a Ta'if, akwai *aljannu* wadanda suka gane cewa shi tabbataccen manzo ne daga Allah.

Na biyu kuma shine, ra'ayin cewa *aljannu* zasu iya zama Musulmi masu tsoron Allah ya bode wa Musulunci wata kofa zuwa ma'amala da *aljannu*. Wannan abu wanda ya faru a cikin rayuwar Muhammadu da kuma yadda aka ambaci cewa akwai *aljannu* wadanda suke Musulmi, ya halartawa Musulmi damar yin mu'amala da ruhohi wadanda suke Musulmi. Wani dalili kuma wanda zai sa Musulmi yayi ma'amala da ruhohi shine abin da Alkur'ani da *hadisai* suke dauke da shi wanda yake nuna cewa kowane mutum yana da ruhohi wadanda suke tafiya tare da shi (Sura 43:36; Sura 50:23, 27).

Abubuwa sun ci gaba da lalacewa Muhammadu bayan ya dawo Makka. Daga baya, ya sami wata al'umma wadda ta yarda ta bashi kariya. Wannan al'ummar kuwa al'ummar wadansu Larabawa ne daga Yathrib (garin da daga baya aka canzawa suna zuwa Madina), birnin da Yahudawa masu yawa suke da zama. A lokacin wani biki wanda ake yi shekara shekara a Makka, wadansu baki wadanda suka fito daga Madina sun yi alkawali zasu yi goyi bayan Muhammadu za kuma su zama masu yi masa biyayya, wadannan mutanen sun kuma yarda cewa zasu yi rayuwarsu bisa ga sakon bautar allah daya wanda Muhammadu ya kawo.

Wannan alkawalin na farko bai kunshi wani mika kai na shiga yaki ba. sai dai kuma a cikin bikin shekara da ta biyo baya, wani kari na mutanen Madina sun yi alkawalin su ba Muhammadu irin kariyar da yake bukata. Wadannan mutanen Madinan wadanda daga baya aka rika kira 'mataimaka' sun yarda su shiga daura dammarar yaki "yaki a cikin biyayya ga manzo."

Bayan wannan ne aka yanke shawara cewa Musulmin dake a Makka suyi hijira zuwa Madina domin su kafa daular su inda suke da cikakken yanci. Muhammadu shine wanda ya zama na karshen barin Makka, ya gudu ta taga da tsakar dare. Muhammadu ya sami damar isar da sakon a Madina ba tare da wata tsayayya ba, daga karshe, kusan dukan Larabawan da suke a Madina suka karbi addinin Musulunci a cikin shekara ta farko. A wannan lokacin Muhammadu ya ba shekaru 52 baya.

A cikin shekarun da yayi a Makka, Muhammdu ya fuskanci rashin amincewa daga iyalin gidinsa da kuma kabilarsa. Yawancin wadanda suka yarda da shi sune talakawa, kuma ya sha ba'a, barazana, kaskanci da kuma hare-hare daga sauran mutanen.

Da farko dai, Muhammadu da kansa bai yarda da kansa ba, yana jin tsoron kada a ki manzancin sa. A wani karon ma, akwai alamar cewa ya yarda da allolin kabilar Quraysh. Sai dai kuma, a karshe, duka da dukan jayayyar da ya fuskanta, Muhammadu ya tashi gaba gadi ya samarwa kansa kungiyar mabiya wadanda suka mika kansu.

Shin da gaske ne Muhammadu yayi zaman salama a Makka?

Marubuta da yawa sun yi ikirarin cewa shekarun da Muhammadu yayi yana wa'azi a Makka yayi su ne a cikin lumana. Idan ka duba ta wani gefen, wannan gaskiya ne. Sai dai kuma, koda yake ba a bada labarin wani farmaki a cikin surorin Alkur'ani wadanda aka saukar a Makka ba, hakika akwai tunanin hakan. Haka kuma, ruyoyi na farko sun kushe makwabtan Muhammadu da kakkausan harshe, suna ambaton muguwar azaba a kan dukan wadanda suka ki addinin sa a cikin rayuwa.

Daya daga cikin manufofin ayoyin Alkur'ani wadada suke kushe mutanen Makka shine su tabbatar da matsayin Muhammadu duk da kiyayyar da yake fuskanta daga wurin Larabawa yan kabilar Quraysh. A misali, Alkur'ani ya ce dukan wadanda suka yi wa Musulmi dariya zasu fuskanci hukumci a cikin wannan rayuwa da kuma a cikin rayuwa mai zuwa. Wadanda suka karbi Musulunci kuma zasu zauna a cikin jin dadi suna shan giyarsu a aljanna, suna yi wa wadanda suka ki karba dariya yayinda su kuma (wadanda suka ki karba) suke konewa a cikin wutar jahannama (Sura 83:29-36).

Hakika wadannan sakonni na hukumcin sun rura wutar husuma a Makka. Matsafan da basu gaskanta da Muhammadu ba, ba su ji dadin wadannan kalaman ba.

Kamar yadda Ibn Ishaq ya rubuto, Muhammadu bai tsaya akan yin wa'azin hukumci na har'abada kadai ba, amma a cikin shekarun farko na zamansa a Makka ne Muhammadu ya fara nuna niyyar da yake da ita na kashe dukan mutanen Makka wadanda ba su gaskanta da shi ba. "Za ku saurare ni ya ku Mutanen Quraysh?" in ji shi, "Na rantse da wanda rai na yake a hannunsa, zan zo muku da kisa."

Daga baya, jim kadan kafin Muhammadu ya gudu zuwa Madina, wata kungiya ta mutanen Quraysh sun zo domin su fuskance shi da zargin yana barazanar kashe dukan wadanda suka ki amincewa da shi, suna cewa: "mun ji an ce, Muhammadu yace idan baku bi shi ba, za a kashe ku, kana kuma za a jefa ku a cikin wutar jahannama bayan an tashe ku daga matattu." Muhammadu ya amsa cewa wannan magana haka ta ke, ya fada musu cewa "Na fadi hakan."

Bayan ya fuskanci rashin yarda da kuma tsanani a Makka, al'ummar Musulmi a karkashin jagorancin annabi Muhammadu sun zabi shiga yaki da wadanda basu yarda da su ba.

☙❧

A cikin sassa na gaba, zamu dubi yadda Muhammadu ya juya zuwa ga kai farmaki ga wadanda suka ki amincewa da shi da kuma sakon sa.

Daga tsanani zuwa kisa

Kalmar larabcin nan *fitna* wadda ma'anarta zai iya zama 'gwaji, tsanani ko jarabawa' tana da muhimmaci a wajen gane yadda Muhammadu ya juya ya koma shugaban mayaka. Kalmar nan ta samo asali daga kalma da ake kira *fatana* 'juyawa daga, jarabawa, lalatawa, ko jefawa cikin gwaji.' Ainihin tushen ta shine a gwada a kuma tace karfe da wuta. *Fitna* na iya nufin jarabawa ko kuma gwaji wanda zai iya zama lallashi ta hanya mai kyau ko kuma ta muguwar hanya. Zai iya kunsar bada wata dukiya ko kuma wata toshiya, zai kuma iya zama ta hanyar azabtaswa.

Wannan kalma *fitna* ta zamo wani ra'ayi wanda aka yi ta yin amfani da shi wajen yada koyaswar irin abubuwan da al'ummar Musulmi ta fuskanta a hannun marasa ban gaskiya. Abinda Muhammadu ya zargi kabilar Quraysh da shi shine cewa sun yi amfani da *fitna* wanda ya hada da zagi, kage, azabtarwa, wariya, matsi na tattalin arziki da kuma rashin kulawa – domin su sa Musulmi su rabu da Musulunci ko kuma ko kuma su gurbata abin da Musulunci yake dauke da shi.

Ayoyin Alkur'ani na farko wadanda suka yi magana a kan fada sun nuna a fili cewa ainihin manufar yin yaki da kuma kisa shine domin a kawas da *fitna*:

> Kuma ku yaki wadanda suke yakinku, a cikin hanyar Allah, kuma kada ku yi tsokana, lalle ne Allah baya son masu tsokana. Kuma ku yake su inda kuka same su, kuma ku fitar da su daga inda suka fitar da ku, kuma fitina ita ce mafi tsanani daga kisa......

> Kuma ku yake su har ya zama wata fitina ba za ta kasance ba, kuma addini ya zama na Allah. Sa'an nan idan sun hanu da babu tsokana face a kan azzalumai. (Alkur'ani Sura 2:190-193).

Ra'ayin da Musulmi suke da shi na cewar *fitna* "ta fi kisa muni" yana da muhimmanci kwarai da gaske. An sake nanata wadannan kalmomin bayan an kaiwa wani ayari na mutanen Makka hari a cikin wata mai tsarki (Sura 2:217) (wani lokaci da aka kebe wanda al'adun Larabawa suka hana kai hare hare a cikin sa). A takaice, wannan yana nuna cewa zubas da jinin kafirai bai kai sa Musulmi ya rabu da bangaskiyarsa muni ba.

Wadansu muhimman kalamai da muke samu a cikin wannan sura ta 2 sune, "Ku yake su har ya zama wata *fitna* ba zata kasance ba – wato, babu sauran *fitina*." An sake bayyana wannan ma kashi na biyu bayan yakin Badar, a cikin shekara ta biyu ta zaman Muhammadu a Madina (Sura 8:39).

Fitowar wannan kalma *fitna* sau biyu shine ya kafa ka'idar cewa *jihadi* ya wajabta a duk inda aka fuskanci wani abu wanda zai iya hana mutane shiga Musulunci ko kuma ya zama wani abu wanda zai iya sa Musulmi ya yi watsi da bangaskiyar sa. Ko wane muni fada da kisan wadansu yake da shi, raunana ko kuma hana yaduwar Musulunci yafi wannan kisan muni.

Malaman addinin Musulunci sun fadada wannan kalmar *fitna* inda suka sa kalmar ta hada da rashin bangaskiya, sabili da haka, za a iya fasarta wannan kalmar da cewa "rashin bangaskiya ya fi kisa muni."

Idan muka fahimce ta ta wannan hanyar, wadannan kalmomin masu cewa "*fitna* tafi kisa muni" sun zama wani umurni wanda ya shafi dukan Musulmin duniya wanda yake umurtar su da su kashe kowane arne wanda ya ki karbar sakon da Muhammadu ya zo da shi, ko dai suna yi wa Musulunci katsalandan ko babu. Kamar yadda wani mai sharhi mai suna Ibn Kathir ya fada, rashin gaskantawar wanda bai bada gaskiya ba, ya fi kisan da za a yi masa muni. Wannan ya bada damar yin yaki domin kawas da rashin bangaskiya da kuma fifita Musulunci bisan dukan sauran addinai (Sura 2:193; Sura 8:39).

"Mu ne aka cutas!"

Muhammadu yayi amfani da wadannan nassoshin a cikin Alkur'ani domin ya jaddada cewa Musulmi ne ake cutaswa. Domin ya mayas da yaki da kuma danniya su zama wani aiki na addini, ya yi ikirarin cewa abokan gaban sune suke da laifi kuma sun cancanci a kai musu hari. An yi amfani da cutaswa mafi muni wadda aka yi wa Musulmi domin a nuna cancantar wannan farmakin: tsanantar munin hukunci ko azabtaswar da Musulmi suka yi wa abokan gaban su, daidai yake da tsananin cancantar nuna laifin abokan gaban. Bayan Allah ya furta cewa wahalar Musulmi ta fi "kisa muni", ya zama dole Musulmi su dubi matsayinsu na wadanda aka cutas a matsayin wata babbar mugunta wadda ta fi dukan wani mugun abin da zasu yi wa abokan gaban su.

Wannan tushen koyaswar addinin wadda take kafe a cikin Alkur'ani da kuma Sunnar Muhammadu ce take bayyana dalilin da yasa Musulmi suke yawan nanata cewa cutas da aka yi musu tafi ta

119

wadanda suke kai wa hari muni. Farfesan siyasar addini mai suna Ahmad bin Muhammadu, wani mutumin Algeria, ya nuna irin wannan tunanin a cikin wata mahawara da suka yi da Dr Wafa Sultan a tashar talabijin na Al-Jazeera. Dr Sultan ya nuna cewa Musulmi sun kashe mutanen da ba su ji ba ba su gani ba. A cikin fushi, Ahmad bin Muhammadu ya mayas da martani ga wannan furucin da Dr Sultan yayi, yana cewa:

> Mune aka cutas! … Akwai milyoyin mutane (Musulmi) a cikin mu wadanda ba su ji ba, ba su gani ba, yayin da wadanda ba su da laifi a cikin ku …. Ba su wuce yan dozin, daruruwa ko kuma idan sun yi yawa a ce dubbai ba.

Har ya zuwa yau ,wannan tunani na cewa sune ake cutaswa yana ci gaba da ruruwa a cikin al'ummomin Musulmi, wani abu wanda ya hana musu damar iya daukar nawayar abubuwan da suke aikatawa.

Sakayya ta azabtaswa

Yayin da sojojin Muhamadu suka ci gaba da kara karfi suka kuma fara samun nasarori, yadda ya rika yi da abokan gaban da ya sami nasara a bisan su ya nuna ainihin dalilin da ya sa Muhammadu ya shiga yaki da su. An bada labarin wani abu wanda Muhammadu yayi wa Uqba, wani mutum wanda ya taba jifan Muhammadu da kashin rakumi da kuma hanjin sa. An kama Uqba a yakin badar, Uqba yayi roko domin ransa yana cewa, "Wanene zai kula da yaya na ya Muhammadu?" Amsar da Muhammadu ya ba shi ita ce, "Lahira!" Daga nan sai Muhammadu ya sa aka kashe Uqba. Bayan yakin badar din, sai aka kwashe gawawwakin mutanen Makkan da aka kashe a cikin yakin, aka jefa su a cikin wani rami. Muhammadu ya tashi da tsakiyar dare ya tafi wannan ramin yana yiwa matattun Makkan ba'a.

Faruwar irin wadannan abubuwan na nuna cewa Muhammadu yayi kokarin ya tabbatas da kansa ta wurin daukar fansa da yin ramako akan wadanda suka ki yarda da shi. Ya nace dole sai ya nuna cewa ya fi kowa, har ma a kan matattu.

Wadanda suka ki bin Muhammadu sune a sama-sama cikin jerin wadanda yake so ya kashe. A lokacin da Muhammdu ya ci nasarar yaki a kan Makka, ya hana ayi ta kashe kashe. Sai dai kuma, yana da wan dan jeren sunayen mutane da ya kamata a kashe su. Wannan jeren sunayen ya hada da sunayen wadansu mutane su uku wadanda suka ki amincewa da manzancin Muhammadu, wani mutum da matarsa wadanda suka taba zagin Muhamma a Makka, da kuma wadansu bayin yan mata su biyu wadanda suka rika yi masa ba'a a cikin waka.

Jeren sunayen wadanda za a kashe a Makka ya nuna irin gabar da Muhammadu yake da ita ga dukan wanda ya ki ya amince da shi. Idan wadannan wadanda suka ki amincewa da manzancinsa suka ci gaba da rayuwa, wannan zai zama *fitina*. Muddin suna raye, za su zama tabbacin cewa yana yiwuwa mutum ya rabu da Musulunci, yayin da kuma wadanda suka yi wa Muhammadu ba'a suka kuma zage shi, suna da hatsari ga Musulunci domin suna iya rinjayar wadansu zuwa ga barin bin Musulunci.

Yadda wannan ya shafi wadanda ba Musulmi ba

Kiyayyar da *shari'ar* Musulunci ta ke da ita zuwa ga wadanda ba Musulmi ba ta samo asali ne daga yadda Muhammadu ya dauki da kuma irin martanin da ya mayas akan wadanda suka ki amincewa da shi.

Da farko dai, Muhammadu ya kafa dukan gaban sa a kan mutanen da suke yan kabilar su, wato arnan Larabawa. Za mu iya ganin yadda Muhammadu yayi ta yi da arnan Larabawa: an yi amfani da irin laifuffukan da suka yi ta jibgawa a kansu yayinda suke yi musu *shari'a* domin ya nuna cewa rashin yarda da Muhammadu da kuma kin karbar Musulunci *fitna* ne. Za kuma mu iya ganin irin wannan halin a cikin yadda Muhammadu yayi da Mutanen Littafi (Masu Littafi). Domin sun ki su karbi Musulunci an lakama musu sunan masu laifi da kuma wadanda suka cancanci a yi mulki a bisan su a kuma mayas da su kaskantattun mutane.

Tun kafin Musulunci ya ci Makka da yaki, Muhammadu ya sami wahayi cewa yana aiki hajji a Makka. A lokacin, wannan wani abu ne wanda ba zai taba yiwuwa ba domin Musulmi suna cikin yaki da mutanen Makka. Bayan wannan wahayin, Muhammadu ya kulla wata yarjejeniyar wadda ake kira yarjejeniyar Hudaybiyyah, wadda ta ba shi damar gudanar da aikin hajji. Kamata yayi wannan yarjejeniyar ta zama ta shekara goma, kana kuma daya daga cikin abin da yarjejeniyar ta kunsa shine Muhammadu zai mayas wa mutanen Makka dukan wani mutumin da ya gudu zuwa wurinsa ba tare da izinin mai gidansa ba. Wannan ya kunshi bayi da kuma mata.

Wannan yarjejeniyar ta kuma ba mutane daga kowane bangare damar kulla kawance da juna.

Muhammadu bai kiyaye nashi bangare na wannan yarjejeniyar ba; yayin da mutane suke zuwa daga Makka domin su karbi matansu ko kuma bayinsu, sai Muhammadu ya ki ya bayas da wadannan mutanen ga iyayen gidansu, yana cewa Allah bai yarda da yin haka ba. Wannan ya fara faruwa da wata mata ne mai suna Umm Kulthum, wanda yayyenta maza suka zo domin su mayas da ita gida amma Muhammadu ya ki, dalili kuwa shine, kamar yadda Ibn Ishaq ya rubuta, "Allah ya hana wannan" (za kuma ka iya duba Sura 60:10).

Sura 60 ta umurci Musulmi da kada su dauki wadanda ba Musulmi ba a matsayin abokan su. Wannan surar ta ci gaba da cewa tun da ainihin abin da wadanda ba Musulmi ba suke marmari shine su ga cewa Musulmi sun rabu da Musulunci, idan wani Musulmi ya kaunaci wani mutumin Makka a asirce, to ya yi ridda. Dukan abin da Sura 60 ke dauke da shi, ya sabawa yarjejeniyar nan ta Hudaybiyya wadda ke cewa, "Ba zamu nunawa juna gaba ba, babu kuma wata magabtaka ko mugun nufi na asirce a tsakanin mu." Sai dai kuma, daga baya, lokacin da Musulmi suka abka wa Makka suka kuma ci ta da yaki, sun ce wannan yayi daidai domin kabilar Quraysh ne suka karya yarjejeniyar.

Bayan wannan ne Allah ya furta cewa ba za a sake kulla wata yarjejeniya da matsafa ba – "Allah yana gaba da masu bautar gumaka" da kuma "ku kashe dukan masu bautar gumakan a duk inda kuka same su" (Sura 9:3, 5).

Jerin wadannan abubuwan da suka faru suna nuna wani abu wanda daga baya ya zama wani kafaffen ra'ayi na Musulunci wanda yake nuna cewa, wadanda ba Musulmi ba suna da dabi'ar karya alkawali (Sura 9:7-8). Haka kuma, karkashin umurni daga wurin Allah, Muhammadu ya jaddada ikon da yake da shi na karya dukan wata yarjejeniyar da aka kulla da wadanda ba Musulmi ba. idan Muhammadu ya ki kiyaye wata yarjejeniya da cewar yana yin biyayya ne da wani iko, ba za a dauki wannan a matsayin rashin adalci ba.

Faruwar irin wadannan abubuwan ya nuna cewa Muhammadu ya rufe dukan wata kofa ta yin dangantaka mai kyau da wadanda ba Musulmi ba ta wurin kasafa su a cikin jerin wadanda zasu rudi Musulmi su kuma raba su da bangaskiyar su (wato, wadanda zasu yi *fitna).* Wanan kuma zai ci gaba muddin sun ki su rungumi Musulunci.

⁂

A cikin sassa na gaba, zamu dubi yadda Muhammadu ya karkata gabarsa da kuma kai farmakinsa zuwa kan Yahuwadan dake a yankin Larabawa, wani abu wanda ya haifas da mummunan sakamako. Cudanyar da Muhammadu yayi da Yahudawan dake zama a kasashen Larabawa shine ya zama tushen matakin da Muhammadu ya dauka game da wadanda ba Musulmi ba, wanda kuma ya hada da yarjejeniya ta *dhimma* wadda ta shafe Mutanen Littafi, wanda zamu duba a wani darasi na gaba.

Yadda Muhammadu ya dauki Yahudawa da farko

Marmarin da Muhammadu yake da shi ga Yahudawa shine na ikirarin da yake yi cewa shi daya ne daga cikin jerin annabawa wanda da yawa daga cikinsu annabawan Yahudawa ne. idan ka binciki karshen zamansa a Makka da kuma farkon zamansa a Madina, zaka ga yadda aka yi ta ambatar Yahudawa, yawancin lokaci akan ambace su da sunan Mutanen Littafi ko kuma mutane masu littafi. A wannan lokacin, Alkur'ani yayi kokari ya nuna cewa duk da cewar wadansu daga cikin Yahudawa sun bada gaskiya wadansu kuma ba su bada gaskiya gare shi, sakon Muhammadu ya zo ne a matsayin albarka a gare su (Sura 98:1-8)

Muhammadu ya kuma yi karo da wadansu Krista, kuma da alama cewa wannan saduwar ta zama abin karfafawa. Dan uwan Khadija mai suna Waraqa ya nuna cewa Muhammadu annabi ne. Akwai kuma wani labari wanda yake nuna cewa a cikin tafiye tafiyensa, Muhammadu ya sadu da wani mutum mai suna Bahira wanda yake mai ibada, wanda shi ma ya shaida cewa Muhammadu annabi ne. Kila Muhammadu yana sa rai cewa Yahudawa zasu dauke shi a matsayin "wata bayyananniyar alama" daga Allah (Sura 98) su kuma karbi sakonsa da zuciya daya. Hakika, Muhamadu ya fadi cewa abin da yake koyaswa daya yake da abinda addinin Yahudawa yak e koyaswa, wannan kuma ya hada da yin addu'a da kuma bada *zakka*[7] (Sura 98:5). Har ma ya kai ga umurtar mabiyansa da su yi addu'a suna duban *al-*

---

7. Daya daga cikin shika-shikan Musulunci. *Zakka* wani haraji ne na addini wanda ake biya shekara-shekara

123

sham Syria, wanda idan aka fasara shi, yana nufin fuskantar Urushalima, suna kwaikwayon al'adar Yahudawa.

Tarihi ya nuna cewa a lokacin da Muhammadu ya iso Madina, ya kafa wata yarjejeniya tsakanin Musulmi da kuma Yahudawa. Wannan yarjejeniyar ta yarda da addinin Yahudawa – "Yahudawa suna da addinin su, Musulmi kuma suna da na su" – ya kuma umurci Yahudawa da su yarda da Muhammadu.

Adawa a Madina

Muhammadu ya fara gabatas da sakonsa zuwa ga Yahudawan dake zaune a Madina sai dai, yayi karo da turjiya wadda bai yi tsammani zai samu ba. Wadansu koyaswa na Musulunci sun danganta wannan da kishi. Wadansu daga cikin wahayoyin Muhammadu sun hada da ambaton wadansu wurare na Littafi Mai Tsarki, kuma ba shakka malaman addini sun nuna rashin yardar su da wadannan domin sun nuna akwai sabani tsakanin ayoyin Littafi Mai Tsarkin da Muhammadu yake ambata da kuma yadda yake fasara su.

Wadannan tambayoyin sun zamar wa annabin Musulunci abin tashin hankali, kuma lokaci lokaci akan aiko masa da wadansu sassa na Alkur'ani wadanda suke koya masa irin martanin da ya kamata ya mayas musu. A duk lokacin da Muhammadu yayi karo da irin wadannan tambayoyin, ya kan yi kokari ya juya su su zama wata dama ta tabbatas da kansa ta wurin fitar da wata aya daga cikin Alkur'ani.

Daya daga cikin hanyoyi mafiya sauki wadanda Muhammadu ya rika bi shine na kokarin nuna cewa Yahudawa mayaudara ne wadanda suke yin amfani da ayoyin da yayi daidai da ra'ayin su kawai yayinda suke yin watsi da wadanda ba su yi daidai da niyyar su ba (Sura 36:76; Sura 2:77). Wata amsa kuma daga wurin Allah ita ce cewar Yahudawa sun gurbatas da Littafin su da gangan (Sura 2:75).

Koyaswar Musulunci ta juya ta kuma dauki tattaunawar da malaman Yahudawa suka yi da Muhammadu a matsayin tattaunawa mai ma'ana domin neman amsashin abubawan da Muhammadu yake fada ba, sai dai, sun dauke su a matsayin *fitna*, wani yunkuri na lalata Musulunci da kuma rushe bangaskiyar Musulmi.

Koyaswa ta gaba ga wadanda ba su gaskanta ba

Tattaunawa mara dadin da Muhammadu yayi tare da Yahudawa ya kara sa gabar da Muhammadu yake da ita a garesu ta kara tsanani. Yayin da a baya wadansu ayoyi na Alkur'ani suna cewa akwai wadansu Yahudawa masu bada gaskiya, daga baya Alkur'ani ya furta cewa dukan jinsin Yahudawa la'antattu ne kuma yan kalilan daga cikin su ne kadai suka zama masu bada gaskiya na kwarai (Sura 4:46).

Alkur'ani yayi ikirarin cewa a da can, an mayas da wadansu Yahudawa birai da kuma aladu sabili da zunubansu (Sura 2:65; Sura 5:60; Sura 7:166). Haka kuma, Allah ya kira su masu kisan annabawa (Sura 4:155; Sura 5:70). An Ambato cewa Allah ya tsinke dangantakar sa da Yahudawa masu saba alkawali, ya kuma taurare zukatansu, sabili da haka a kowane lokaci, Musulmi zasu sami Yahudawa da cin amana (sai dai yan kadan daga cikin su) (Sura 5:13). Sabili da karya alkawalin da suka yi, an furta cewa Yahudawa sun zama masu asara wadanda suka kaucewa jagoranci na gaskiya (Sura 2:27).

A Madina ne Muhammadu ya fito da ra'ayin cewa an aiko shi ne domin ya yi wa kuskuren Yahudawa gyara (Sura 5:15). Ruyoyi na farko da Muhammadu ya samu a Madina suna nuna cewa addinin Yahudawa addini ne na gaskiya (sura 2:62). Sai dai kuma daga baya Sura 3:85 ta soke wannan ayar. Muhammadu ya karasa da cewa zuwansa ya soke addinin Yahudawa, da cewar addinin Musuluncin da ya kawo shine addini na karshe, kana kuma Alkur'ani shine ne wahayi na karshe. Dukan wadanda suka ki karbar wannan sakon za su zama masu hasara (Sura 3:85). Ba za a kara yarda Yahudawa – ko kuma Krista – su ci gaba da bin tsohon addinin su ba: ya zama dole su yarda da Muhammadu su ma, su kuma zama Musulmi.

A cikin Alkur'ani ne Muhammadu ya kaddamas da hare haren tauhidi a kan addinin Yahudawa. Wannan ya fito ne daga fushin da Muhammadu yayi da Yahudawa domin sun ki karbar sakon sa. Wannan ma wata hanya ce da Muhamadu yayi amfani da ita domin ya tabbatas da kansa kamar yadda yayi da arnan Makka. Daga nan sai Muhammadu ya ci gaba wajen kaddamar da kai farmaki a bisan su.

Rashin yarda ya juya ya zama tashin hankali

A Madina ne Muhammadu ya fara yakin barazana wanda kuma ya kai ga neman kawas da dukan Yahudawa. Lokacin da ya sami nasara a bisa arna lokacin yakin Badar, Muhammadu ya sami wani karfin hali na kai wa kabilar Yahudawan Qaynuq ziyara yana yi musu barazanar ramako daga wurin Allah. daga nan sai ya nemo wata hujja wadda yayi amfani da ita wajen kai wa Yahudawan Qaynuqa hari, ya kuma kore su daga Madina.

Daga nan sai Muhammadu ya shiga jeren hare hare da kuma kisan Yahudawa, a nan ne kuma ya ba mabiyansa umurnin cewa "Ku kashe dukan Bayahuden da ya fado a hannun ku." Ga Yahudawan kuma, yayi musu shelar *aslim taslam* 'ku karbi Musulunci ku sami zaman lafiya.'

Wani babban canji ya samu a cikin fahimtar da Muhammadu yake da ita game da yancin da suke da shi a kan mallakarsu da kuma rayukansu inda wannan yancin ya kasance na wadanda suka karbi Musulunci suka kuma darajanta Musulmi ne kadai. Idan haka bata samu ba, to duk abin da mutum yayi, ya zama *fitna*, ya kuma zama wata hujja na yin yaki da wannan mutumin.

Aikin Muhammadu na wahalar da Yahudawan Madina bai cika ba tukuna. Daga nan ya karkata zuwa ga mutanen Banu Nadir. Ya zargi dukan kabilar Nadir da cewa sun saba alkawali sabili da haka, aka kai musu hari. Bayan yawan kai musu farmaki, su ma ya kore su daga Madina, suka gudu suka bar kaddarorin su suka zama wata ganima ga Musulmi.

Bayan wannan, Muhammadu ya abka wa kabilar Yahudawan da ta rage wadanda ake kira Banu Qurayza. Ya ce yayi wannan ne domin yin biyayya da umurnin da mala'ika Jibra'ilu ya bayas. Bayan Yahudawan sun mika kan su ba tare da wani sharadi ba, Musulmi suka fille wa dukan mazajen Yahudan nan kai a tsakiyar kasuwar Madina – labarai dabam dabam suna nuna cewa yawan mazajen da aka kashe a wurin ya kai tsakanin 600 zuwa 900 – daga nan aka raba mata da yayan Yahudawan ga Musulmi a matsayin ganima (su je su zama bayi).

Muhammadu bai gama da Yahudawan dake zaune a kasashen Larabawa ba. bayan ya gama da Yahudawa wadanda suke a Madina, ya kai wa Yahudawan da suke a Khaybar hari. Hare haren Khaybar sun fara ne da zabi guda biyu wadanda aka ba Yahudawa: Ku tuba ku karbi Musulunci ko kuma a kashe ku. Sai dai kuma, bayan Musulmi sun ci Yahudawan Khaybar da yaki, an kulla yarjejeniya akan zabi na uku: mika kai bisa ga sharadi. Ta haka ne Yahudawan Khaybar suka zama *dhimmis* na farko (dubi darasi na 6).

Wannn shine ya kawo mu karshen tattaunawa akan yadda Muhammadu yayi cudanya da Yahudawa.

Wani abu mai muhimmaci kuma shine gane cewa tun da Alkur'ani ya dauki Krista da kuma Yahudawa daidai a matsayin mutanen da ya jera a gefe guda yana kiran su 'mutane masu littafi', abin da Muhammadu yayi wa Yahudawa a cikin Alkur'ani da kuma a cikin salon rayuwar sa shine ya zama gurbin yadda za a yi wa ko kuma za a yi da Krista a cikin shekarun da suka biyo baya.

※

Hanyoyi ukun da Muhammadu ya tafiyar da rashin yardar da aka nuna masa

Daga cikin labarin manzancin Muhammadu, mun ga yadda ya fuskanci rashin yarda daga kafofi dabam dabam: daga cikin danginsa, daga wurin al'ummar sa ta Makka, da kuma ta hannun Yahudawan dake a Madina.

Mun kuma ga irin martani da Muhammadu ya rika mayaswa sakamakon wannan rashin amincewar. Da farko dai, Muhammadu ya nuna rashin yarda da kansa wanda har ya kai shi ga tunanin kashe kansa, ya ji tsoron cewa kila aljannu sun kama shi, da kuma damuwa.

Haka kuma, akwai martanin da ya mayas ta wurin tabbatas da kansa, wani abu wanda ya faru na kamar yana so ne ya karyata tsoron kada a ki shi.[8] Wadannan hanyoyin sun hada da cewar wai Allah zai hallaka masu gaba da shi da wutar jahanna, yin abubuwa domin ya rufe wadansu abubuwan ban kunya da yayi – wannan ya hada da ikirarin da yayi na cewa ai Shaidan ya taba batas da kowane annabi, kana kuma ayoyin da Allah ya aiko sun shaida cewa wadanda suka yi biyayya da ruyoyin Muhammadu sune zasu zama masu nasara a wannan duniya da kuma duniya ta gaba.

Daga karshe kuma, mun ga yadda Muhammadu ya mayas da martani ta wurin kai farmaki domin ya mallake jama'a. Wannan shine ya

---

8. Domin tattaunawa game da rashin yarda da kuma mayas da martani game da wanna, dubi Littafin **Noel and Phyl Gibson** mai suna *Evicting Demonic Squatters and Breaking Bondages*

haifas da koyaswar *jihadi* domin kawas da *fitna* ta wurin yin yaki da kuma yin nasara a bisan wadanda ba Musulmi ba.

Martanin da Muhammadu ya mayas sun hada da rashin yarda da kansa, daga nan ya haura zuwa wajen kokarin tabbatas da kansa cewa shi annabi ne, daga karshe kuma ya kai ga kai farmaki da kuma zalunci. Muhammadu 'maraya' ya juya ya zama Muhammadu mai mayas da yara 'marayu.' Wanda bai yarda da kansa ba har yana tunanin kisan kai domin yana jin tsoron cewa kada dai aljanu ne suke damunsa, ya zama mai kin mutane wanda kuma ya ke tilastawa mutane dole su bi koyaswar sa ta wurin yaki da su da kuma tozarta musu har sai sun musunci bangaskiyar su.

A cikin tunanin Muhammadu, yin nasara da kuma wulakanta wadanda ba su gaskanta da shi ba zai "warkas" da mabiyansa ya kuma kashe fushin su. Alkur'ani ya bayyana wannan warkaswar "salamar Musulunci" wadda aka sama ta wurin yin nasara a yaki kamar haka:

> Ku yake su, Allah ya yi musu azaba da hannayenku, kuma ya kunyatar da su, kuma ya taimake ku, kuma ya warkar da kirazan mutane muminai. Kuma ya tafi da fushin zukatansu, kuma ya karbi tuba a kan wanda ya so. Kuma Allah ne masani, mai hikima (Sura 9:14-15)

Da farko, Muhammadu da mabiyansa sun fuskanci tsanani a hannun arnan Makka. Sai dai kuma, a lokacin da ya karbi mulki a Madina, Muhammadu ya fara daukar kowane abu, har ma da kin amincewa da manzancinsa a matsayin tsanantawa Musulmi, kuma ya bada izinin a kashe marasa bangaskiya da masu ba'a – ko matsafa ne ko Yahudawa ko kuma Krista – domin a rufe bakin su a kuma tilasta su su tuba. Muhammadu ya kafa wani ra'ayi da kuma karfin soja na kawas da kowace irin rashin yarda da shi, rashin yarda da addininsa da kuma rashin yarda da al'ummar sa. Daga baya yayi ta cewa ai nasarar da ya samu a cikin yake yaken sa wani tabbaci ne na zamansa annabi

A lokacin da dukan wannan yake faruwa, ikon Muhammadu a bisan mabiyansa, Musulmi, yana ta kara karuwa. Bayan kuma da farko lokacin da yana a Makka, Alkur'ani ya furta cewa Muhammadu ba wani abu bane sai dai "mai yin kashedi." Bayan ya kaura zuwa Madina, ya zama mai ba wadanda suka yi na'am da shi oda, yana kayyade yadda zasu yi rayuwarsu abin da har ya kai inda Alkur'ani yake cewa muddin "Allah da manzonsa" sun yanke shawara, babu wani abu wanda ya ragewa masu bada gaskiya su yi sai dai su yi biyayya ba tare da yin wata tambaya ba (Sura 33:36), kuma hanyar yin biyayyar shine yin biyayya da manzon (Sura 4:80)

Ikon sarrafawar da Muhammadu ya gabatar a zamanin zaman su a Madina ya ci gaba da haifar da damuwa ga Musulmi da yawa ta hanyar *shari'a* har a yau. Misali guda shine dokar *shari'a*, wadda Muhammad ya gabatar cewa idan mutum ya saki matarsa da cewa, "Na sake ki" sau uku amma bayan haka ma'auratan suka so su sake dawo da auren su, sai matar ta fara yin aure da wani mutum ta kuma, yi jima'i da shi, mutumin (miji na biyun) ya sake ta kafin ta sake auren mijinta na farko. Wannan doka ta haifar da bakin ciki da yawa ga matan Musulmi.

Alkur'ani ci gaban da nuna mana aikin annabcin Muhammadu: littafin Muhammadu na sa ne na kansa, kuma bai shafi kowa ba sai shi, wani rubutaccen labari ne na yadda gaba da kai farmaki sakamakon kin amincewa da shi da aka yi yayi ta girma, haka kuma marmarin sa na yin iko a bisan rayuwar sauran mutane. Halaye kamar su hana su magana, tsarguwa da godiya wadanda aka zo aka kakaba wa wadanda ba Musulmi ba, sun fito ne daga martanin da Muhammadu yake mayas wa ga kin amincewa da shin da aka yi, in da ya tilasta musu faduwa da kuma kiyayya ga dukan wanda ya ki ya furta cewa "Na yarda cewa Allah daya ne kuma Muhammadu manzon Allah ne."

Wannan shine ya kawo mu karshen duban rayuwar Muhammadu da kuma yadda ya fuskanci rashin yardar da aka yi masa, da wadda aka nuna masa da kuma kiyayyar da ya dora a bisan wadansu. Hade kuma da yadda yayi ta kokarin tabbatas da kansa da kuma kokarin murkushe abokan gabansa.

Misali "mafi kyau"

A wannan darasin, mun yi ta koyon wadansu muhimman abubuwa game da halayen Muhammadu. Koda yake a Musulunci ana dauka cewa shine gurbi mafi kyau da mutane zasu yi koyi da shi, mun ga cewa kiyayya ta taba shi kuma ta yi masa mugun rauni. Irin martanin da ya mayas sun hada da kin kansa, kokarin tabbatar da kansa, yin iko da kuma kai hare hare. Wadannan martanin da yayi ta mayaswa saboda kiyayya sun zama da cutaswa a gare shi sun kuma ci gaba da zama da cutaswa ga mutane da yawa har ya zuwa yau.

129

Tarihin Muhammadu shi da kansa yana da muhimmacni domin matsalolin da suka shafi rayuwarsa sun zama matsalolin da suka shafi duniya gaba daya ta wurin *sharia* da kuma yadda *sharia* take tafiyas da abubuwa. Ta haka, kowane Musulmi yana daure, dauri na ruhaniya, da hali da kuma gurbin da Muhammadu ya bari. Wannan daurin yana tabbata ta wurin al'adar nan ta furta *kalmar shahada*, tana kuma samun karfafawa ta wurin al'adun da suka shafi furta *kalmar shahadar*. Kalma ta farko da jaririn Musulmi yake ji bayan an haife shi shine shaidar *kalmar shahada* wadda ake radawa a cikin kunnensa

Shahadar tana shaida cewa Muhammadu manzon Allah ne, ya kuma tabbatas da cewa Alkur'ani maganar Allah ne wanda aka aiko wa Muhammadu a matsayinsa na manzon Allah. Furta *kalmar shahada* daidai yake da amincewa da abin da Alkur'ani yake fada game da Muhammadu, wannan kuma ya hada har da cewar hakin ka ne ka yi bi gurbin sa, yarda da barazana da kuma tsinewar da Muhammadu ya ambata a kan dukan wadanda suka ki binsa, da kuma cewa ya zama hakin ka ka yi jayayya da kuma fada gaba da wadanda suka ki sakon sa, suka kuma ki su yi biyayya da shi.

Ma'ana, *shahada* wani furci ne zuwa ga duniyar ruhohi – zuwa ga ikoki da mulkoki na wannan duniya mai duhu (Afisawa 6:12) – cewa mai bada gaskiya yana daure da wani alkawali na cewa zai yi tafiya bisa ga gurbin da Muhammadu ya bari. Yanzu Ruhuna yana daure a jikin Muhammadu (dubi darasi na 7). Wannan ya na kafa wata dangantaka mai karfi ta ruhu tare da Muhammadu. Wannan dauri na alkawalin yana ba mulkoki d aikoki yancin dorawa wanda ya gaskanata da Musulunci irin hali da kuma matsaloli na ruhu wadanda Muhammadu ya fuskanta, wadanda kuma suke shinfide, aka kuma karfafa su ta wurin *shari'ar* Musulunci, wadda take tafiya a cikin al'adun al'ummar Musulmi.

Muna ta duban kadan daga cikin miyagun abubuwan da *sunnar* Muhammadu ta kunsa wadanda kuma ake maimaitawa a yau a cikin rayuwar Musulmi da yawa sabili da rinjayen da *shahada* da kuma *sharia* suke da su a cikin su. Ga jerin wadansu daga cikin miyagun halaye wadanda suka fito daga abin da aka koya daga koyaswar Muhammadu:

- Tashin hankali da kuma yaki

- Kisan kai

- Bauta
- Ramako
- Gaba
- Gaba da mata
- Gaba a Yahudawa
- Cin mutunci
- Kunya da kunyatas da wadansu
- Tsorataswa
- Rudi
- Daukar laifi
- Jin cewa an yi maka laifi
- Karfafa kai
- Jin cewa ka fi saura
- Yi wa Allah karya
- Danniya ga wadansu
- Fyade

Yayinda Musulmi suke furta *kalmar shahada*, abin da suke yi shine suna amincewa da abin da Alkur'ani da kuma *Sunna* suka fada game da Almasihu da kuma Littafi Mai Tsarki. Wadannan sun hada da:

- Musun cewa Yesu ya mutu a bisan giciye
- Gaba da giciye
- Musun cewa Yesu Dan Allah ne (da kuma la'anta wadanda suka gaskanta da wannan)
- Zargin cewa Yahudawa da kuma Krista sun gurbata littattafan su
- Zargin cewa Yesu zai dawo domin ya lalata addinin Krista ya kuma tilastawa dukan duniya ta karbi *shari'ar* da Muhammadu ya kawo

Wadannan halayen nawaya ce ta gaske. Daya daga kalubalan da wadanda suka bar Musulunci suka karbi Yesu Almasihu suke fuskanta shine muddin ba a magance wadannan halayen ba, halayen nan zasu ci gaba da zama dutsen tuntube ga wadannan mutanen. Wannan yana daya daga cikin dalilan da ya sa idan Musulmi ya tuba ya karbi Yesu, zai yi fama da wahaloli a cikin tafiyarsa tare da Almasihu.

Idan har ba a kawas da matsayin Muhammadu na manzanci ba, to wadannan la'anoni da kuma barazana da Alkur'ani da kuma Muhammadu suke yi da mutuwar Yesu da kuma Allahntakarsa za su iya zama dutsen tuntube na ruhaniya, za su iya sa mutum yayi ta fama a cikin tsoro, za su kuma iya haifas da rashin karfi ka kuma rashin gabagadi a cikin bin Yesu. Wannan zai iya yiwa girman mutum a cikin Almasihu lahani kwarai

Sabili da haka, idan mutum ya fita daga Musulunci, ana bada shawara cewa ya furta tsinke dangantakarsa da kuma yin watsi da kowane gurbi da koyaswa ta Muhammadu hade da koyaswa ta Alkur'ani da kuma la'anar da *kalmar shahada* take kawowa. Zamu koyi yadda za ayi hakan a cikin darasi na gaba yayin da muke duban rayuwar Yesu Almasihu da kuma giciyensa hade da muhimman mabudan da ke yantas da mutum daga bin gurbin Muhammadu.

Jagoran bincike

Darasi na 4

Muhimman kalmomi

Ayoyin Shaidan
Sokewa
Aljanni
Qarin
Kaura
Fitna

Yarjejeniya ta Hudaybyyah
Zakka
Aslim Taslam
Khaybar
Dhimmi
Mutanen littafi

Mayas da martani ga kiyayya: kin kai, tabbatas da kai, fada

Sabobbin sunaye

- Quraysh, kabilar Muhammadu a Makka
- Abdullah bin Abd al-Muttalib: Balaraben da ya haifi Muhammadu (ya mutu a 570 AD)
- Abu Talib: kawun Muhammadu da kuma jagoransa (yamutu 620 AD)
- Abu Lahab: Kawu da kuma abokin hamayyar Muhammadu (ya mutu 624 AD)
- Khadija: Matar Muhammadu ta Makka (ta mutu 620 AD)
- Ibn Kathir: Mai ilimi da kuma masanin tarihin Syria (1301-1373 AD)
- Ibn Ishaq: Mutumin Syria mai bada tarihin Musuluncin Muhammad (704-768AD). Ibn Hisham ne ya tattara ya kuma rubuta labarum rayuwar Muhammadun da Ibn Ishaq ya bayas (c 833 AD)
- Jibra'ilu: Wani mala'ika wanda aka ce rika kawo wa Muhammadu sakonni
- Waraqa: Dan'uwan Khadija matar Muhammadu ta farko wanda yake Krista

133

- Ali bin Abu Talib: Kanen Muhammadu wanda Abu Talib ya Haifa, wanda kuma shine ya zaman a biyu wajen karbar Musulunci (601-661 AD)
- Al Tabari: Wani shahararren mai bada tarihin Musulunci da kuma yin sharhi akan Alkur'ani (839-923 AD)
- Al Latat, al Uzza, da Manat: allolin Makka, yaya mata uku na Allah
- Yayan Hashim: zuriyar kakan Muhammadu mai suna Hashim
- Yarib: Wani suna da da Madina take da shi
- Yan Ansar "Mataimaka": Mutanen Madinan da suka bi Muhammadu
- Dr Wafa Sultan: Ba-amerikan Syria likitan mahaukata da kuma mai sukar Musulunci (an haife shi a 1958 AD)
- Ahmad bin Muhammad: Shaihin malamin siyasar addini, mutumin Algeria
- Uqba: Larabawan Makka masu gaba da Muhammadu
- Bahira: Malamin Krista wanda Muhammadu ya ci karo da shi a cikin tafiye tafiyensa
- Banu Quynuqa, Banu Nadir da Banu Qurayza: Kabilun Yahudawan Madina.

Ayoyin Littafi Mai Tsarkin da suke a cikin wannan darasin

Afisawa 6:12

Ayoyin Alkur'anin da suke cikin wannan darasin

Sura 111	Sura 46:29-32	Sura 36:76	Sura 2:27
Sura 93	Sura 71:1-15	Sura 2:77	Sura 5:15
Sura 109:6	Sura 83:29-36	Sura 2:75	Sura 2:62
Sura 53	Sura 2:190-193	Sura 4:46	Sura 3:85
Sura 22:52	Sura 2:217	Sura 2:65	Sura 9:14-15
Sura 53:1-3	Sura 8:39	Sura 5:60	Sura 33:36
Sura 68:1-4	Sura 2:193	Sura 7:166	Sura 4:80
Sura 20:64, 69	Sura 60:10	Sura 4:155	Sura 5:13
Sura 26:40-44	Sura 9:3-5, 7-8	Sura 5:70	
Sura 10:95	Sura 98:1-8		

Tambayoyin darasi na 4

- A Tattauna kan labarin da aka bude darasin da shi

🔆

Tasowa a cikin iyali

1. Wadanne abubuwa masu zafi guda uku ne suka faru da Muhammadu tun yana dan karami?

2. Da menene aka san kawun Muhammadu mai suna **Abu Lahab**?

3. Wane Muhimman abubuwa guda shida ne ne suka shafi auren Muhammadu da **Khadijah**?

4. Wadanne wahaloli Muhammadu da **Khadijah** suka fuskanta game da haihuwa?

5. Wadanne mutane biyu ne suka nuna kulawa sosai da Muhammadu?

An kafa Sabon addini (Makka)

6. Shekarun Muhammadu nawa a lokacin da ya fara samun ziyara daga 'mala'ika' **Jibra'ilu**, kuma wane martani ya mayas?

7. A lokacin da **Waraqa** ya ji labarin ziyarar da ake kawo wa Muhammadu, wace shaida ya bayas?

8. Menene Muhammadu yayi ta jin tsoronsa, wanda Allah yayi ta tabbatas masa cewa ba haka yake ba?

9. Su wanene suka fara bada gaskiya ga Musulunci?

Kabilar Muhammadu

10. Menene ya sa aka ki yar karamar kabilar su Muhammadu?

11. Wace Muhimmiyar rawa kawun Muhammadu mai suna **Abu Talib** ya taka duk da cewa shi ba Musulmi ba ne?

12. Menene ya zama sabon tsari na kabilar **Quraysh** a Makka game da Muhammadu da kuma al'ummar sa?

13. Wace kasa ta Krista ce Muhammadu da iyalansa suka gudu zuwa kuma maza nawa ne suka gudu da iyalansu zuwa wannan kasar?

Shakkar kai da kuma tabbatas da kai

14. Wane yarjejeniya aka so a yi da Muhammadu wanda Sura 109:6 ta yi magana akai?

15. Wane rangwame Muhammadu yayi wanda ya sa mutanen suka yi farin ciki wanda daga baya ya soke, wanda kuma a yanzu ake kira **ayoyin Shaidan**?

16. Wadanne hujjoji Sura 22:52 ta bayas game da sokewar da Muhammadu yayi?

17. Wadanne cika baki Muhamadu yayi ta yi domin ya nuna fifikon da yake da shi?

18. Wace sabuwar ma'ana Muhammadu ya ba "nasara" a karshen zamansa a Makka?

Karin kiyayya da kuma sababbin abokai

19. Wadanne manyan matsaloli ne suke jiran Muhammadu kana kuma a ina ya sami sabobbin masu yi masa kariya?

20. A lokacin da Muhammadu yake dawowa daga Ta'if, su wanene suka zama Musulmi a lokacin da suka ji shi yana yin addu'a?

21. Wadanne dalilai guda biyu Durie ya bayas game abin da ya sa Musulmi da yawa suka bude kansu ga ma'amala da duniyar ruhohi?

22. Wane alkawali ne yan kabilar **Ansar** daga Madina suka yi wa Muhammadu?

23. Wace nasara Muhammadu ya samu a cikin shekararsa ta farko a Madina wadda kuma ya kasa samu a Makka?

Shin da gaske ne Muhammadu yayi zaman salama a Makka?

24. Wadanne munanan sanarwai ake samu a cikin surorin da aka saukar a Makka?

25. A bisa ga fadar **Ibn Ishaq**, menene Muhammadu yayi alkawali cewa zai faru da yan kabilar **Quraysh** dake a Makka?

☙

Daga tsanani zuwa kisa

26. Menene Muhammadu ya zargi yan kabilar **Quraysh** da yi gaba da shi wanda ya sa suka cancanci yayi fada da su?

27. A cewar Muhammadu, menene yafi kisan mutane muni ko
kuma yafi kazamtar da wata mai tsarki muni?

28. Menene ya sa **Jihadi** ya zama abin da ya
kamata a yi?

29. A fadar masanin Musuluncin nan na Syria
mai suna **Ibn Kathir**, menene ya cancanci a
yi maka idan ka yi 'ridda'?

Mune ake cutaswa

30. Menene ya sa Musulmi suke gani kamar cucin da aka yi musu ya
fi kisan da suke yi wa abokan gaban su muni?

31. A kan menene prof **Ahmad bin Muhammad**
ya kafa dalilin cewa sune aka fi cuta a lokacin
da yake yin mahawara da **Dr Wafa Sultan**?

Azabtaswa

32. Menene yadda Muhammadu yayi wa **Uqba** da
kuma halayarsa suke nunawa?

33. Menene sunayen da Muhammadu ya jere na wadanda za a kashe
daga cikin mutanen da aka kama a Makka yake nunawa?

Yadda abin ya shafi wadanda ba Musulmi ba

34. Menene yake jiran **Mutanen Littafi** idan suka ki komawa
Musulunci?

35. A fadar Durie, menene ya maimaiye rayuwar Muhammadu?

36. Menene ya sa Muhammadu ya ji cewa yana iya ketare **yarjejeniyar Hudaybiyyah**?

37. Wane umurni Sura 9:3-5 ta Alkur'ani take ba Musulmi cewa su yi da masu bautar gumaka?

Yadda Muhammadu ya dauki Yahudawa da farko

38. Wadanne irin maganganu Surorin farko na Makka suka yi game da Yahudawa?

39. Menene yake nuna cewa da farko Muhammadu ya sa zuciyar Yahudawa za su karbi sakonsa?

Adawa a Madina

40. Menene ya sa ya zamar wa Muhammadu dole yayi ta dogaro ga sabobbin ruyoyi a lokacin da yake muhawara da malaman Yahudawan da ke a Madina?

41. Ta wadanne hanyoyi biyu Muhammadu ya mayas da martani a kan *fitinar* Yahudawa?

Koyaswar gaba da wadanda basu yi na'am ba

42. Durie ya bayyana sabon sakon gaba da Yahudawan da Muhammadu ya fito da shi: a wane matsayi ne Alkur'ani ya dora Yahudawa?

   1) Sura 4:46...

   2) Sura 7:166...

   3) Sura 5:70...

   4) Sura 5:13...

   5) Sura 2:27...

43. Yanzu menene Muhammadu ya gaskanta cewa sakon sa ya share?

Kin amincewa ya koma tashin hankali

44. Menene Muhammadu yayi wa Yahudawa yan kabilar **Qaynuqa** na fari wadanda suke a Madina?

45. Menene ya sa Muhammadu yayi wa'azin *aslim taslam* (salama a cikin Musulunci) ga sauran Yahudawan da suke a Madina?

46. Menene Muhammadu yayi wa Yahudawa yan kabilar **Nadir** dake a Madina?

47. Menene Muhammadu yayi da Yahudawa yan kabilar **Qurayza** dake a Madina?

48. Menene Muhammadu yayi wa Yahudawa yan kabilar **Khaybar**?

49. A cikin Musulunci, su wanene ake kira **Mutanen Littafi**?

⁂

Martani iri uku wadanda Muhammadu ya mayas ga rashin yarda

50. Wadanne matakai guda uku ne Muhammadu ya tsara a ciki sakamakon rashin yardar da ya fuskanta ta hanyoyi dabam dabam?

51. Menene Sura 9:14-15 ta ce zai "warkas" da Muhammadu da kuma mabiyasa ya kuma kashe fushin su?

52. Menene Muhammadu yayi domin ya tsayas da kiyayyar da ake yi masa da kuma al'ummar sa?

53. Wane canjin matsayi Muhammadu ya samu bayan hijirarsa zuwa Madina?

54. Menene surorin Alkur'ani na baya baya suka nuna a matsayin hanyar yi wa Allah biyayya?

55. A kan menene aka kafa shiru, tsarguwa da kuma godiyar wadanda ba Musulmi ba?

Gurbi mafi kyau

56. Ta yaya matsalolin Muhammadu suka zama matsalolin duniya baki daya?

57. Wadanne kalmomi ne ake fara furtawa a cikin kunnuwan jaririn Musulmi?

58. Wadanne abubuwa biyu ne Musulmi suke cewa sun amincewa yayin da suke furta *kalmar shahada*?

59. A fadar Durie, wanne izini furta *kalmar shahada* yake ba ikoki na ruhaniya?

60. Idan har ka taba yin karo da Musulmi, ko ka taba lura da wani daga cikin wadannan abubuwa 18 da suka fito daga cikin koyi daga halayen Muhammadu wadanda aka jere a nan kasa? (Ka zagaye wadanda ka taba gani.)

- Tashin hankali/yaki
- Bautaswa
- Gaba
- Gaba da Yahudawa
- Kunya/kunyataswa
- Rudi
- Ganin cewa an cuce shi

- Kisan kai
- Ramako
- Gaba da mata
- Cin mutumci
- Tsorataswa
- Daukar cewa an yi masa laifi
- Son tabbatas da kai

143

- Jin cewa yafi kowa
- Wakiltar Allah a karkace
- Danniya
- Fyade
- Babu ko daya daga cikin wadannan

61. Yaya Alkur'ani da kuma *Sunna* suka dauki zama Dan Allah Almasihu?

62. Yaya Alkur'ani da *Sunna* suka dauki Littafi Mai Tarki?

63. Menene Alkur'ani da *Sunna* suka ce Yesu (Isa) zai wa Krista idan ya dawo duniya?

64. Idan muka ki yarda muka kuma yi watsi da gurbin da Muhammadu ya bari hade da la'anonin da suke dauke da su, menene kuma kuma ki amincewa da shi?

5

Yanci daga kalmar Shahada

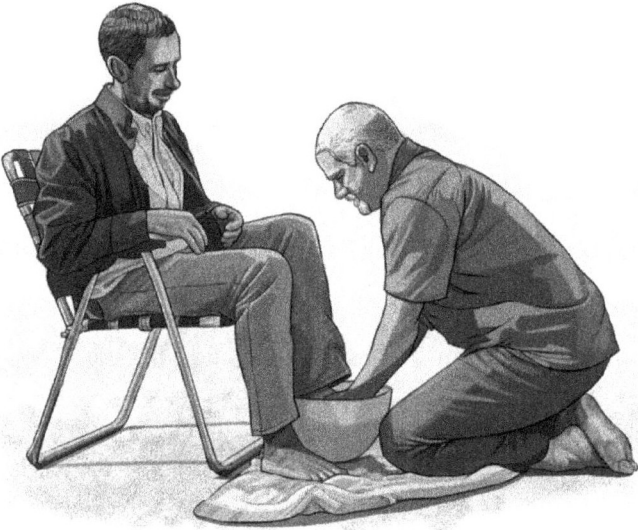

"Duk wanda yake na Almasihu sabuwar halitta ne"
2 Korantiyawa 5:17

Manufar wannan darasin

a. Kwatanta da kuma gane irin bambancin dake tsakanin Yesu da kuma Muhammadu ta yadda suka karbi kiyayya.

b. Duba yadda aka yi wa Yesu tambayoyi, aka ki shi, aka kuma wulakanta shi ta hanyoyi dabam dabam.

c. Fahimtar yadda Yesu ya rungumi kiyayya ya kuma ki yarda da tashin hankali.

d. Dubi irin muhimmanci da koyaswar Yesu game da mu kaunaci makiyan mu take.

e. Amince da cewa Yesu ya shirya almajiransa da ma dukan Krista domin tsananin da hakika zai zo.

f. Gane yadda Allah ya tafiyas da kiyayya ta mutum da kuma ta Allah a cikin Mutuwar Yesu a bisan giciye.

g. Fahimci yadda tashi da kuma hawan Yesu zuwa sama yake tabbatas da mutuwar Yesu Almasihu.

h. Gujewa muguwar gabar da Muhammadu yake yiwa giciyen Yesu Almasihu.

i. Tabbatas da mika kai ga Almasihu ta wurin fadin addu'ar bin sa.

j. Duba ayoyin Littafi Mai Tsarki wadanda suke shelar gaskiya 15 yayinda kake shiri ka yi watsi da *kalmar shahada*.

k. Rungumar yanci na ruhaniya daga kalmar shahada ta wurin furta addu'ar tsinke dangantaka.

Mu duba mu gani: Menene za ka yi?

An gayyaceka zuwa Jos, Nigeria domin halittar wani taro game da "Bangaskiya da adalci." Ka sami wadanda suka yarda su dauki nauyin ka a wannan taron kuma zaka je a matsayin mai bada taimako a sashen sadarwa na wannan taron. Tattaunawar da ake yi a wurin ta zama mai kayataswa kuma mutane suna yi da uciya daya, shugabannin wannan taron kuma suka zuga ka cewa ka zauna ka ji abin da yan kananan kungiyoyi suke tattaunawa yayin da taron yake ci gaba. Kai kuma ka yarda ka yi haka.

A cikin rana ta biyu, an ba yar karamar kungiyar da kake ciki kan maganar da zasu tattauna a akai, kan maganar kuwa ita ce, "Shin ya kamata Krista su juya kunci na uku[9]?" Muryoyi biyu a cikin kungiyar taku suna bada karfi akan rashin tashin hankali, ci gaba da hakuri da kuma gujewa tashin hankali ko daga ina ya fito. Wadansu da yawa kuma a cikin kungiyar suna cewa, "Babu abin da gudu a cikin tsoro da kuma kaucewa tashin hankali zai haifas sai dai ya karawa Musulmi karfin gwiwar yada kisan kiyashin addini a ko ina cikin fadin Nigeria." A fadar su, babu abin da Musulmi zasu darajanta sai tsayayya, daukar matakai domin kare kai da kuma bude idanun al'ummar masu bi. Krista na gaskiya suna kare gidajensu da kuma kauyukansu ba su gudu su barsu ba.

Kowane daga cikin wadanna sassan biyu suna yin amfani da ayoyin Littafi Mai Tsarki domin su karfafa abin da suke fada. Daga karshe sai suka juyo wurin ka suke maka, "Menene ra'ayin ka? Yesu ya ce, 'ka juya daya kumcin ma.' Shin ya kamata a juya har kumci na uku?"

Menene za ka ce?

A wannan sashen zamu dubi yadda Yesu ya yi da irin kiyayyar da aka yi ta nuna masa. Rayuwar Yesu, kamar yadda rayuwar Muhammadu ta kasance, cike take da labaru na kiyayya, wanda ya kai har ga giciye. Muhammaud ya mayas da martani ta wurin tsanantawa da kuma ramako: Irin martanin da Almasihu ya bayas ya sha bambam gaba

---

9. Wato, kamar a ce, ya kamata Krista yayi ta juya wani kuncin, ba sau daya ba, amma sau biyu ko fiye da hakan?

147

daya kuma wannan shine yake bada mabudin samun yanci daga Musulunci.

Farko mai wuya

Kamar yadda iyalin Muhammadu suke da nasu matsalolin, haka ma iyalin Yesu suke da nasu. Kumyar cewa an yi cikinsa ba tare da aure ba ta rataya a wuyansa a lokacin da aka haife shi (Matiyu 1:18-25). An haife shi a cikin kaskanci, a cikin dakin dabbobi (Luka 2:7). Bayan haihuwarsa, Sarki Hiridus yayi kokari ya kashe shi. Daga nan ya soma zama dan gudun hijira a Masar (Matiyu 2:13-18).

An yi wa Yesu tambayoyi

A lokacin da Yesu ya fara aikinsa, a lokacin yana da shekara wajen talatin da haihuwa, ya fuskanci tsayayya mai girma. Kamar yadda ya faru da Muhammadu, shugabannin addini na Yahudawa sun nuna rashin yarda da Yesu suka kuma daura niyyar yin tsayayya da ikon sa:

> … Sai malaman Attaura da Farisiyawa suka fara matsa masa kwarai, suna tsokanarsa ya yi maganar abubuwa da yawa, suna hakwansa su burma shi a cikin maganarsa. (Luka 11:53-54)

Abubuwan da suke tuhumarsa da shi sun hada da:

- Menene ya sa Yesu yake taimakon mutane a ranar Asabaci: an yi masa wannan tamabayar ne domin su nuna cewa Yesu yana karya doka (Markus 3:2; Matiyu 12:10)

- Wanne iko yake da shi har yake yin abubuwan da yake yi? (Markus 11:28; Matiyu 21:23; Luka 20:2)

- Ko daidai ne mutum ya saki matarsa (Markus 10:2; Matiyu 19:3).

- Ko daidai ne mutum ya biya haraji ga Kaisar? (Markus 12:15; Matiyu 22:17; Luka 20:22)

- Wace doka ce mafi girma (Matiyu 22:36)

- Almasihu Dan wanene (Matiyu 22:42)

- Wanene uban Yesu (Yahaya 8:19)

- Tashin matattu (Matiyu 22:23-28; Luka 20:27-33)

- An nemi da yayi mu'ujuzai (Markus 8:11; Matiyu 12:38; 16:1)

Banda wadandan tambayoyin, an zargi Yesu da:

- Yana da aljannu, da kuma cewar yana yin mu'ujuzai ne da ikon Shaidan (Markus 3:22; Matiyu 12:24; Yahaya 8:52; 10:20)

- Yana yawo da almajirai wadanda ba su darajanta Asabaci (Matiyu 12:2) ko kuma kiyaye al'adun tsabtacewa (Markus 7:2; Matiyu 15:1-2; Luka 11:38)

- Yana bada shaida ta karya (Yahaya 8:13)

Wadanda suke kin shi

Idan muka duba rayuwa da kuma koyaswar Yesu, za mu ga cewa ya fuskanci kiyayye daga wurin mutane da kuma kungiyoyi dabam dabam:

- Sarki Hiridus yayi kokari ya sa a kashe shi tun yana dan jariri (Matiyu 2:16)

- Mutanen kauyensa a Nazaret sun yi fushi da shi (Markus 6:3; Matiyu 13:53-58) sun kuma yi kokari su jefa shi ta goshin dutse domin su kashe shi (Luka 4:28-30)

- Mutanen da ke a cikin iyalinsu ma sun zarge shi da cewar ba shi a cikin hankalinsa (Markus 3:21)

- Da yawa daga cikin mabiyansa sun watsar da shi (Yahaya 6:66)

- Taron jama'a sun so su jejjefe shi (Yahaya 10:31)

- Shugabanni addini sun yi kulle kulle domin su kashe shi (Yahaya 11:50)

- Yahuza, daya daga cikin mutanen da suka fi kusa da shi, ya bashe shi (Markus 14:43-45; Matiyu 26:14-16; Luka 22:1-6; Yahaya 18:2-3)

- Bitrus, babban almajirinsa, yayi musun saninsa sau uku (Markus 14:66-72; Matiyu 26:69-75; Luka 22:54-62; Yahaya 18)

149

- Taron jama'a a Urushalima, garin da yan kwanaki kadan da suka wuce suka marabce shi da sowa ta murna a matsayin Almasihun su, sun nemi da a giciye shi (Markus 15:12; Luka 23:18-23' Yahaya 19:15)

- Shugabannin addini sun doke shi, sun tofa masa miyau, sun yi mishi ba'a (Markus 14:65; Matiyu 26:67-68)

- Sojojin Romawa sun yi ba'a suka kuma zage shi (Markus 15:16-20; Matiyu 27:27-31; Luka 22:63-65; 23:11)

- An gurfanas da shi a gaban mahukuntan Yahudawa da kuma na Romawa bisa zargin da babu gaskiya a ciki. Daga nan aka zartas matasa da hukumci na kisa (Markus 14:53-65; Matiyu 26:57-67; Yahaya 18:28ff)

- An giciye shi, wata hanyar aiwatas da hukumci na kisa mafi kaskantaswa wadda Romawa suke da ita, wadda kuma Yahudawa suke wa Kallon wani hukumci wanda yake dauke da la'ana daga wurin Allah (Maimaitawar Shari'a 21:23).

- An giciye shi a tsakanin barayi biyu, an yi ta yiwa Yesu ba'a yayinda yake mutuwa mai tsanani a bisan giciye (Markus 15:21-32; Matiyu 27:32-44; Luka 23:32-36; Yahaya 19:23-30)

Irin martanin da Yesu ya mayas wa masu nuna masa kiyayya

Idan muka dubi dukan irin wadannan kiyayyar, ba zamu ga wurin da Yesu ya tayas da hankali ko kuma ya nemi ya farma wani ba. Bai nemi yayi ramako ba.

Wani lokacin iyakar abin da Yesu yakan yi shine ya ki cewa masu zargin sa kome, daya daga sanannun wurin da yayi haka shine a lokacin da ake yi masa kage kafin a giciye shi (matiyu 27:14). Ikilisiya ta farko ta dauki wannan a matsayin cika annabcin da aka yi a kan Almasihu:

Aka kware shi ba tausayi, amma ya karba da tawali'u, bai ko ce uffan ba. kamar dan rago wanda ake shirin yankawa, kamar tunkiya wadda ake shirin yi wa sausaya. Bai ko ce uffan ba. (Ishaya 53:7)

Wani lokacin idan an kalubalance shi da cewar ya tabbatas da kansa, sai ya ki yayi hakan, a maimakon haka sai ya yi tambaya (misali, Matiyu 21:24; 22:15-20)

Yesu ba mai tankiya ba ne, duk kuwa da cewa akwai lokatai da yawa inda mutane suka neme shi da fada:

> Ba zai yi husuma ko magana sama sama ba, ba kuma wanda zai ji muryarsa tasa a titi. Kyauron da ya tankwasa ba zai kakkarye shi ba, fitilar da ta yi kusan mutuwa ba zai kashe ta ba, har ya sa gaskiya ta ci nasara. (Matiyu 12:19-20, aya aga Ishaya 42:11-4)

Idan mutane suka nemi su jejjefe shi da duwatsu domin su kashe shi, sai ya bar wurin ya tafi wani wuri (Luka 4:30), sai dai a lokacin da al'amuran da suka gai giciye shi suka taso. A lokacin, Yesu da kansa ya mika kansa zuwa mutuwa.

Abin lura a cikin wadannan martanin shine, a lokacin da aka jarabci Yesu ta wurin kiyayyar da ya fuskanta, Yesu yayi nasara da wadannan jarbobin, bai mika kansa ga nuna kiyayya ga kowa ba. Wasika zuwa ga Ibraniyawa ta bada irin martanin da ya mayas a takaice:

> Ga Baban Firist da muke da shi ba marar juyayin kasawarmu ba ne, a'a, shi ne wanda aka jarabce shi ta kowace hanya da aka jarabce mu, amma bai yi zunubi ba. (Ibraniyawa 4:15)

Hotunan da muke da su na Yesu a cikin Bisharun, hotuna ne na mutumin da bai zama da tsoron kome ba kuma hankalinsa a kwance yake. Shi ba mai son ramako ba ne: bai ga dalilin kai wa wani farmaki ko kuma ya hallaka wadanda suka tayas masa ba. Ba mayas da martani mai kyau kadai yayi a lokacin da yake fuskantar tsanani ba, Yesu ya kuma koyawa almajiransa wata ginshikin koyaswa game da irin martanin da ya kamata su mayas yayin da suke fuskantar kiyayya, wato, ta wajen kin nuna kiyayya. Manya manyan abubuwan da wannan koyaswar ta kunsa suna nan a bayyane a cikin wannan darasin

Kiyayya ta fuskoki guda biyu

Abin ban sha'awa ne ganin cewa Yesu da kuma Muhammadu, mutanen da suka kafa addinai biyu da suka fi sauran addinai yawa a duniya, dukan su sun fuskanci kiyayya mai tsanani. Wadannan sun fara tun daga yanayin da aka haife su a ciki da kuma yarantar su. Kiyayyar ta ci gaba da irin gwagwarmayar da suka sha da mutanen cikin gidajensu da kuma malaman addini. An zargi dukan su biyu da cewa suna hauka kuma suna karkashin ikokin Shaidan. An yi wa dukan su biyu ba'a aka rena su. Dukan su biyu sun fuskanci bashe wa. Dukan su biyu sun fuskanci ikirarin cewa za a kashe su

Sai dai kuma, banbancin da ya biyo baya, ya shafe dukan wadannan abubuwan da suka sa suka yi kama da juna, kuma irin martanin da kowanen su ya mayas ya zama da tasiri sosai game da yadda aka kafa addinan nan guda biyu. Yayin da labarin rayuwar Muhammadu yake nuna jerin miyagun hanyoyi na rama kiyayya wanda kowane mutum yana iya yin hakan, wadanda suka hada da kin kai, son tabbatas da kai da kuma yin ramako, rayuwar Yesu ta bi ta wata hanya wadda ta sha bambam da wannan nesa. Yayi nasara da kiyayya ba ta wajen kin wadansu ba, amma ta wurin rungumar kiyayyar, kuma a bisa bangaskiyar Krista, yayi nasara da ita ya kuma waskas da zafin ta ta wurin yin hakan. Idan rayuwar Muhammadu ta kunshi mabudan fahimtar irln kangi na ruhaniya da kuma gadon shari'a, rayuar Kristi ta bada mabudan yanci da kuma zama cikakke ga mutanen da suke fita daga Musulunci da kuma Kristan da suke rayuwa a cikin yanayi na *shari'ar* Musulunci.

♻

A cikin sashe na gaba, zamu dubi yadda Yesu ya fuskanci kiyayya karkashin hasken aikinsa na Almasihu da kuma Mai ceto. Za kuma mu dubi yadda rayuwarsa da kuma giciyensa zasu iya yantas da mu daga dacin hakin kiyayya

Rungumi kiyayya

Yesu ya nuna a fili cewa aikinsa da kuma matsayinsa na Almasihu na Allah, dole ne ya kunshi kiyayya. Allah yayi shirin yin amfani da kiyayyar a matsayin wani babban dutsen da dukan ginin zai tsaya a kai:

> Dutsen da magina suka ki, shi ne ya zama mafificin dutsen gini.... (Markus 12:10, ayar ta fito daga Zabura 118:23-24; dubi kuma Matiyu 21:42)

Ana yi wa Yesu Kallon wanda aka ki (misali, 1 Bitrus 2:21ff da Ayyukan Manzanni 8:32-35), bawa mai shan wuya na cikin littafin Ishaya, wanda ta wurin wahalar da ya sha ne mutane zasu sami salama da kuma ceto daga zunuban su:

Muka raina shi, muka ki shi, ya daure da wahala da radadi
.....
Amma aka yi masa rauni saboda zunubanmu, aka daddoke shi saboda muguntar da muka aikata,. Hukuncin da ya sha ya yantar da mu. Dukan da aka yi ta yi masa ya sa muka warke. (Ishaya 53:3-5)

Giciyen yana tsakiyar shirin kuma Yesu yayi ta nanata cewa tabbatacce ne zai mutu:

Ya fara koya musu, cewa lalle ne Dan Mutum ya sha wuya iri iri, shugabanni , da manyan firistoci, da malaman Attaura su ki shi, har a kashe shi, bayan kwana uku kuma ya tashi da rai. Ya ko fadi wannan magana a sarari.... (Markus 8:31-32; dubi kuma Markus 10:32-34; Matiyu 16:21; 20:17-19; 26:2; Luka 18:31; Yahaya 12:23)

Ki tashin hankali

A fili Yesu yi ta kushe yin amfani da karfi domin cimma nufinsa, wannan kuma ya faru har lokacin da ake neman ransa:

Sai Yesu ya ce masa, "Mai da takobinka kube. Duk wanda ya zare takobi, takobi ne ajalinsa." (Matiyu 26:52)

Yayin da yake tafiya zuwa giciyen, duk da cewa ransa yana fuskantar hatsari, Yesu ya ki yarda yayi amfani da karfi domin tabbatas da aikinsa:

Yesu ya amsa ya ce, "Mulkina ba na duniyan nan ba ne. da mulkina na duniyan nan ne da barorina za su yi yaki kada a bashe ni ga Yahudawa. Amma hakika, mulkina ba daga nan yake ba." (Yahaya 18:36)

A lokacin da Yesu yake magana akan irin wahalolin dake zuwa a bisan ikilisiya, yayi magana akan kawo 'takobi' a lokacin da yake cewa:

Kada ku zaci na zo ne in kawo salama a duniya. A'a, ban zo domin in kawo salama ba, sai dai takobi. (Matiyu 10:34)

Wani lokacin akan bada wannan a matsayin shaidar cewa Yesu ya yarda da tashin hankali, sai dai, gaskiyar abin shine wannan aya tana magana ne akan rabuwar da zata faru a cikin iyali a lokacin da ake kin Krista sabili da bangaskiyarsu a cikin Almasihu: ayar da ta yi wannan maganar wadda ake samu a cikin Luka ta yi magana akan 'rabuwa' a maimakon 'takobi.' (Luka 12:51). Kalmar anan wani misali ne wanda yake nuna irin rabuwar da za a samu a tsakanin mambobin gida daya. Wata ma'anar wannan kuma tana iya zama, lokacin da Yesu yake magana akan 'takobi' yana magana ne akan tsananin da ke zuwa a bisan Krista cikin kwanaki masu zuwa. Idan haka ne, wannan yana magana ne akan takobin da za a daga gaba da Krista sabili da shaidar su, ba wanda su zasu daga gaba da wadansu ba.

Kin tashin hankalin da Yesu yayi ya sabawa abin wadansu suke tunanin cewa Almasihu zai yi idan ya zo domin ceton mutanensa. Begen su shine wannan ceton zai zama kubutaswa ta karfin soja da kuma ta siyasa hade kuma da ta ruhaniya. Yesu ya ki amincewa da yin amfani da karfin soja. Ya kuma fadi a fili a lokacin da yake cewa mulkinsa 'ba na duniya bane' cewa shi mulkinsa ba na Siyasa ba ne. Ya koyas da cewa mutane su ba Kaisar abin da yake na Kaisar su kuma ba Allah abin da ke na Allah (Matiyu 22:21). Ya musunta cewa za a iya ganin mulkin Allah a wani wuri domin a cikin mutane ne mulkin Allah yake (Luka 17:21)

A lokacin da almajiransa suka tunkare shi suna rigima akan ko wanene zai sami matsayin siyasa mafi girma a mulkin Allah – wanda suke misaltawa da wurin da kowane dayansu zai zauna – Yesu ya fada musu cewa mulkin Allah ba kamar mulkin siyasa wanda suka sani inda mutane suke nuna iko bisan yan'uwansu yake ba. idan kana so ka zama na farko, dole ne ka zaman a karshe in ji shi (Matiyu 20:16, 27), kuma dole ne mabiyansa su nemi su bauta a maimakon a bauta musu (Markus 10:43; Matiyu 20:26-27).

Ikilisiya ta farko ta rike wannan koyarwa ta Yesu a zuciya. A misali, masu bi na da a cikin karni na farko sun hana kansu shiga wadansu sana'oi wadanda suka hada da aikin soja, kuma idan Krista ya zama yana aikin soja, ikilisiya ta hana shi yin kisa.

Kaunaci makiyin ka

Daya daga cikin barnar da kiyayya take haifaswa shine fada. Wannan na faru ne sabo da gabar da kiyayya take iya kawowa. Amma Yesu yayi koyaswa cewa:

- Yanzu ba za a sake yarda da sakayya ba – kamata yayi a rama mugunta da nagarta (Matiyu 5:38-42)

- Laifi ne a shara'antawa wadansu (Matiyu 7:1-5)

- Za a kaunaci makiya, ba shiga gaba da su ba (Matiyu 5:44)

- Masu tawali'u za su gaji duniya (Matiyu 5:5)

- Masu kulla zumuta sune za a ce da su yayan Allah (Matiyu 5:9)

Wadannan koyaswar ba kalmomi ne wadanda almajiran suka ji kawai kana suka manta da su ba. Mabiya Yesu sun nuna a fili a cikin wasikun su wadanda ake samu a cikin Sabon Alkawali cewa wadannan ka'idodin sune suka zama jagoransu a lokacin da suke fuskantar tsanani daga abokan adawa:

> Har a yanzu haka, yunwa muke ji, da kishirwa, muna huntanci, ana bugunmu, kuma yawo muke yi haka, ba mu da gida... in an zage mu, mukan sa albarka. In an tsananta mana, mukan daure. In an ci mutuncinmu, mukan ba da hakuri ... (1 Korantiyawa 4:11-13; ka kuma duba 1 Bitrus 3:10; Titus 3:1-2; Romawa 12:14-21).

Manzannin sun nuna wa masu bi irin gurbin da Yesu da kansa ya bari (1 Bitrus 2:21-25). Wannan ya zama da rinjaye kwarai har ya kai inda ayar Littafi Mai Tsarkin da ikilisiya ta da ta fi magana akai ita ce "ka kaunci makiyanka" wadda ake samu a cikin Matiyu 5:44.

Ka shirya kanka domin tsanani

Yesu ya koyawa mabiyansa cewa babu yadda zasu yi su kaucewa tsanani: za a yi musu bulala, a ki su, a bashe su, a kuma kashe su (Markus 13:9-13; Luka 21:12-19; Matiyu 10:17-23)

A lokacin da yake horas da su akan yadda zasu dauki sakon sa zuwa ga wadansu, ya gargadi almajiransa da cewa, zasu fuskanci kiyayya. Wannan ya sha bambam kwarai da gurbin da Muhammadu ya bari wanda yake karfafa Musulmi da su tayas da hankali har ma su yi kisa. Yesu ya koya wa almajiransa cewa "in zaku tashi, sai ku karkade kurar kafafunku." Wato, suyi tafiyarsu kawai, kada su aikata wata aika-aika sakamakon kin sakonsu da aka yi (Markus 6:11; Matiyu 10:14). Wannan ba wai rabuwa da gaba ba ce, domin salamar su ta "komo" musu (Matiyu 10:13-14)

Yesu da kansa ya aikata wannan a wani kauye na Samariyawa inda suka ki su marabce shi. Almajiransa sun tambaye shi ko yana so ya kira wuta daga sama ta cinye wadannan Samariyawa, amma Yesu ya kwabi almajiransa suka wuce shiru (Luka 9:54-56)

Yesu ya koya wa almajiransa cewa idan an tsananta musu a nan, su gudu zuwa wani wuri (Matiyu 10:23). Kada su damu domin Ruhu Mai Tsarki zai taimake su su san abin da za su fada (Matiyu 10:10-20; Luka 12:11-12, 21:14-15), da cewar kuma, kada su ji tsoro (Matiyu 10:26, 31).

Wata muhimmiyar koyaswa da Yesu yayi kuma ita ce, mabiyansa su yi murna a lokacin da ake tsananta musu domin suna koyi ne da annabawa:

> Albarka ta tabbata a gare ku sa'ad da mutane suka ki ku, suka kuma ware ku, suka zage ku, suka yi kyamar sunanku saboda Dan Mutum. Ku yi farin ciki a wannan rana, ku yi tsalle don murna, domin ga shi sakamakonku mai yawa ne a sama. Haka kakanninsu ma suka yi wa annabawa. (Luka 6:22-23; dubi Matiyu 5:11-12)

Akwai shaidu da yawa da suke nuna cewa ikilisiya ta rungumi wannan koyaswa da zuciya daya a matsayin wata nuna kaunar su ko mika kansu ga Almasihu:

> .... Amma ko da zaku sha wuya saboda aikata abin da yake daidai, ku masu albarka ne, (1 Bitrus 3:14; haka kuma 2 Korantiyawa 1:5; Filibiyawa 2:17-18; 1 Bitrus 4:12-14)

Haka kuma, Yesu ya karfafa almajiransa da begen cewa hade da tsananin, zasu sami kyautar rai na har abada, amma kafin su iya karbar wannan alkawalin a cikin rayuwa mai zuwa, dole ne su kasance masu aminci a cikin wannan rayuwar (Markus 10:29-30, 13_13).

⁂

Sulhu

A cikin fahimtar Krista, babbar matsalar mutum ita ce zunubi, wanda shine ya raba mutum da Allah ya kuma shiga tsakanin mutane da junan su. Matsalar zunubi bata tsaya akan rashin biyayya kadai ba. Gibi ne a cikin dangantakar dake a tsakanin mutum da kuma Allah. A lokacin da Adamu da Hauwa'u suka yi wa Allah rashin biyayya, sun juya masa baya ne. sun zabi su dena dogaro ga Allah, a maimakon haka, sun zabi su yi biyayya da muryar macijin. Sun juya wa Allah baya, sun ki shi, sun kuma ki yin dangantaka da shi. sakamakon haka,

Allah ya ki su, ya kuma kore su daga fuskarsa. Sun fada a karkashin la'anar zunubi.

A cikin tarihin Isra'ila, Allah ya tanada wani alkawali ta wurin Musa, wanda a cikin wannan alkawalin ne ya sake kafa dangantaka mai kyau tsakanin Allah da kuma mutane, amma mutane suke ki yin biyayya da dokokin suka kuma bi hanyar da suka zabawa kansu. A cikin rashin biyayyar su, sun yi watsi da dangantaka da Allah suka kuma fada a karkashin hukumci. Sai dai, Allah bai yi watsi da su kwata-kwata ba: yana da shiri domin dawo da su. Yana da shiri domin ceton su da kuma ceton dukan duniya.

Duk da cewar mutane sun juya wa Allah baya, shi bai yashe su ba. Zuciyarsa tana tare da mutumin da ya halitta, kuma yana da shiri domin kawo sulhu a tsakaninsa da mutum. Zuwan Yesu a cikin jiki da kuma giciyensa sune cikon wannan shiri na dawo da mutum zuwa cikin dangantaka mai kyau tare da Allah.

Giciyen shine mabudin yin nasara da zurfafan al'amura na kin Allah da kuma hukumcin da yin hakan yake haifaswa. Mika kan da Yesu yayi ta wurin giciye wanda ya faru sakamakon kiyayyar da aka nuna masa, shine ya bada mabudin yin nasara da kiyayya. Ikon kiyayya yana cikin irin martanin da kiyayya take haifaswa a cikin zukatan mutane a ko'ina. Ta wurin shanye gabar da makiyansa suka yi ta jefa masa da kuma bada ransa a matsayin hadaya domin zunuban duniya, Yesu yayi nasara da ikon kiyayya ita da kanta, ya shafe ta kauna. Wannan kaunar da Yesu ya nuna ba wata kauna ba ce ta dabam, sai dai kaunar nan ce wadda Allah yayi wa duniyar da ya halita:

> Saboda kauar da Allah ya yi wa duniya har ya ba da makadaicin Dansa, domin duk wanda ya gaskanta da shi kada ya hallaka, sai dai ya sami rai madawwami. (Yahaya 3:16)

Ta wurin mutuwar sa a bisan giciyen, Yesu ya daukar wa kansa hukumci ko horon da ya kamata mutum ya dauka sabili da yin watsi da Allahn da ya yi. Hukumcin wannan shine mutuwa, kuma Yesu ya dauki wannan domin dukan mutanen da suka gaskanta da shi su sami gafara da kuma rai madawwami. Ta wurin yin haka kuma, Yesu ya yi nasara da ikon kiyayya sakamakon biyan bashin ta.

A cikin Attaura, ta wurin zubar da jinin wata dabba da aka yi hadaya da ita ne ake samun kafarar zunubi. Krista sukan yi amfani da wannan kwatanci domin fahimtar ma'anar mutuwar Yesu a bisan giciye. An bayyan wannan a cikin wakar da Ishaya yayi wa bawa mai shan wahala:

> … Aka yi masa rauni saboda zunubanmu, aka daddoke shi saboda muguntar da muka aikata. Hukumcin da ya sha ya yantar da mu, dukan da aka yi ta yi masa ya sa muka warke. … Ubangiji ya ce "Nufina ne ya sha wahala, mutuwar kuwa hadaya ce domin ta kawo gafara, saboda haka zai ga zuciyarsa, zai yi tsawon rai…… Da yardar sa ya ba da ransa. Ya dauki rabon masu laifi. Ya maye gurbin masu zunubi da yawa, ya kuwa sha wulakancin da ya cancanci masu zunubi. Ya yi roko domin su." (Ishaya 53:5, 10, 12).

A cikin wani babban sashi na wasikar sa zuwa ga Romawa, Bulus ya bayyana yadda hadayar da Almasihu yayi ta kawo karshen kiyayya ta wurin kawo mana sulhu:

> In kuwa tun muna makiyan Allah aka sulhunta mu da shi ta mutuwar Dansa, to, da yake an sulhunta mu ashe kuwa, za a fi kare mu ta wurin rayuwarsa ke nan. Ban da haka ma, har muna fariya da Allah ta wurin Ubangijinmu Yesu Almasihu, wanda ta wurinsa ne muka sami sulhun nan a yanzu. (Romawa 5:10-11)

Haka kuma, wannan sulhun ya soke dukan wata dama ta kayaswa wanda wani zai iya kawowa, wannan kuma ya hada da mutane, mala'iku ko kuma aljannu (Romawa 8:38):

> Wa zai dora wa zababbun Allah laifi? Allah ne yake kubutar da su…. [Babu wani abu] da zai iya raba mu da kaunar da Allah yake yi mana ta wurin Almasihu Yesu Ubangijinmu ba. (Romawa 8:33, 39)

Ba wannan kadai ba, amma an dora hakin aikin sulhuntawa a hannun Krista. Za kuma su yi wannan ne ta wurin yin sulhu da wadansu da kuma ta wurin yin shelar sakon giciye da kuma ikon da yake da shi wajen lalata ikon kiyayya:

> Duk wanna kuwa yin Allah ne, shi da ya sulhunta mu da kansa ta wurin Almasihu ya kuma ba mu aikin shelar sulhuntawar, wato, Allah ne ta wurin Almasihu yake sulhunta yan adam da shi kansa, ba ya kuwa lasafta laifofinsu a kansu ba, ya kuma danka mana maganar nan ta sulhuntawa. Saboda haka, mu jakadu ne na Almasihu, wato, Allah na neman mutane ta wurin

mu. Muna rokonku a madadain Almasihu, ku sulhuntu da Allah. (2 Korantiyawa 5:18-20)

Tashin matattu

Daya daga cikin jigon wahayoyin Muhammadu da kuma furucin sa shine na marmarin da yake da shi na a tabbatas da shi ko kuma na tabbatas da kansa. Ya iya samar wa kansa wannan ta wurin tilastawa abokan adawar sa dole su bi koyaswar sa, ta wurin yin hakan, suna sa kansu a karkashin kariya da kuma ikon sa ko kuma ta wuirn tilasta musu su karbi yarjejeniyar danniya ta dhmmitude. Zabin su na uku shine mutuwa.

Cikin fahimtar da Krista suke da ita game da aikin Almasihu, akwai tabbataswa, sai dai ba Yesu ne ya aiwatas da wannan domin kansa ba. aikin Almasihu mai shan wahala shine ya kaskantas da kansa, ya rungumi kiyayya. Tabbataswa tana zuwa ne ta wurin tashin sa daga matattu da kuma hawan sa zuwa sama, ta wurin wadannan ne kuma aka yi nasara da mutuwa da dukan ikon ta:

> …. Ba za a yashe shi a Hades ba, jikinsa kuwa ba zai ruba ba. Yesun nan kam, Allah ya tashe shi daga matattu, mu kuwa duk shaidu ne ga haka. Da yake an daukaka shi a dama ga Allah, ya kuma sami cikar alkawarin nan na baiwar Ruhu Mai Tsarki daga wurin Uba, sai ya zubo da wannan da kuke gani, kuke kuma ji…. Yesun nan da kuka giciye, Allah ya mai da shi Ubangiji da kuma Almasihu (Ayyukan Manzanni 2:31-36)

Wani shahararren nassi daga cikin wasikar da Bulus ya rubuta wa Filibiyawa na bayyana yadda Yesu ya "kaskantas da kansa," ya zabi ya matas da kansa a matsayin bawa. Biyayyar sa ta kai har ga mutuwa. Amma Allah ya daukaka shi zuwa matsayin mafificin iko na ruhaniya. Wannan nasarar ba wai daga kokarin da Yesu yayi na tabbatas da kansa take ba, amma Allah ne da kansa ya tabbatas da fifikon hadayar da Yesu yayi a bisan giciye:

> ….. Ku dauki halin Almasihu Yesu wanda ko da yake a cikin surar Allah yake, bai mai da daidaitakar nan tasa da Allah abar da zai rike kankan ce ba, sai ma ya mai da kansa baya matuka ta daukar surar bawa, da kuma kasancewa da kamannin dan adam.

> Da ya bayyana da siffar mutum, sai ya kaskantar da kansa ta wurin yin biyayya, har wadda ta kai shi ga mutuwa, mutuwar ma ta gicciye!

Saboda haka ne kuma Allah ya daukaka shi mafificiyar daukaka, ya kuma yi masa baiwa da sunan nan da yake birbishin kowane suna, domin dai kowace gwiwa sai ta rusuna wa sunan nan na Yesu, a sama da kasa, da kuma karkashin kasa. (Filibiyawa 2:4-10)

Almajirancin giciye

Kafin Krista su iya bin Almasihu, dole ne sai sun yarda su hada hannu da shi a cikin mutuwarsa da kuma tashin sa. Da Yesu da masu binsa duka suna magana akan bukatar da ake da ita na "mutuwa" tare da Almasihu – wato, a kashe tsohuwar hanyar yin rayuwa da kuma sake samun sabuwar haihuwa, tashi zuwa ga sabuwar rayuwa bisa ga hanyar Almasihu ta kauna da kuma sulhuntawa, ba ta wurin yin rayuwa domin kanmu ba, sai dai domin Allah. Krista suna daukar fama da wahala a matsayin wata hanya ta dandana wahalar da Almasihu ya sha. Wannan shine ma'anar tsananin da suke fama da shi a matsayin hanya zuwa rai na har abada da kuma wata alama wadda ba ta gazawa ba amma ta nasara mai zuwa. Allah ne da kansa zai tabbatar da masu bi na gaskiya, ba ikon mugutar duniyan nan ba:

> Duk mai son bina sai ya ki kansa, ya dauki gicciyensa ya bi ni. Duk mai son tattalin ransa, zai rasa shi. Duk kuwa wanda ya rasa ransa saboda ni, saboda bishara kuma, tattalinsa ya yi. (Markus 8:34-35; dubi kuma 1 Yahaya 3:14, 16; 2 Korantiyawa 5:14; Ibraniyawa 12:1-2)

Muhammadu mai gaba da giciye

Idan muka yi la'akari da abin da muka rigaya muka koya da kuma sanin cewa muna rayuwa ne a cikin duniya ta ruhaniya, ganin cewa Muhammadu yana muguwar gaba da giciyen ba zai zamar mana abin mamaki ba. An rubuta a cikin wani *hadisi* cewa a duk lokacin da Muhammadu yayi karo da wani abu a cikin gida wanda yake dauke da alamar giciye a kansa, sai ya lalata wannan abin.[10]

Kamar yadda muka gani a cikin darasi na 3, gabar da Muhammadu yake da ita ga giciyen ta kai inda har ya shiga koyar da cewa Isa, Yesu na Musulunci, zai dawo duniya a matsayin annabin Musulunci wanda

---

10. W. Muir, *The life of Muhammad*, Vol 3, p. 61, note 47

zai lalata giciye ya kuma kawas da dukan addinin Krista daga fuskar duniya.

Gabar da Muhammadu yake da ita ga giciyen ita ce yawancin Musulmi a ko'ina cikin duniya suke dauke da ita. A yau, ana gaba da giciyen da Krista suke dauke da shi a wurare dabam dabam na duniya, a wadansu wuraren an hana yin amfani da su, wadansu wuraren kuma Musulmi suna lalata su.

Wannan har ya kai inda aka tilastawa Archbishop na Canterbury mai suna George Carey da dole ya yarda ya cire giciyen dake rataye a wuyansa a lokacin da ya zama dole jirgin saman da yake ciki ya sauka a kasar Saudi Arabia a shekara ta 1995. David Skidmore ya bayyana wannan a cikin wata mujalla da ake kira Episcopal News Service:

> Ya zama dole jirgin da Carey yake ciki wanda ya tashi daga Cairo za shi Sudan yayi saukar gaggawa a Saudi Arabia. Jirgin na kusantar gabar tekun dake a birnin Jidda ta kasar Saudi Arabia, sai aka fadawa Carey ya cire dukan alamu na addinin dake a jikinsa, wannan ya hada da kolarsa ta pasto da kuma giciyen da yake rataye da shi.

Duk da cewar Musulmi suna kin giciyen, ga Krista kuma giciyen alama ce ta yanci.

⁂

A wannan sashen zamu dubi addu'ar mika kai ga bin Yesu Almasihu, wadansu shaidu na yanci da kuma addu'a ta neman kubutaswa daga ikon Musulunci da kuma alkawalin *shahada*. An shirya wadannan addu'oin musamman domin mutanen da suke zabin su bar Musulunci su kuma bi Yesu Banazaret, hade kuma da mutanen da sun rigaya sun zabi su bi Yesu, suna kuma marmarin samun yanci daga ka'idodi da ikokin Musulunci.

Bi Yesu

Ana gayyatar ka da ka tabbatar da mika kan da kayi zuwa bin Almasihu ta wurin karanta wannan addu'a da murya. Domin ka tabbatar da abin da kake fada, kana bukata ka bi ta kan wadannan a hankali kafin ka karanta addu'ar.

Yayin da kake tunani akan wannan addu'a, ka lura cewa wannan addu'ar ta kunshi abubuwa kamar haka:

161

1. *Furuci guda biyu*

   - Ni mai zunubi ne kuma ba zan iya ceton kai na ba.

   - Allah daya ne, shine kuma mahalicci wanda ya aiko da Dansa Yesu domin ya mutu sabili da zunubai na.

2. *Juyawa* (tuba) daga zunubai na da kuma daga kowane abu na mugunta

3. *Rokon gafara*, yanci, rai na har abada da kuma Ruhu Mai Tsarki.

4. *Sauya wanda zan yi wa biyayya* zuwa ga Almasihu a matsayin Ubangijin rayuwa ta.

5. *Yin alkawali da kuma kebe* rayuwata ina mika ta ga Yesu domin in bauta masa

6. *Furta matsayi* na a cikin Kristi.

Furuci da kuma addu'ar mika kai ga bin Yesu Almasihu

Ina bada gaskiya ga Allah daya, mahalicci da kuma Uba Madaukaki

Ina musunta dukan wadansu alloli

Na yarda cewa na yi wa Allah zunubi, na kuma yi wa sauran mutane zunubi. Ta wurin yin haka, na yi wa Allah rashin biyayya na kuma yi masa tawaye. Na ketare dokokin sa.

Ba zan iya kubutas da kai na daga zunubai na ba.

Na gaskanta cewa Yesu shine Almasihu, Dan Allah rayayye. Ya mutu a kan giciye a madadi na, ya kuma daukawa kansa hukunci domin zunubai na. Ya tashi daga matattu sabili da ni.

Ina juyawa zunubai na baya

Ina rokon kyautar nan ta gafara wadda Almasihu ke bayaswa, wadda kuma ya yi nasarar samu a bisan giciyen

A yancu, ina karbar wannan kyauta ta gafara.

Na zabi in karbi Allah a matsayin Uba na, ina kuma marmari in zama na sa

Ina neman kyautar rai na har abada

Ina mika rayuwa ta ga Almasihu kuma daga wannan rana ta yau zuwa nan gaba, ina gayyatar sa da yayi mulki ya kuma zama Ubangijin rayuwa ta.

Ina tsinke dangantaka da kowace irin danganta ta ruhaniya. Ina katse dangantaka da shahada da kuma dukan hakin da take da shi a bisa na.

Ina kin Shaidan da dukan muguntar sa. Ina tsinke dukan wata yarjejeniya ta mugunta da na rigaya na shiga da miyagun ruhohi ku kuma da ka'idodi na mugunta.

Ina tsinke dangantaka da dukan wani abu da ya daure ni da wadansu wadanda suke yin amfani da wannan dangantakar domin su yi mulki na mugunta a bisa na.

Ina tsinke dukan alkawalai wadanda kakanni na suka yi a madadi na, wadanda ba daga Allah suke ba, wadanda kuma suke taka rawar gani a cikin rayuta.

Ina kin dukan wani iko ko kuma wata iyawa ta ruhaniya wadda ba daga Allah ta wurin Yesu Almasihu take ba.

Ina rokon kyautar Ruhu Mai Tsarki wanda Yesu ya alkawarta.

Uba, idan ka yarda ka yantas da ni ka kuma canza ni domin in iya yin rayuwa wadda zata kawo maka daukaka kai kadai.

Ka saki baiwa ta Ruhu Mai Tsarki a ciki na domin in iya daukaka ka in kuma iya kaunar sauran mutane.

Ina furci a gaban wadannan mutane wadanda suka zama shaidu da kuma a gaban dukan ikoki na ruhaniya cewa na kebe kaina na kuma mika kaina ga Allah ta wurin Yesu Almasihu.

Ina furta cewa na zama dan aljanna. Allah shine kariya ta. Na zabi in mika kaina in kuma bi Yesu Kristi ta wurin taimakon Ruhu Mai Tsarki. Shi kadai ne Ubangiji na har iyakar rayuwa ta.

Amin.

Shaidu na yanci

Wadansu shaidu daga wadansu mutane wadanda suka sami kubutaswa ta wurin yin amfani da addu'oin dake a cikin wannan darasin.

Horaswa ta almajiranci

Wata ma'aika a North America tana gudanas da horaswa mai zurfi domin mutanen da suka fito daga cikin Musulunci suka karbi Yesu a matsayin Ubangiji da Mai ceton su. Masu gudanas da wannan horaswar sun lura cewa mahalrtar horaswar suna fuskantar matsaloli iri dabam dabam a cikin tafiyar su ta almajirai. Sun yi karo da addu'oin da za a iya yin amfani da su wajen katse dangantaka da *shahada* wadanda suke a cikin wannan littafin. Sai suka gayyaci mahalarta taron da su yi amfani da wadannan addu'oin wajen katse dangantaka da Musulunci tare. Mahalarta horaswar sun yi wanna cikin farin ciki da kuma walwala. Suka yi tambaya, "menene ya sa ba wanda ya bayyana mana cewa muna bukata mu tsinke dangantaka da Musulunci ba? Ai da mun yi wannan tun ba yau ba." bayan wannan, yanke dangantaka da Musulunci ya zama daya daga cikin abubuwan da su ke yi a cikin irin wannan horaswar.

Kristocin Gabas ta Tsakiya wadanda suka yi watsi da shahada

Ga wadansu shaidu guba biyu da Musulmin da suka tuba a Gabas ta Tsakiya suka bayas bayan sun zubas da *shahada*:

> A gaskiya yanzu ina jin ina da yanci, kamar an cire mani wani nauyi wanda ya daure ni a wuya. Wannan addu'ar abin ban mamaki ce kwarai. Ina ji kamar wata dabbar da a da take daure wadda a yanzu ta sami saki. Ina jin yanci.

> Hakika ina da bukatar wannan kuma kamar ka san abin da yake tafiya a cikin zuciya ta.. yayin da nake fadar wannan addu'a ina kuma kara fadar ta, na ji wata ta'aziya wadda ta fi gaban a ambata, wadda kuma a da, ban san da ita ba. Kamar an cire mani wani kaya mai nauyi, yanzu na zama yantacce.

Fuskantar gaskiya

Mataki na farko a cikin shirin ka na yin watsi da shahada (ko kuma yarjejeniyar danniya ta *dhimma*) shine na duban wadansu ayoyi na Littafi Mai Tsarki. Muna yin hakan ne domin mu tabbatas da muhimmiyar gaskiya wadda take rike da wannan addu'oin. Za mu iya kiran wannan "fuskantar gaskiya."

Wace gaskiyar Littafi Mai Tsarki ce wadannan ayoyin dake a cikin 1 Yahaya da kuma cikin Bisharun suke koya mana cewa mu gaskanta da su mu kuma yi addu'ar neman su?

Mun sani mun kuma gaskata kaunar da Allah yake yi mana. Allah shi ne kauna wanda yake a dawwame a cikin kauna kuwa, ya dawwama a cikin Allah ke nan, Allah kuma a cikin sa. (1 Yahaya 4:16).

{Yesu ya ce} Saboda kaunar da Allah ya yi wa duniya har ya ba da makadaicin Dansa, domin duk wanda ya gaskata da shi kada ya hallaka, sai dai ya sami rai madawwami. (Yahaya 3:16)

Su na koya mana cewa kaunar Allah tayi nasara da kiyayya.

Wace gaskiya wadannan ayoyi biyun suke koya mana mu runguma mu kuma yi addu'a domin mu same su?

Ai Allah ba halin tsoro ya ba mu ba, hali mai karfi ne, mai kauna, da kuma kamunkai. (2 Timoti 1:7

Ai, ruhun da kuka samu ba na bauta ba ne har da za ku koma zaman tsoro. A'a, na zaman yaya ne har muna kira, "Ya Abba! Uba!" Ruhu da kansa ma, tare da namu ruhu suna yin shaida, cewa mu yayan Allah ne. In kuwa yaya muke, ashe magada ne kuma, Magadan Allah, abokan gado kuma da Almasihu, in dai har muna shan wuya tare da shi, a kuwa daukaka mu tare da shi. (Romawa 8:15-17)

Suna koya mana cewa gadon mu ba barazana ba ne: yana a cikin Allah.

Wace gaskiya wadannan ayoyi guda biyun suke koya mana da mu gaskanta da su mu kuma yi addu'a domin samun su?

[Yesu ya ce] Za ku san gaskiya, gaskiyar kuwa za ta yanta ku. (Yahaya 8:32)

Almasihu ya yanta mu, yantawar gaske. Don haka sai ku dage, kada ku sake sarkafewa a cikin kangin bauta. (Galatiyawa 5:1)

Suna koya mana cewa an kira mu da mu yi zama a cikin yanci.

Wace gaskiya wadannan ayoyin biyu suke koya mana da cewa mu yarda da su mu kuma yi addu'a domin samun su?

Ashe ba ku sani ba, jikunku haikali ne na Ruhu Mai Tsarki wanda yake a zuciyarku, wanda kuka kuma samu a gun Allah? Ai, ku ba mallakar kanku ba ne. Sayenku aka yi da tamani. To, sai ku daukaka Allah da jikinku. (1 Korantiyawa 6:19-20)

165

Sun kuwa yi nasara da shi albarkacin jinin Dan Ragon nan ...
(Wahayn Yahaya 12:11)

Suna koya mana cewa jikunanmu mallakar Allah ne ba na danniya ba: an rigaya an biya jinin fansar mu.

Wace gaskiya ta Littafi Mai Tsarki wannan ayar take koya mana da mu runguma mu kuma yi addu'a domin ta?

> Babu sauran cewa Bayahude ko Ba'alumme, ko da, ko bawa, ko namiji ko mace. Ai dukkanku daya kuke, na Almasihu Yesu.
> (Galatiyawa 3:28)

Tana koya mana cewa maza da mata daya suke a gaban Allah, da kuma cewar babu wani jinsin da ya fi wani.

Wace gaskiya ta Allah ce wadannan ayoyin guda uku suke koya mana mu gaskanta da su mu kuma yi addu'a domin su?

> Amma godiya ta tabbata ga Allah, shi da kullum yake yi mana jagaba mu ci nasara, albarkacin Almasihu, ta wurinmu kuma yake baza kanshin nan na sanin Almasihu a ko'ina. Don kuwa, a gun Allah mu ne kanshin Almasihu a cikin wadanda ake ceto, da wadanda suke hanyar hallaka. (2 Korantiyawa 2:14-15)

> Daukaka da ka yi mini, ita na yi musu, domin su zama daya kamar yadda muke daya, ni a cikin su, kai kuma a cikina, domin su zama daya sosai, duniya ta gane kai ne ka aiko ni, ta kuma gane ka kaunace su kamar yadda ka kaunace ni. (Yahaya 16:7-8)

> [Yesu ya ce] Duk mai son bina, sai ya ki kansa, ya dauki giciyensa kowace rana, ya bi ni. (Luka 9:23).

Suna koya mana cewa sifar mu ba ta wulakanci ko kaskanci ba ce, amma ta nasarar Almasihu ce, dayantaka a cikin kaunar Almasihu da kuma ta giciye ce.

Wace gaskiyar Littafi Mai Tsarki wadannan ayoyi suke koya mana da mu runguma mu kuma yi addu'a domin samun su?

> [Yesu ya ce] Duk da haka ina gaya muku gaskiya, zai fiye muku in tafi, domin in ban tafi ba, Mai Taimakon nan ba zai zo gare ku ba. in kuwa na tafi, zan aiko shi gare ku. Sa'ad da kuwa ya zo zai fadakar da dauniya a kan zunubi da adalci, da kuma hukunci....
> (Yahaya 16:7-8)

[Yesu ya ce] Sa'ad da kuwa Ruhu na gaskiya ya zo, zai bishe ku cikin dukan gaskiya, domin ba zai yi magana don kansa ba, sai dai duk abin da ya ji, shi zai fada, zai kuma sanar da ku al'amuran da za su auku. (Yahaya 16:13)

Su na koya mana cewa muna da ikon Ruhu Mai Tsarki domin bayyana gaskiya.

Wace gaskiya wannan aya take koya mana mu gaskanta mu kuma yi addu'a domin ta?

Muna zuba ido ga Yesu, shi da yake shugaban bangaskiyarmu, da kuma mai kamala ta, wanda domin farin cikin da aka sa a gabansa ya daure wa gicciye, bai mai da shi wani abin kunya ba, a yanzu kuma a zaune yake a dama ga kursiyin Allah. (Ibraniyawa 12:2)

Tana koya mana cewa muna da iko mu bi Yesu wajen yin nasara da kunya.

Wace gaskiya ta ruhaniya wannan ayar take koya mana mu gaskanta da ita, mu kuma yi addu'a domin samun ta?

Sai ku lura, ku kiyaye kanku sosai, don kada ku manta da abubuwan da kuka gani da idonku kada kuma su fita a ranku dukan kwanakinku. Ku sanar wa yayanku da jikokinku da su. (Maimaitawar Shari'a 4:9)

Tana koya mana cewa muna da izini muna kuma da hakkin koyawa kanmu da kuma koyawa yayan mu game da abubuwa na ruhaniya.

Wace gaskiya ta ruhaniya wadanan ayoyi suke koya mana mu runguma mu kuma yi addu'a domin samun su?

Abin da ka fada ya iya cetonka ko ya hallaka ka, saboda haka tilas ne ka karbi sakamakon maganarka. (Karin Magana 18:21)

Yanzu kuma ya Ubangiji, dubi wanan kashedin nasu, ka yi wa bayinka baiwar yin maganarka da iyakar karfin hali. (Ayyukan Manzanni 4:29)

Kauna ba ta sa yin farin ciki da mugunta, sai dai da gaskiya. (1 Korantiyawa 13:6)

Kowa ya bayyana yarda, cewa Yesu Dan Allah ne, sai Allah ya dawwama a cikinsa, shi kuma a cikin Allah. (1 Yahaya 4:15)

Saboda haka, kada ku yar da amincewar nan taku, domin tana da sakamako mai yawa. (Ibraniyawa 10:35)

Suna koya mana cewa, a cikin Kristi, muna da ikon fadin gaskiya a cikin kauna, tare kuma da karfin hali.

Wace gaskiya ta Littafi Mai Tsarki wadannan ayoyi suke koya mana cewa mu gaskanta da su mu kuma yi addu'a domin samun su?

Tun da yake muna yarda da shaida mutane, ai, shaidar Allah ta fi karfi. Wannan ita ce shaidar Allah, wato, ya shaidi Dansa. (1 Yahaya 5:9)

Sun kuwa yi nasara da shi albarkacin jinin Dan Ragon nan, da kuma albarkacin maganar da suka shaida, domin ba su yi tattalin ransu ba, har abin ya kai su ga kisa. (Wahayin Yahaya 12:11).

Su na koya mana cewa zamu iya samun cikakken tabbaci a cikin maganar Allah.

Wace gaskiya ta Allah ce wadannan ayoyi suke koya mana mu karba mu kuma yi addu'a domin samun su?

A karshe kuma, ku karfafa ga Ubangiji, ga karfin ikonsa. Ku yi damara da dukan makamai na Allah, don ku iya dagewa gaba da kissoshin Iblis. (Afisawa 6:10-11)

Ko da yake a cikin jiki muke tafiya, famarmu ba irin na mutuntaka ba ne. Don kuwa makamammu, na fama ba na mutumtaka ba ne, na ikon Allah ne, masu rushe makamai masu karfi. Muna kada masu hujjoji a cikin zace zacensu, muna rushe kowace ganuwar alfarma mai tare sanin Allah, muna kuma jan hankalin kowa ga bautar Almasihu. (2 Korantiyawa 10:3-5)

Su na koya mana cewa ba mu rasa kariya ko kuma kayan fada ba, amma muna da kayan yaki na ruhaniya a cikin Almasihu.

Menene wannan ayar take koya mana cewa mu dogara gare shi kuma mu yi addu'a domin shi?

Ya ku yan'uwana, duk sa'ad da gwaje-gwaje iri iri suka same ku, ku mai da su abin farin ciki kwarai. (Yakubu 1:2; dubi kuma Filibiyawa 1:29)

Tana koya mana cewa mu yi farin ciki yayin da muke shan wahala a cikin sunan Yesu.

Wace gaskiya ta Littafi Mai Tsarki wadannan ayoyi suke koya mana mu runguma mu kuma yi addu'a domin samun su?

> [Yesu ya ce] Yanzu ne za a yi wa duniyan na shari'a, yanzu ne kuma za a tube mai mulkin duniya nan. Ni kuwa bayan an daga ni daga kasa zan ja dukan mutane gare ni. (Yahaya 12:31-32)

Suna koya mana cewa giciyen yana lalata ikon Shaidan, yana kuma jawo mu zuwa ga yanci a cikin Almasihu.

Wace gaskiya ta Littafi Mai Tsarki wadannan ayoyi suke koya mana cewa mu karba mu kuma yi addu'a domin samun ta?

> Ku kuma da kuke matattu saboda laifofin ku, marasa kaciya ta jiki, Allah ya raya ku tare da Almasihu, ya yafe mana dukkan laifofinmu, ya kuma yanke igiyar nan ta Shari'a da ta daure mu da dokokinta, ya dauke ta, ya kafe ta da kusa a jikin gicciyensa. Ya kwace makaman masarauta da na masu iko, ya kunyata su a fili, da yayi nasara a kansu a kan gicciyen. (Kolosiyawa 2:13-15)

Suna koya mana cewa gicciyen ya soke tsofoffin alkawalai ya kuma lalata dukan ikokin su.

Kafin mu yi addu'a, muna bukata mu gane cewa addu'oin mu da kuma furucin mu suna da iko suna kuma ci. Ka zabi ka yarda da Allah da kuma cewa nufinsa ne ya ba ka cikakken yanci. Ka yarda ka karbi wannan gaskiyar a cikin ruhunka cewa Almasihu ya karbe ka, kuma yana so ya yantas da kai daga kowane irin tarko na Shaidan. Ka kudurta yin tsayyaya da kuma yin watsi da karairakin da alkawalai na Musulunci ya kunsa.

Wannan addu'a ce ta yin watsi da *kalmar shahada*. Zai fi kyau a karanta ta a tsaye.

Furuci da addu'a domin yin watsi da kuma karya ikon *kalmar Shahada*

Ina yin watsi da koyaswar mika kai ta karya wadda Muhammadu ya koyas ya kuma yi rayuwar ta.

Ina yin watsi ina kuma tabbatas da cewa karya ne Muhammadu ba manzo ne na Allah ba.

Ina yin watsi da ikirarin da ake yi cewa wai Alkur'ani maganar Allah ce

Ina yin watsi, ina kuma yanke kowace irin dangantaka da kalmar shahada da dukan haddar ta.

Ina yin watsi da furucin Fatihah. Ina yin watsi da ikirarin ta na cewa Yahudawa suna karkashin fushin Allah da kuma cewa Krista sun kauce.

Ina yin watsi da kiyayya ga Yahudawa. Ina kin yarda da cewa sun gurbata Littafi Mai Tsarki.

Ina yin watsi da cewa Allah ya juyawa Yahudawa baya, ina shaida cewa wannan karya ne.

Ina yin watsi da hadace Alkur'ani da kuma ikon da yake da shi a cikin rayuwa ta.

Ina yin watsi da sujada ta karya wadda ke kafe a kan gurbin da Muhammadu ya bari.

Ina yin watsi da kowace koyaswa ta karya wadda Muhammadu ya kawo, ina yin watsi da abin da Alkur'ani yake koyaswa game da Allah.

[Ga wadanda suke fitowa daga darikar Shia: Ina yin watsi ina kuma tsinke kowace irin dangantaka da Ali da kuma khalifofi goma sha biyu. Ina kin kowane irin bakin ciki a madadain Hussein da kuma Musulmin da aka kashe.]

Ina watsi da gabataswar da aka yi mani zuwa Musulunci a lokacin da aka haife ni, da kuma kebewar da aka yi wa kakanni na.

Ina yin watsi na musamman, ina kuma tsinke dangantaka da gurbin da Muhammadu ya bari. Ina kin tashin hankali, tsorataswa, gaba, ruhun laifi, rudi, fifiko, fyade, cin zarafin mata, sata, da dukan zunuban da Muhammadu ya aikata.

Ina yin watsi da kunya. Ina furta cewa babu kayaswa ga wanda yake a cikin Kristi Yesu, da kuma cewa jinin Almasihu yana wanke ni daga kowace irin kumya.

Ina kiyayya da kowane irin tsoro wanda Musulunci yake yadawa. Ina rokon Allah ya gafarta mani jin tsoron da na yi ta yi sakamakon Musulunci. Yanzu ina zaben in dogara ga Allah da kuma Uban Ubangiji na Yesu Almasihu a cikin dukan kome.

Ina kin zagin wadansu. Na zabi in zama mutum wanda zai zama albarka.

Ina yin watsi, ina kuma tsinke kowace irin dangantaka da aljannu. Ina kin koyaswar Muhammadu game da qarin, ina kuma tsinke dangantaka da miyagun ruhohi.

Na zabi in yi tafiya bisa ga Ruhu Mai Tsarki tare da maganar Allah a matsayin haske a hanya ta.

Ina neman gafara daga Allah domin dukan wani aiki na shaidan da na taba aikatawa dailin bin Muhammadu da na yi a matsayinsa na manzon Allah.

Na ki, kuma ina yin watsi da dukan ikirari na sabo wanda yake cewa wai idan Yesu ya dawo, zai tilastawa dukan mutanen duniya su bi shair'ar da Muhammadu ya kawo.

Na zabi in bi Kristi shi kadai.

Ina furta cewa Almasihu Dan Allah ne, cewa ya mutu a giciye domin zunubai na, da kuma cewa ya tashi daga matattu domin ceto na. Ina yabon Allah domin giciyen Almasihu, na kuma zabi in dauki giciye na in bi shi.

Na shaida cewa Kristi Ubangijin duka ne. Yana mulki bisa sama da duniya. Shine Ubangijin rayuwa ta. Na shaida cewa zai dawo domin ya yi wa matattu da masu rai shari'a. Ina manne wa Almasihu, ina kuma shaida cewa babu wani suna a sama ko a duniya wanda za a iya samun ceto a cikinsa sai sunan nan na Almasihu.

Ina gayyatar Allah Uba na da ya bani sabuwar zuciya, zuciya ta Almasihu, domin ta yi mani jagora ta kuma albarkace ne a cikin dukan abin da nake yi da kuma dukan abin da nake fada.

Ina kin dukan wata sujada ta karya, ina kuma kebe jikina domin yin sujada ga Allah mai rai, Uba, Da da Ruhu Mai Tarki.

Amin.

Jagorar Bincike

Darasi na 5

Tun da koyaswar da ke a cikin wannan darasin ta fi mayas da hankali a kan Yesu da kuma Littafi Mai Tsarki, babu wani Ambato na wata aya daga cikin Alkur'ani a ciki, babu wata sabuwar kalma, kuma babu wani sabon suna.

Ayoyin Littafi Mai Tsarkin da aka ambata suna hade da tambayoyin da suke biyo baya.

Tambayoyin Darasi na 5

- A tattuna akan labarin da aka fara darasin da shi.

꙳

Farko mai wuya

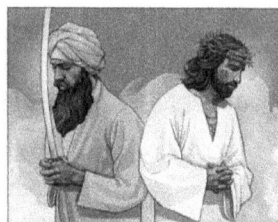

1. Menene rayuwar Yesu da ta Muhammadu suke da shi wanda ya zama daya?

2. Ta wadanne hanyoyi hudu ne zamu iya cewa tasowar Yesu ta zama da wahala?

   1)

   2)

   3)

   4)

An yi wa Yesu tambayoyi

3. Da wadanne tambayoyi Farisiyawa suka kai wa Yesu hari?

- Markus 3:2, Tambaya a kan ...
- Markus 11:28, Tambaya a kan ...
- Markus 10:2, Tambaya a kan ...
- Markus 12:15, Tambaya a kan ...
- Matiyu 22:36, Tambaya a kan ...
- Matiyu 22:42, Tambaya a kan ...
- Yahaya 8:19, Tambaya a kan ...
- Matiyu 22:23, Tambaya a kan ...
- Markus 8:11, Tambaya a kan ...
- Markus 3:22, Tambaya a kan ...
- Matiyu 12:2, Tambaya a kan ...
- Yahaya 8:13, Tambaya a kan ...

Makiya

4. Wace irin kiyayya Yesu ya fuskanta?

- Matiyu 2:16 ...
- Markus 6:3 ...
- Markus 3:21 ...
- Yahaya 6:66 ...
- Yahaya 10:31 ...
- Yahaya 11:50 ...
- Markus 14:43-45 ...
- Markus 14:66-72 ...
- Markus 15:12-15 ...
- Markus 14:65 ...

- Markus 15:16-20 …

- Markus 14:53 …

- Maimaitawar Shari'a 21:23 …

- Markus 15:21-32 …

Yadda Yesu yayi da kiyayya

5. Wadanne abubuwa guda shida masu ban sha'awa ne Durie ya
    lura da su game da yadda Yesu ya yi da kiyayya? (Bisa ga Matiyu
    27:14; Ishaya 53:7; Matiyu 21:24; Matiyu 22:15-20; Matiyu 12:19-
    20; Ishaya 42:1-4; Luka 4:30)

1)

2)

3)

4)

5)

6)

6. Ta wace hanya ta musamman ce Yesu ya mayas da martani a
    lokacin da aka jarabce shi da kiyayya? (Bisa ga Ibraniyawa 4:15)

7. Menene ya sa Yesu bai ji kamar ya haura wa ko kuma ya hallaka
    wadanda suka tashi gaba da shi ba?

Rungumar Kiyayya

8. Menene shirin Allah ya kunsa game da aikin da Yesu za iyi a matsayinsa na Almasihu na Allah? (Bisa ga Markus 12:10, da Ishaiah 52:3-5)

9. Menene shirin Allah na ainihi ya kunsa? (Bisa ga Markus 8:31-32)

Kauchewa tayas da hankali

10. A bisa ga Matiyu 26:52 da Yahaya 18:36, menene Yesu ya ki yarda da shi?

11. Wace Ma'ana ce Durie ya ba "fito da takobi" wanda ake samu a cikin Matiyu 10:34?

12. Wadanne ra'ayoyi ne Yesu ya ki amincewa da su game da Almasihu, wanda kuma kin amincewa da wannan ra'ayin bai yi wa mabiyansa dadi ba? (Bisa ga Matiyu 22:21; Luka 17:21; Matiyu 20:16; Markus 10:43; Matiyu 20:26-27)

13. Ta yaya ikilisiya ta farko ta yi amfani da wanna koyaswar ga sojojin da suka zama Krista?

Kaunaci makiyanka

14. Menene Yesu ya koyas game da yadda za ka bi da sauran mutane?

    1) Matiyu 5:38-42, game da rama mugunta …

2) Matiyu 7:1-5, game da shara'antawa …

3) Matiyu 5:44, game da makiya …

4) Matiyu 5:5, game da tawali'u …

5) Matiyu 5:9, game da kulla zumunci …

6) 1 Korantiyawa 4:11ff, game da tsanantawa
…

7) 1 Bitrus 2:21-25, game da misalin da muke da shi …

Shirya kanka domin tsanani

15. Menene Yesu ya koyawa mabiyansa game da abin da ba za a iya kauce masa ba? (Bisa ga Markus 13:9-13)

16. Yayinda Muhammadu yake koyawa mabiyansa cewa su rama wahala da tashin hankali, wane umurni ne Yesu ya ba mabiyansa? (Bisa ga Markus 6:11; Matiyu 10:13-14)

17. A yaushe Yesu ya nuna gurbin ci gaba da tafiya ba tare da daçin rai ba? (Bisa ga Luka 9:54-56)

18. Wadanne abubuwa guda uku ne Yesu ya koyawa almajiransa su yi idan aka tsantananta musu? (Bisa ga Matiyu 10:19-20)

1)

2)

3)

19. Wane muhimmin abu na hudu ne Yesu ya koya wa almajiransa wadanda suke fuskantar tsanani? (Bisa ga Luka 6:22-23)

20. Wace gaskiya ta biyar ce aka koyawa almajirai wadanda suke cikin tsanani? (Bisa ga 1 Bitrus 3:14)

Sulhu

21. Durie ya lura cewa zunubin Adamu da Hauwa'u sun haifas da abubuwa uku ga mutanc. Wadanne abubuwa ne?

22. Menene cikon alkawalin Allah na dawo da mutum da kuma warkas da dangantakar dake tsakanin mutum da Allah?

23. Menene ya kawo mabudin yin nasara da kiyayya?

24. Ta yaya Yesu ya yi nasara da ikon kiyayya? (Bisa ga Yahaya 3:16)

25. Wace alama ce ake samu a cikin Tsohon Alkawali kuma wane anabci na anabcin mutuwar Yesu a bisan giciye ya ke nuna faruwar irinsa a baya?

26. Menene hadayar da Yesu yayi take bamu domin kawo karshen kiyayya?

27. Bisa ga romawa 8, wane abu ne kuma sulhu yake yin nasara da shi?

28. Bisa ga 2 Korantiyawa 5, wane aiki ne Allah ya sanya a hannuwan mu domin mu yi nasara da ikon kiyayya?

Tashi daga matattu

29. Menene Muhammadu yake marmarin yi wa makiyansa?

30. Bisa ga Ayyukan Manzanni 2:31-36, ta wace hanya Yesu ya samu aka tabbatas da shi?

31. Bisa ga yadda Durie ya fahimci Filibiyawa 2:4-10, menene Allah ya ba Almasihu domin kaskantas da kansa da kuma mika kansa hadaya a bisa giciyen da ya yi?

Almajirancin giciye

32. Yayinda mabiya Almasihu suke 'daukar giciyensu,' wace fasara ce yin hakan yake yi wa shan wuya? (Bisa ga Markus 8:34-35)

Muhammadu da kiyayya da giciye

33. Ina matsyin irn kiyayya da Muhammadu yake da ita zuwa ga giciye?

34. Bisa ga Musulunci, wadanne zababbuka ne suke cewa zasu kawu da zaran Isa (Yesu na Musulunci) ya dawo duniya?

35. Wane abu na kaskanci ne aka nemi Archbishop Geoge Carey na Turai ya yi a lokacin da jirgin sa yake shiga cikin kasar Saudi Arabia?

Idan ka yarda ka bi wadannan matakai yayinda kake shiga sashi na addu'oi.

1. Da farko, bari dukan mahalarta taron su fadi 'Furuci da kuma Addu'ar mika kai ga bin Yesu Almasihu' tare.

2. Daga nan sai a karantawa dukan mahalartan shaidu da kuma ayoyin 'Fuskantar Gaskiya'.

3. Bayan wannan, dukan mahalartan zasu tashi tsaye tare su kuma fadi 'Furuci da Addu'ar yin watsi da Shahada da kuma karya ikon ta.'

4. Idan ana neman karin shawara game da wannan, sai a dubi jagoran shugabanni.

6

Yanci daga Dhimma

"Jininsa yana yin mafificiyar magana"
Ibraniyawa 12:24

Manufar wannan darasin

a. Ganewa da ainihin ginshikin koyaswar alkawalin danniya na *dhimma* wanda Musulmi suke kakamawa a kan mutanen da suka ci da yaki.

b. Fahimtar zabi ukun da Musulmi suke ba mutanen da ke a karkashin mulkin su da kuma tasirin 'zabin nan na uku.'

c. Bayyana abin da wannan yarjejeniya ta *dhimma* take haifaswa ga wadanda ba Musulmi ba.

d. Duba wadansu misalai na irin danniyar da wannan yarjejeniya ta *dhimma* take da shi daga cikin wadansu littattafi na Musulunci da kuma labari daga wadanda aka yi irin wannan danniyar a gaban idanun su.

e. Fahimtar irin damuwa da kuma tasiri na ruhaniya da al'adar nan ta sare wuya wadda ake yi kowace shekara take da shi.

f. Duba misalai na yadda zama a karkashin yarjejeniyar danniya ta dhimma take shigowa cikin kasashen yamma a yau.

g. Fahimtar dalilin da ya sa wadansu mutane suke bukata su yi watsi alkawali na danniyan nan.

h. Dubawa a takaice irin banbancin dake tsakanin irin martanin da Muhammadu ya mayas sakamakon kiyayya da kuma irin martanin da Yesu ya mayas ga kiyayya

i. Fahimci dalilin da ya sa wadansu Krista suke bukatar addu'ar yin watsi da alkawalin danniya na *dhimma*.

j. Jera wadansu munanan rinjaye na ruhaniya wanda zama karkashin yarjejeniya ta danniya ke kawowa.

k. Duba wadansu ayoyi daga Littafi Mai Tsarki wadanda suke yi magana akan gaskiya 15 na musamman da ya kamata ka sani yayinda kake yin shiri domin yin watsi da *kalmar shahada* (idan baka rigaya ka yi a darasin da ya wuce ba),

l. Karbi yanci na ruhaniya daga yarjejeniyar danniya ta wurin furta wata addu'a ta yanke dangantaka, hade da addu'ar tuba da kuma wadansu furuci da janye hannu guda 35.

Mu duba mu gani: Idan kai ne menene za ka yi?

An gayyace ka kai da abokin ka zuwa wani taro na addu'a a wani wurin taro. Yayin da ka ke dokin tafiya wannan taron kuma yayin da kake saduwa da sauran mutane, sai ka ji dadin ganin Krista da yawa wadanda suka fito daga addinin Musulunci.

Bayan sashi da aka gudanas a yammar farko ta wannan taron, sai aka umurce ku da ku shiga cikin kungiyoyi na mutane 10-12 domin ku fadi bukatun addu'oin k uku kuma yi addu'a ta minti 30. Kunngiyar da ka sami kanka a ciki tana da wadanda suka fito daga Musulunci da yawa. Da yawa daga cikin su sun fito fili sun fadi irin murnar da suke yi ta shiga cikin addinin Krista. Sai dai kuma, kadan daga cikin Kristan da suke a cikin wannan kungiyar sun fara fadin irin rashin jin dadi, tsoro, kunya, kai har ma da irin kiyayyar da Musulmi suka nuna musu. Wadannan Musulmin sun dauke su kamar su ba su da muhimmanci da kuma kafirai, kuma sun yi ta nuna musu wariya a cikin kauyukan su. Sai wadanda suka fito daga Musuluncin suka amsa cewa "Ai ko ba mu ji dadin jin hakan ba, sai dai, ku yafe musu; ba wuya wadannan Musulman ba su san abin da suke yi ba ne."

Sai ka lura cewa wannan amsar ta bata wa mutanen da suka nuna damuwar sun nan rai. Sai suka juya wurin ka da kuma sauran yan kungiyar suna tambaya, "shin wannan maganar ba ta fi karfin a ce maka "Ka gafarta" kawai ba? Ai mun gafarta musu, sai dai har yanzu ba mu sakewa, har ma muna jin tsoron kowane Musulmi." Sai ka kuma lura cewa wadannan kalaman na karshe sun fara damun wadannan mutanen wadanda suka fito daga Musulunci.

Menene za ka fadi kuma menene za ka yi?

A cikin wannan darasin zamu dubi ka'idar Musulunci game da yadda za a yi da dukan wanda ba Musulmi ba wanda yake karkashin mulkin Musulunci. A cikin addinin Musulunci, ana kiran irin wadannan mutane wadanda suka hada da Krista da kuma Yahudawa da sunan *dhimmis* (wadanda suke karkashin yarjejeniya ta danniya).

Alkawalin danniya na *dhimma*

A cikin shekara ta 2006, lokacin da Pope Benedic yake bada shahararrar bitar sa ta Regensburg, ya ambaci wata magana wadda Byantine Emperor Manuel II Palaeologus, wanda yayi magana a kan dokar da Muhammadu ya baya cewa, "A yada addinin da ya kawo da kaifin takobi."

Wannan magana da Pope din nan ya yi ta zazzafan martani daga Musulmi. Bayan wannan maganar, an kashe fiye da mutane 100 a cikin tarzomar da ta bazu ko'in a cikin duniya. Daya daga martanin da ya fi bada sha'awa shine wanda Sheikh Abdul Aziz Al-Sheikh, babban malamin addini na Saudi Arabia ya bayas in da yake cewa, ba a yada Musulunci ta wajen tashin hankali ba. Yayi magana cewa ba daidai ba ne a zargi Musulci da wannan domin an baiwa kafirai zabi na uku. Zabi na farko shine karbar Musulunci, zabi na biyu shine takobi, kana zabi na ukun shine "Mika kai da biyan haraji, kana a bar su su zauna a cikin kasar su, suna yin addinin su a karkashin kariyar Musulmi."

Wannan babban malamin ya cewa masu karanta kasidar sa cewa su dubi gurbin da Muhammadu ya bari. Ya ce, "Wadanda suka karanta Alkur'ani da kuma *Sunna* za su iya gane wannan gaskiyar."

Zabi ukun da wannan babban malamin Musulunci yake magana akai sune:

1. Tuba da karbar Musulunci
2. Takobi – ka kashe ko a kashe ka; ko kuma
3. Ka mika kai da karfin Musulunci.

Zabi biyu na farkon sun fito ne daga wurin Muhammadu wanda ya ce:

> Allah ya umurce ni da in yi yaki da mutane har sai sun yarda cewa ba wanda ya cancanci a yi masa sujada sai Allah da kuma yarda cewa Muhammadu manzon Allah ne…. idan suka yi dukan wadannan, to, sun tsira da ransu da kuma dukiyoyin su daga hannu na…

Sai dai kuma, akan ambaci wannan hade da wadansu kalaman inda Muhammadu ya bada zabi na uku, banda karbar Musulunci ko kuma takobi. Wannan zabin kuwa shine ka mika kai, ka biya haraji wanda ake kira *jizya*:

Ku yi yaki a cikin sunan Allah da kuma cikin hanyar Allah.

Kuyi yaki da wadanda basu gaskanta da Allah ba. Ku yi jihadi... Idan kuka yi karo da abokan gaban ku, wadanda suke abokan tarayya, ku gayyace su ga zabi guda uku. Idan suka zabi daya daga cikin wadannan, ku ma sai ku yi na'am da zabin su, ku kuma kawu daga yi musu wata barna. Ku gayyace su da su karbi Musulunci; idan sun yarda da ku sun kuma karba, ku yi na'am da su ku kuma hanu daga yin yaki da su... idan suka ki su karbi Musulunci, ku neme su da su biya haraji na *jizya*. Idan sun yarda za su biya, ku yi na'am da su ku kuma janye hannayen ku. Idan sun ki su biya harajin, ku nemi taimako daga Allah, ku yake su.

Haka kuma wannan neman a biya *jizya* din, ya fito ne daga cikin wata aya wadda take a cikin Alkur'ani:

Ku yaki wadanda ba su yin Imani da Allah kuma ba su Imani da ranar Lahira kuma ba su haramta abin da Allah da Manzonsa suka haramta, kuma ba su yin addini, addinin gaskiya, daga wadanda aka bai wa Littafi, har sai sun bayar da *jizya* daga hannu, kuma suna kaskantattu (Sura 9:29)

A na yi wa al'ummomin da suka mika kai ga mulkin Musulunci a matsayin wadanda suka yarda da wannan yarjejeniyar danniya ta *dhimma*, wadda yarjejeniya ce inda al'ummomin da ba Musulmi ba suke amicewa da abubuwa guda biyu: 1) Biyan *jizya* kowace shekar ga Muslumi, da kuma 2) a kumyatas da kai ko kuma a kaskantar da kai, ka dauki matsayin kaskantaccen da aka ci a yaki.

Wani mai sharhi a kan Muslunci mai suna Ibn Kathir ya fadi a cikin wani sharhi da yayi a kan Sura 9:29 cewa, "Ba a yarda Musulmi ya girmama mutumin da yake karkashin *dhimma* ko kuma a daga su fiye da Musulmi ba, domin su kaskantattu ne, abin kunya kuma abin raini." Ya ci gaba da cewa, kamata yayi dokokin *shari'ar* Musulunci su tabbatar da cewa wadannan mutanen sun ci gaba a cikin wannan yanayi na wulakanci, kaskanci da kuma kunyataswa.

Shari'a ta yarda cewa idan mutum ya yarda ya zauna a karkashin wannan yarjejeniya ta danniyar, mutumin da ba Musulmi ba zai iya ci gaba da rayuwa a karkashin irin wannan yanayi ana kuma kiransa da sunan *dhimmis.*

Tsarin nan na *dhimma* wadansu ka'idodin koyaswar Alkur'ani ne guda biyu wadanda aka fitas a siyasance:

1. Kamata yayi Musulunci yayi nasara a bisan sauran addinai.

   Shi ne wanda ya aiki Manzonsa da shiriya da addinin gaskiya domin ya rinjayar da shi a kan addinai dukansu. Kuma Allah ya isa ya zama mai shaida. (Sura 48:28)

2. Dole ne Musulmi ya zama a madafar iko domin ya tabbatar da koyaswar Musulunci akan abin dake daidai da wanda ba daidai ba.

   Kun kasance mafi alherin al'umma wadda aka fitar ga mutane kuna umurni da alheri kuma kuna hani daga abin da ake ki, kuma kuna Imani da Allah. (Sura 3:110)

Jizya

A cikin tsarin *shari'ar* Musulunci, alkawalin danniyan na *dhimma* yana mayas da wadanda ba Musulmi ba tamkar mutane da idan da ba don Musulmi sun kyale su ba, da sun rigaya sun rasa rayukan su. Wannan ya samo asali ne tun kafin zuwan Musulunci inda ra'ayin cewa idan ka yi nasara a bisa wani kana ka bar shi da rai, to kansu ya zama Malakar ka. Sabili da haka, harjin shekara shekara na *jizya* wanda ake biya a kan kowane mutum wanda yake namiji kuma yake zama a cikin yanki Musulmi a karkashin wannan yarjejeniyar, masana addinin Musulunci suna kiran wannan harajin ceto wanda mutanen dake karkashin wannan yarjejeniyar suke biya a madadin jinin su. Ma'anar kalmar *jizya* shine "ramawa," "diyya" ko "haraji." Masu fasara kalmomin Musulunci sun ba *jizya* ma'ana kamar haka:

> … Haraji wanda ake karba daga wurin yantattun mutane wadanda ba Musulmi ba zuwa ga gwamnatin Musulunci in da suke sa hannu a yarjejeniya wadda take tabbatas musu da kariya, kamar suna biyan diyya ne domin ba a hallaka su ba.[11]

Muhammad ibn Yusuf Atfayyish, wani mutumin Algeria mai sharhi akan Musulunci wanda ya yi rayuwa a cikin karni na goma sha tara,

---

11. Edward W. Lane, *Arabic-English Lexicon*

186

ya bayyana wannan ka'idar a cikin wani sharhi da ya rubuta akan Sura 9 aya 29:

> An ce: ita *jizya*, gamsuwa ce domin jinin su. An ce, … ta fito ne domin ta fanshe su domin ba a hallaka su ba. Manufarta shine ta yi musanya a madadain hakin kisan su da kuma na bauta…. Wannan domin amfanin Musulmi ne.

Ko kuma, kamar yadda William Eton ya bayyana a cikin wani bincike da yayi a kan daurar Turkiya aka kuma buga a shekara ta 1798, wajen shekaru dari kafin bayyanain Muhammad ib Yusuf Atfayyish:

> Yadda aka tsara kalmomin da aka lakamawa Kristan dake karkashin wannan tsarin game da biyan harajin sare wuya (*Jizya*) yana nuna cewa kudin da ake karba daga gare su, ana karbar shi ne a matsayin diyyar barin su da kansu a bisan wuyansu na wannan shekarar.

Hukumcin rashin biyan wannan harajin

A bisa ga *shari'ar* Musulunci, akwai hukumci mai tsanani ga dukan wanda ya ketare wannan yarjejeniyar danniya ta *dhimma*. Idan wanda yake karkashin wannan yarjejeniyar ya tsallake biyan haraji na *jizya*, ko kuma ya kasa yin biyayya da dokokin da aka kakaba wa duk wani wanda yake karkashin wannan yarjejeniyar, hukumcin shine, za a dawo da *jihadi* a kansa. Wannan yana nufin za a koma yanayi na yaki: za a wawashe abin da shi wannan mutumin ya mallaka, za a bautar da mata a kuma yi musu fyade, za kuma a kashe mazajen (ko kuma su tuba don dole ta bakin takobi).

Wani sanannen misali na jarjejeniyar danniya ita ce yarjejeniyar Umar, wadda ta kunshi wasu kalamai inda Kristan Syra suke dora wa kansu hukuncin *jihadi*:

> Wadannan sune sharudan da muka gindaya wa kanmu da kuma mabiya addinin mu a madadinmu zaman lafiyar mu da kuma kariya. Idan muka karya wani daga cikin alkawuran da muka sanya domin amfanin ku a sabanin jin dadin kanmu, to alkawalin dake tsakanin mu ya karye kuma kuna iya yi mana abin da aka halatta muku da kuyi wa mutane masu taurin kai da kuma tawaye

Ibn Qudama shima ya bayyan wannan da cewar idan wanda ba Musulmi ba kuma yana karkashin wannan jarjejeniyar, wanda kuma ya ketare wadannan sharudan na danniya, ya rasa ransa da kuma abin da ya mallaka:

> Wanda yake a karkashin kariya kuma ya ketare jarjejeniyar kariyarsa, ko dai ta wurin kin biyyan haraji na *jizya* ko kuma kin kiyaye wata doka ta wurin …. Wannan za isa ransa da dukiyar sa su zama *halal* (kowane Musulmi yana da yanci ya kama ko ya kashe shi).

Tarihin al'ummomi na wadanda ba Musulmi ba wadanda kuma suke karkashin wannan yarjejeniyar yana cike da miyagun abubuwa wadanda suka hada da kisan kiyashi, fyade, da warwashe dukiyoyinsu. Wannan ya sa wadanda ba Musulmi ba suka yi ta rayuwa a cikin tsoro da barazana kuma ya karfafa jin cewar suna cikin kangi na ruhaniya da na tunani domin kasancewar su *dhimma*. Misalai guda biyu da za mu iya ambatawa sune:

- A cikin shekara ta 1066, Musulmi sun hallaka Yahudawan Granada wadanda yawan su ya kai wajen 3,000. Abin da ya faru shine, wani Bayahude mai suna Samuel ha-Nagid wanda shine Grand Vizier na Granada, wanda yake yi wa Sultan na Musulmi aiki. Na biye da shi a wannan office din shine dansa Joseph ha-Nagid. Nasarar da wadannan Yahudawan suka samu shine Musulmi suka ce ya saba wa sharudan yarjejeniyar danniyar da suke a karkashin ta, wadda ta hana wani wand aba Musulmi ba samun wani matsayi gaba da wani Musulmi. Zugi da kuma kampe na addinin gaba da wadannan Yahudawan shine ya kai ga wannan kisan kiyashin. Wani alkali na Arewacin Africa mai suna al-Maghili ya rubuta daga baya cewa a duk lokacin da Yahudawa suka dare wani mukami mai wajne yi wa sultan hidima, suna matsayin masu yi wa yarjejeniyar nan ta *dhimma* tawaye kenan, wadda kuma daga wannan lokacin, ta daina basu kariya. Wato, jininsu ya halatta kenan.

- A 1860, an kashe Krista fiye da 5,000 a Damaska. Abin da ya faru shine, Ottamawa sun soke dokokin nan na *dhimma*. Wannan ya faru ne sakamakon matsi na siyasa daga masarautan Turai. Musulmi masu wa'azi a Damaska basu ji dadin wannan ba, sabili da haka sai suka furta cewa tun da Krista sun dena yin biyayya a matsayin bayin dake karkashin yarjejeniyar danniya ta *dhimma*, yanzu an cire kariyar da suke da ita. Kisan da ya biyo baya yayi daidai da tsarin yaki na *jihadi*: an kashe maza, mata da yara sun tafi bauta, an kuma yi wa matan da aka kama fyade, an kuma warwashe dukiyoyin su. Wadansu sun tsira da rayukansu ta wurin juyawa suka karbi Musulunci.

Wata al'ada mai tayas da hankali

Dole ne kowane namijin da ya balaga ya biya haraji na *jizya* a kowace shekara, bayan wannan kuma, akwai wata al'ada wadda za ta biyo baya. Ana bukatar kowane namiji wanda yake karkashin wanan jarjeniyar ya shiga ckin wannan al'adar a ko'ina cikin duniyar Musulmi. An ci gaba da yin wannan har ya zuwa karni na 20.

Al'adar biyan kudin *jizya* tana hade da wata alama mai karfi inda Musulmi zai bugi mutumin da yake karkashin wannan yarjejeniyar ta danniya a wuya, da a wadansu wuraren kuma, za a daura wa wanda yake karkashin wannan yarjejeniyar igiya a wuyansa a yi ta jansa da wannan igiyar. Wadannan ayyukan al'adun suna nuna cewa shi wannan wanda yake karkashin wannan yarjejeniyar yana biyan kudi harajin nan ne domin ya samu ya rayu, domin kubuta daga mutuwa ko kuma bauta. Al'adar, wata alama ce ta cewar an zartar da hukuncin mutuwa ta hanyar fille kan wanda biyan harajin *jizya* ta yi biya masa jinkirin mutuwa a wannan shekarar. Muddin mutumin zai ci gaba da rayuwa, dole ne a yi wannan al'adar a kowace shekara.

Kafofin sadarwa na Musulmi da ma na wadanda ba Musulmi ba sun bada labarbarun irin wadannan al'adun taso daga Morocco har zuwa Buhara, daga karni na tara zuwa karni na ashirin. A wadansu kasashen Musulmi kamar su Yemen da Afghanistan, an ci gaba da gudanas da wadannan al'adun har zuwa lokacin da Yahudawa suka yi kaura zuwa Isra'ila a karshen shekaru na 1940 zuwa farkon 1950s, kana kuma a cikin shekaru na kurkusan nan, akwai kiraye kirayen da wadansu Musulmi masu tsananin ra'ayi suke yi na a dawo da wannan al'adar.

A matsayin ta na alamar kisa, za a iya Kallon al'adar biyan *jizya* a matsayin 'alkawali na jini' (wani abu da muka yi magana a kai a cikin darasi na 2), in da wanda yake shiga ciki yake kirawa kansa mutuwa ta irin wannan hanyar kisan, muddin ya kasa cika sharudan wannan yarjejeniyar. An yi ta amfani da irin wadannan alkawalan a cikin bukukuwan shigar da mutum a cikin kungiyar asiri shekaru daru-

daru da suka wuce, kuma irin wadannan al'adun suna da ikon daure mutumin da ya shiga cikin irin wannan bikin zuwa ga mika kai da kuma yin biyayya.

Al'adar *jizya* tana dauke da alamar yardar wanda yake karkashin wannan yarjejeniyar na rasa kansa (sare wuyansa) idan ya ketare wani daga cikin sharudan wannan alkawalin wanda yake barin sa da rai. Wani aiki ne na la'anta kai wanda yana kama da mutum yana cewa, "Ka na da yanci bisa kai na idan na ketare daya daga cikin sharuddan wannan alkawalin." Daga baya, idan wani wanda yake karkashin wannan yarjejeniyar ya ketare wannan alkawalin, ya rigaya ya yanke wa kansa hukuncin mutuwa ta wurin sa hannu a cikin wannan al'adar da ake yi a bainin jama'a, kuma idan an kashe shi, an kashe shi ne da izinin sa.

♻️

A wannan sashen, zamu dubi yadda wannan al'adar dake shafar tunanin wadanda ba Musulmi ba.

Godiya cikin kaskanci

A cikin dokar *shari'ar* Musulunci, ana duban wadanda ba Musulmi ba a matsayin mutanen da rayuwar su take a hannaun Musulmin da uska yi nasara a kansu. Ana sa ran zasu zama da halin godiya da kaskantar da kai. Masu bada sharhi na Musulunci sun fitas da wannan a fili:

- Ba za a karbi shaidar wanda yake karkashin wannan yarjejeniyar a kotun *shari'a* ba: wannan ya sa suna rayuwa a kakashin kowace irin barazana da kuma danniya.

- Dole ne gidajen wadanda suke karkashin wannan yarjejeniyar su zama kasa da gidajen Musulmi.

- Ba a yara wanda yake karkashin wannan yarjejeniyar ya haudoki ko kuma yad aga kansa sama da na Musulmi ba.

- Idan sun hadu a kan hanya, dole ne wanda yake karkashin wannan yarjejeniyar (*dhimmi*) ya kauce ya ba musulmi hanya ya wuce tukuna.

- Ba a ba wanda yake karkashin wannan yarjejeniyar damar ya kare kansa ba, wannan ya ba Musulmi damar kai musu hari a duk lokacin da suka ga dama.

- Ba a yarda a baje wata alama ko a gudanas da wata al'ada wadda ba ta Musulunci ba.

- Ba za a gina sabobbin majami'u ba, kuma ba za a gyara majami'ar da ta lalace ba.

- Ba a yarda a kushe Musulunci ba.

- Dole ne sa suturar wanda yake karkashin wannan yarjejeniyar ta yi dabam ta kuma zama da faci mai launi daban daban a kan yadin.

- Maza Musulmi suna da iznin aurar wadda ba Musulma ba kuma dole ne dukan yaran su tashi a cikin Musulunci; sai dai kuma ba a yarda mata Musulma ta auri wanda ba Musulmi ba.

- Akwai kuma wadansu dokoki da yawa wadanda suke wulakanta da kuma ware al'umomin da ba Musulmi ba.

Ana daukar wadannan dikoin a matsayin bayyana wa ta hanyar doka da kuma zamantakewar al'umma cewa wadannan mutanen "kaskantattu" ne kamar yadda Alkur'ani ya umurta (Sura 9:29).

Tsarin *dhimma* tsari ne wanda aka shirya domin a kaskantas da wadanda ba Musulmi ba wadanda suke zaune a wuraren da Musulunci ya mamaye. Wani mutumin Morocco mai bada sharshi a kan Musulunci cikin karni na 18 mai Suna Ibn Ajibah ya bayyana manufar wannan shirin da cewa shiri ne ne kashe zuciya:

Akan umurci wanda yake karkashin wannan shirin da ya kashe zuciyarsa, sa'ar da marmarinsa. Bisa ga kome kuma, ya kashe kaunar rayuwa, shugabanci da girmamawa. Wanda ke karkashin wannan danniyar zai nutsar da dukan abin da ransa yake marmari, zai nawaita ma ransa fiye da abin da ran na sa zai iya jurewa da shi har ya zama mai cikakkiyar biyayya. Sabili da haka, babu abin da ba zai iya jurewa da shi ba. zai zama bai kula da danniya ko iko ba. Talauci da dukiya zasu zama daya a gare shi; yabo da zagi za su zama daya; hani da bari zasu zama daya; bata da samu za su zama daya. Daga nan, kome zai zama daya, ransa zai zama a shirye yayi biyayya cikin kowane irin hali.

Kaskanci tun daga cikin tunani

Ana amfani da kalmar nan 'dhimmitude' wajen bayyana halin da alkawalin danniyar nan yake haifaswa. Kamar kalmomin nan 'bambancin launin fata' dhimmitude bai tsaya akan bayyana matsayi na doka ko kuma zamantakewar jama'a ba, amma yakan dorawa mutum tunanin kaskanci da kuma shirin yin bauta wanda al'ummar da ta kakaba wa mutanen take mora da nufin inganta kanta.

Kamar yadda babban malamin Yahudawa na Iberian Maimonides ya ce, "Mu manyan mu da kananan mu, mun yarda, mu mika kanmu ga wulakanci..."; kana kuma a farkon karni na ashirin, Masanin labarin kasa na Serbia mai suna Jovan Cvijic ya bayyana yadda fargabar tashin hankali a hannun Turkawa masu mulki da Albaniyawa musulmi ta canza al'ummonin Krista na yankin Balkans:

> [Sun kasance] sun saba da zama na baya, mai hidima, bawa, wanda aikin shi shine ya mika kansa abin yarda ga maigidan sa, ya kaskantas da kansa a gabansa, ya faranta masa (maigidansa) rai. Wadannan mutanen sun zama masu kusanci, wadanda basu iya yin wani abu a sarari, masu boye boye; Marasa yarda da kowa; sun koyi zama a cikin riya da munafunci domin ya zama dole su yi haka domin su iya yin rayuwa da kuma su iya gujewa hukunci.
>
> Ana iya ganin tasirin da zalunci da tashin hankali bayyane a cikin kusan dukkan Kristoci a matsayin jin tsoro da zaman fargaba... A Makidoniya na ji mutane suna cewa: "Ko a mafarkanmu muna gudun Turkawa da Albaniya."

Kamar yadda wanda yake cikin karkashin wannan yarjejeniyar yake cikin kaskanci, haka kuma kuma fifikon Musulmin, wanda aka ba damar ya ji kamar cewa barin wannan mutumin da rai da kuma hanuwa daga warwashe kayan wannan mutumin da yayi, ya sa shi ya zama wani mutumin kirki. Kamar yadda wani mutumin Iran wanda ya bar Musulunci ya shigo Kristanci ya fada mini, "Har yanzu a na yi wa addinin Krista duban addini na kaskantattun mutane. Musulunci shine addinin shugabannin da kuma masu mulki; Kristanci addini ne na bayi."

Yadda ake daukar wannan al'ada ta yarjejeniyar danniyar nan yana da lahani ga Musulmi domin yana kaskantar da wadanda ba Musulmi ba. A duk lokacin da Musulmi suka kafa wani yanayi inda ba su da damar

192

yin gasa daidai da saura, suna yi wa kansu lahani ne. ka'idojin kariyar tattalin arziki zai iya sa tattalin arzikin kasa ya fadi, haka kuma kariyar da addini yake ba wadanda karkashin wannan danniyar yana sa Musulmi su dogara akan wani fifiko na karya, wanda a gaskiya raunana su yake yi, yana kuma lalata samun sanin wata gaskiya game da kansu da kuma duniyar da ke kewaye da su.

Tsarin yarjejeniya ta danniya yana haifas da wadansu shinfidaddun halaye daga bangarorin biyu wanda yake shafar tsararrakin su. Kamar yadda banbancin launin fata zai iya kasancewa a cikin kasa shekara da shekaru bayan an soke bauta, haka kuma tsarin yarjejeniya ta danniya zai iya ci gaba ya kuma shafi dangantakar dake tsakanin Musulmi da kuma sauran mutane, ko da ma an manta da tsarin biyan haraji na *jizya*.

Tunanin yarjejeniya ta danniya zai iya rinjayar al'umomin da suka fada a karkashin mulkin *shari'ar* Musulunci. Wannan zai iya gurguntar da binciki na ilimi ya kuma lalata tattaunawa ta siyasa. A misali, akwai jeren yan siyasar kasashen yamma wadanda suke yabawa Musulunci, suna cewa addini ne na salama, suna kuma nuna godiya. Irin wannan yabon da nuna godiyar sun samo asali ne daga halin da ya kamata wanda yake karkashin wannan danniyar ya kasance da shi ga mulki na Musulunci.

Tsanani na addini da kuma dawowar wannan yarjejeniya ta danniya

A cikin karni na goma sha tara da karni na ashirin, masu mulki a Turai suna tilastawa Musulmin duniya baki daya da su warware wannan shiri na *dhimma*. Sai dai kuma, a cikin karnin da suka gabata, akwai alamun farfadowar tsarin *shari'ar* Musulunci a ko ina cikin duniya. Daya daga cikin wannan farfadowar shine, ra'ayin nan na *dhimma* yana sake bullowa a cikin kasashen Musulmi kuma wannan ya haifas da wani yanayi na son zuciya, barazana da kuma nuna banbancin gaba da Krista da kuma sauran wadanda ba Musulmi ba. wani misali shine na kasar Pakistan wadda aka kafa a matsayin kasa wadda take da tsarin mulkin da ba a bisan wani addini yake kafe fa, amma daga baya, kasar ta shaida cewa ita kasar Musulmi ce, ta sake dawo da kotunan *shari'ar* Musulunci, ta kuma kawo wata doka ta sabo wadda take nunawa wadanda ba Musulmi ba banbanci. Wannan kudiri na sake farfado da *shari'ar* Musulunci ya haifas da yi wa Kristan da ke a kasar Pakistan tsanani.

A dukan inda a ka farfado da *shari'ar* Musulunci a duniya a yau, rayuwa takan zamar wa Krista da sauran wadanda ba Musulmi ba da wuya kwarai. A yau, hudu daga cikin cikin kasashe biyar inda Krista suka fi fuskantar tsanani, kasashen Musulmi ne, kuma yadda Krista suke shan tsanani a wadannan wuraren sun hada da hana su gina wuraren sujada wadda dokar dhimma ta ke goyon baya a matsayin wani sashe na sake farfado da *shari'ar* Musulunci.

✿

A wannan sashen, zamu dubi dalilan yin watsi da alkawalin yarjejeniyar nan ta danniya da kuma irin barnar da take yi wa ruhaniya.

Mafita ta Ruhaniya

Rayuwar Muhammadu tana kafe ne bisa irin kiyayyar da ya fuskanta wadda kuma ta yiwa ruhaniyar sa rauni, ta haifas da ruhun jin an saba masa, sa shiganin cewa shine aka cuta, ruhun tashin hankali da kuma marmarin danne sauran jama'a. kiran da yake yin a *jihadi* ya taso ne daga ruhun danniyar da yake fama da shi wanda yake neman saki ta wurin kaskantas da wadansu. Wannan kuma shine ya haifas da tsarin danniya na *dhimma*.

Sabanin hakan, an nunawa Kristi kiyayya, amma ya ki ya dauki wannan a matsayin wani laifi, ya ki ya tayas da hankali, ya ki ya danne wadansu, ya kuma ki ya dauki ruhun fushi. Giciyen sa da tashin sad aga matattu sun yi nasara a bisan kiyayya da kuma ikokin duhu. Krista suna iya juyawa zuwa ga giciye domin neman yanci daga dokar *dhimma*.

Shaidu na yanci daga wadanda suka dandana wannan danniya ta *dhimma*

Ga wadansu shaidu daga mutanen da suka yi addu'ar yin watsi da alkawalin *dhimma* suka kuma sami yancin su.

Tsoro na tsara a wa tsara

Wata mata wadda na yi addu'a tare da ita ta sha wahala daga tsoro ta hanyoyin rayuwa iri dabam dabam. Kakanninta sun yi rayuwar su a matsayin wadanda suke karkashin wannan yarjejeniya ta danniya a Damaskus, kasar Syria daruruwan shekaru da suka wuce inda aka yi wa Krista sanannen kisan kiyashin nan a cikin shekara ta 1860. A lokacin da na karkafafa ta da ta yi fadi addu'oi na yin watsi da alkawalin *dhimma*, ikon tsoro ya karye, ta kuma sami babban yanci daga tsoro a cikin rayuwar ta ta yau da kullum.

Yanci daga gado na kisan kiyashi

Wani mutum dan asalin kasar Armenia yana da kakanni wadanda suka tsira daga kisan kiyashi ta wurin yin amfani da sunayen Helinawa suka kuma ta Smyrna zuwa Masar. Bayan fiye da karni daya, wannan da na wadancan yan gudun hijiran yayi ta fama da tsoro a kullum. Ba ya iya barin gid aba tare da fargaba game da ko ya rufe dukan kofofi da tagogi ba. sai dai kuma, a lokacin da yayi watsi da tsoron dake bin tsararraki wanda yake da dangantaka da tunanin kisan kiyashin da ya wuce, ya kuma yi addu'a domin ya samu kubuta, wannan mutumin ya sami babbar warkaswa da kuma yanci na ruhaniya.

Karin samun tasiri a cikin bishara ga Musulmi

Wata mata yar kasan New Zealand ta fada mani yadda aikin ta a tsakanin Musulmi ya sami canji bayan ta furta yin watsi da yarjejeniyar danniya ta *dhimma*.

> Na sami yantaswa mai karfi daga barazana, tun daga lokacin da na yi addu'ar yin watsi da yarjejeniyar danniya a wajen taron da ka kira bishara ta a cikin Musulmi ta sami karin tasiri. Ina yi wa Musulmi bishara tun shekara ta 1989…. Haka kuma, wani daga ckin mutanen da muke aiki tare wanda kuma ya kasance a wannan taron ya sami karin sakamako mai kyau wajen kai bishara da yake yi a cikin matan Gabas ta Tsakiya. Wannan kuma ya faru ne bayan ya yi addu'ar yin watsi da yarjejeniyar danniya.

Daga tsoro zuwa karfin hali: *horaswa domin aikin bishara*

Wata kungiya ta Krista masu amfani da harshen Larabci sun yi amfani da addu'oin da aka tanada a cikin wannan littafi a matsayin shirin sun a kai bishara ga Musulmi wadanda suke ziyara a matsayin masu yawon bude ido a kasar Turai. Koda yake wadannan Kristan suna cikin kasa wadda take da yanci, sun shaida cewa sukan ji tsoron shaida bangaskiyar su. Tattaunawa game da yarjejeniya ta danniya ya bude zukatansu ga bukatar warkaswa daga tsoro. Daya daga cikin shugabannin ya bayyana cewa, "Tsoron yana zama a cikin ka domin alkawalin da aka dauka a madadin ka." Bayan tattaunawa da kuma yin bayyani game da alkawalin *dhimma*, mutanen suka yi addu'oi domin samun yanci, suka kuma furta yin watsi da alkawalin *dhimma* tare. A cikin rana ta karshe ta wannan shirin, daya daga cikin su ya rubuta wannan:

> Sakamakon wani abin banmamaki ne. Dukan wadanda suka halarta sun shaida da karfi cewa wannan wani muhimmin abu ne da ya kamata a koyas wajen horas da masu bishara kuma wata babbar albarka ce da kuma yanci na gaskiya, musamman ma da yake kowa ya sami damar yin watsi da alkawalin *dhimma* da kuma shaida yin alkawali da Yesu ta wurin jininsa. Mu yabi Allah, ta cikin jinin Yesu, ta wurin addu'a, akwai yanci a cikin daga wannan alkwalin.

Krista dan darikar Koftic ya sami yanci da kuma ikon yiwa Musulmi bishara

Wani lauya Krista dan darikar Koftik ya bada wannan shaidar:

> Na karanta *shari'ar* Musulunci a matsayin wani babban darasi har na shekaru hudu a matsayin daya daga cikin darusan da nake bukatar karantawa kafin in sami digiri na lauya a kasar Musulmi. Na yi bincike mai zurfi game da irin wulakancin da Krista suke fuskanta a karkashin *shari'ar* Musulunci, wanan kuma ya hada da dokokin **dhimma**, sai dai kuma wani abu yayi ta hana ni fahimtar yadda irin wannan koyaswar take shafar hali na. Ni cikakken Krista ne wanda yake kaunar Ubangiji Yesu Kristi, amma na kasa shaida shi a matsayin Ubangiji na a gaban abokai na wadanda suke Musulmi wai domin kada in sa su ji ba dadi.

> A lokacin da na yi karo da wata gabataswa game da shirin nan yarjejeniyar danniya, sai na jikamar ana tona yanayin ruhaniya ta, kana kuma ana bude irin mugun takaicin dake cikin rayuwata. Na yi ta tuna lokatai da yawa oa inda a cikin murna na yarda da fifikon Musulmi har ma wadansu lokatan ina kare wannan matsayin a yankunan da suka ci da yaki, kasar kakanni na. Sanin cewa na amince na kuma yi rayuwa a cikin kaskanci a matsayin wanda yake karkashin wannan yarjejeniyar ya kashe ni

kwarai. Na bukaci a yi mani addu'a, nan take kuma na sami babban yanci a cikin Almasihu.

A wannan daren, na koma gida, na kuma kira wani aboki na na kusa wanda yake Musulmi na kuma fada mata. Na gaya mata cewa Yesu Almasihu yana kaunar ta kuma ya mutu a kan giciye sabili da ita. Tun daga wannan lokacin, shelar bishara ta a cikin Musulmi ta zama da nasara kuma na ga mutane da yawa daga cikin su suna furta Almasihu a matsayin Ubangiji da Mai ceton su.

Dalilan yin watsi da alkawali na *dhimma*

Za ka yi marmarin yin addu'ar furci da kuma addu'oin da suke biye da wannan darasin sabili da dalilai masu yawa:

- Yana yiwuya kai ko kuma kakannin ka sun yi rayuwa a karkashin *shari'ar* Musulunci a matsayi wadanda ba Musulmi ba, sun kuma karbi alkawali na *dhimma*, ko kuma kun yi rayuwa a karkashin wani yanayi wanda *jihadi* da yarjejeniyar danniya ta *dhimma* ta ke da rinjaye.

- Wadansu abubuwa masu sosa zuciya kamar su dandana tashin hankali wanda yake da dangantaka da *jihadi* ko kuma wani cin zarafi ya faru a cikin tarihin ko cikin tarihin iyalinka karkashin yanayi na *dhimma*. Kila ma baka taba jin labarin faruwar wannan abin ba amma kana zaton cewa akwai wannan a cikin tarihin iyalin ka.

- Kila *jihadin* Musulunci ya taba yi maka ko kakannin ka wata barazana, kuma koda yake babu wani tarihin cewa iyalinka sun taba zama a karkashin Musulunci, duk da haka kana so ka sami yanci daga tsoro da kuma barazana.

- Kila kai ko kakannin ka sun yi rayuwa a matsayin Musulmi kuma kana so ka yi watsi da shiga cikina alkawali na *dhimma* da dukan abin da yake haifaswa.

An shirya wadannan addu'oin domin soke alkawali na *dhimma* hade da dukan haki na ruhaniya dake tattare da shi domin kada ya sami wata galaba a cikin rayuwar ka. An kuma shirya su ta yadda zasu iya yin tsayayya su kuma karya kowace la'ana wadda aka yi gaba da kai ko kuma gaba da kakannin ka domin kun yi rayuwa a karkashin mulkin Musulunci a matsayin wadanda suke karkashin wannan alkawali na danniya. Za kuma ka iya furta wadannan addu'oin da tunanin bakin cikin rashin sani a baya, da kuma fatan tsayawa a kan gaskiyar maganar Allah. An tsara su domin su karbo yaci daga kowace irin illa ta ruhaniya wadda zama karkashin yarjejeniyar danniya take iya kawo wa. Wadanan kuwa sun hada da:

- Rashin jin dadi

- Tsoro

- Barazana

- Kunya

- Tsarguwa

- Kaskanci

- Kin kai da kuma yin gaba da kai

- Gaba da wadansu

- Bakin ciki

- Wulakanci

- Ware kai

- Kasa yin magana

Yanzu zamu duba addu'ar yin watsi da alkawali na *dhimma*. An shirya wanna addu'a domin yantas da Krista wadanda suke rayuwa a karkashin danniyar Musulunci a yau, ko kuma wadanda kakannin su suka yi rayuwa a karkashin mulkin Musulunci.

Fuskantar gaskiya

Idan baka yi wannan a darasin da ya wuce ba, kafin ka karanta addu'ar yin watsi da *dhimma*, kana bukata ka karanta ayoyin "Fuskantar gaskiya" wanda yake a cikin darasi na 5.

Za a karanta wannan addu'a ta yin watsi da *dhimma* da karfi inda dukan mahalartan zasu mike a tsaye tare.

Furuci da kuma addu'ar yin watsi da Dhimma da kuma karya ikon sa

Addu'ar tuba

Allah Mai kauna, na furta cewa na yi zunubi na kuma juya maka baya. Na tuba na juyo zuwa ga Almasihu a matsayin Mai ceto da Ubangiji na. idan ka yarda ka gafarta musamman dukan lokutan da nayi wa wadansu barazana, na kuma nemi in dora musu kaskanci ko kuma in wulakanta wadansu. Ka gafarta fahaariya ta. ka gafarta dukan lokatan da na zagi ko kuma na nuna fifiko a bisan wadansu. Ina watsi da dukan wadannan a cikin sunan Yesu.

Allah da Uban Ubangijinmu Yesu Almasihu, ina yabon ka domin kyautar gafara wadda Almasihu ya yo nasarar samowa a bisan giciye. Na sani cewa ka karbe ni. Ina godiya domin ta wurin giciye an sulhunta ni da kai da kuma sauran yan'uwa. A yau, ina furta cewa ni dan ka ne kuma magajin Mulkin Allah.

Furuci da kuma yin watsi

Uba, na yarda da kai cewa baka bani ruhun tsoro ba, amma ni da ne na kaunar ka. Ina ki ina kuma yin watsi da dukan abin da Musulunci ya tsayawa kamar yadda Muhammadu ya koyas. Ina yin watsi da dukan sifofin mika kai ga "Allahn dake cikin Alkur'ani," ina kuma furta cewa ni ina bautawa Allah na Ubangijinmu Yesu Almasihu ne shi kadai.

*Ina tuba daga dukan zunuban da kakanni na suka aikata ta wurin mika Kansu ga alkawali na **dhimma** da dukan ka'idodin sa, ina kuma rokon gafara domin zunuban su.*

Ina yin watsi, ina kuma soke dukan alakwalin mika kai wanda ni nayi domin kai na ko kuma wanda kakanni na suka yi ga al'umma da kuma ka'idodin Musulunci.

*Ina kin **dhimma** da dukan sharudan shi kwata kwata. Ina yin watsi da budun nan da ake yi a wuya a matsayin al'adar biya jizya hade da dukan abin da yin hakan yake wakilta. Ina yin watsi na musamman da la'anar da alamar nan ta sara a wuya take nunawa.*

*Ina furta cewa an kafe alkawalin nan na **dhimma** a bisa giciyen Almasihu. Cewa an nuna **dhimma** a sarari kuma bashi da wani iko a bisa na. Ina shaida cewa an tona asirin ka'idodin ruhaniya na* *alkawalin* **dhimma**, *an kwace makamansu, an yi nasara da su, an kuma kunyatar da su ta wurin giciyen Almasihu.*

Ina yin watsi da godiya ta karya ga Musulunci

Ina yin watsi da tsarguwa ta karya

Ina yin watsi da rudi da kareraki

Ina yin watsi da kowace yarjejeniya ta rufe min baki game da bangaskiya ta a cikin Almasihu

Ina yin watsi da kowace yarjejeniya ta rufe min baki game da **dhimma** *ko kuma musulunci.*

Zan yi magana ba kuwa zan yi shuru ba.

Ina shaida cewa "gaskiya zata yantas da ni"[12] kuma na zabi in yi rayuwa a matsayin yantaccen mutum a cikin Almasihu Yesu.

Ina yin watsi in akuma soke kowace la'ana da aka furta da sunan Musulunci gaba da ni da kuma iyalina. Ina yin watsi ina kuma soke kowace la'ana da aka furta gaba da kakanni na.

Musamman ma, ina yin watsi, in akuma karya la'anar mutuwa. Mutuwa, baki da iko a bisa na.

Ina shaida cewa wadannan la'anonin basu da iko a kai na.

Ina karbar albarkun Almasihu a matsayin gado na na ruhaniya.

Ina yin watsi da barazana. Na abi in zama maia karfin hali a cikin Almasihu Yesu.

Ina yin watsi da rudi da kuma yin yadda wani yake so

Ina yin watsi da zagi da kuma tashin hankali.

Ina yin watsi da tsoro. Ina yin watsi da tsoron kada a ki ni. Ina yin watsi da tsoron yin hasarar kadarori na da mallaka ta. ina yin watsi da tsoron kada a bautas da ni. Ina yin watsi da tsoron fyade. Ina yin watsi da tsoron kada a ware ni. Ina yin watsi da tsoron rasa iyalina. Ina yin watsi da tsoron kada a kashe ni da kuma tsoron mutuwa.

Ina yin watsi da tsoron Musulunci. Ina yin watsi da tsoron Musulmi.

---

12. Yahaya 8:32

Ina yin watsi da tsoron sa hannu a cikin harkoki na jama'a ko harkoki na siyasa.

Ina furta cewa Yesu Almasihu shine Ubangijin duka.

Ina mika kai na ga Yesu a matsayin Ubangijin kowane sashi na rayuwa ta. Yesu Almasihu shine Ubangiji a gida na. Yesu Almasihu shine Ubangiji a cikin birnin mu. Yesu Almasihu shine Ubangiji a kasa ta. Yesu Almasihu shine Ubangijin dukan mutanen kasar nan. Ina mika kai ga Yesu Almasihu shine Ubangiji na.

Ina yin watsi da wulakanci. Ina shada cewa Almasihu ya karbe ni. Shi kadai nake bautawa.

Ina yin watsi da kunya. Ina furta cewa na sami wankewa daga zunubi ta wurin giciyen. Kunya bata da wani iko a bisa na kuma zan yi mulki a cikin daukaka tare da Almasihu.

Ubangiji, ka gafarta mani ka kuma gafartawa kakanni na dukan magabtakar da muke da ita ga Musulmi. Ina yin watsi da gaba ga Musulmi da gaba da dukan jama'a, ina kuma furta kaunar Almasihu ga Musulmi da dukan mutanen duniya.

Ina tuba daga zunuban ikilisiya da kuma karkatattar biyayyar shugabannin ikilisiya.

Ina yin watsi da bakonta. Ina furta cewa an gafarta mani Allah ya kuma karbe ni ta wurin Almasihu. Na sami sulhu da Allah. babu wani iko a sama ko a duniya da zai iya kawo sara gaba da ni a gaban kursiyin Allah.

Ina shaida yabo da godiya, ta ga Allah Uban mu, ga Almasihu wanda shine kadai ne Mai ceto da kuma ga Ruhu Mai Tsarki wanda shi kadai ne yake bani rai.

Ina mika kaina in zama shaida mai rai ga Yesu Almasihu a matsayin Ubangiji. Bana kunyar giciye. Bana kunyar tashin sa daga matattu.

Ina shaida cewa ni da ne na Allah mai rai, Allah na Ibrahim, Allah na Ishaku da Allah na Yakubu

Ina shelar nasarar Allah da Almasihunsa. Ina shaidar cewa kowace gwiwa zata rusuna kuma kowane harshe zai shaida cewa Yesu Almasihu shine Ubangiji zuwa ga daukakar Allah Uba.

Ina furta gafara ga Musulm domin sa hannun su a cikin shirin bautaswa dake cikin yarjejeniyar nan ta danniya.

Allah Uba, idan ka yarda ka yantas da ni daga **dhimma***, ruhun bauta, da kowane kazamin sharadi dake nannade a cikin alkawali na* **dhimma***.*

Yanzu ina roko ka cika ni da Ruhun ka Mai Tsarki, ka kuma zubo mani dukan albarkun Mulkin Yesu Almasihu. Ka bani alheri in fahimci gaskiyar maganar ka sosai, in kuma yi amfani da ita a cikin kowane sashi na rayuwa ta. ka bani kalmomi na bege da a rai, kamar yadda kayi alkawali cewa za ka yi, ka kuma albarkaci lebuna na domin in iya yin maganar su ga sauran mutane da iko a cikin sunan Yesu. Ka bani karfin halin zama amintaccen mashaidin Almasihu. Ka bani kauna mai zurfi zuwa ga Musulmi da kuma marmarin shelar kaunar Kristi a gare su.

Ina wannan shaida da kuma rokon wadannan abubuwan a cikin sunan Yesu Almasihu Ubangiji da Mai ceto na.

Amin.

Jagoran Bincike

Darasi na 6

Kalmomi

Dhimma

Dhimmi

Lakcar Regensburg

Zabi guda uku

Babban Limami

Jizya

Wajibi

Jihadi

Yarjejeniyar Umar

Halal

dhimmitude (zama karkashin yarjejeniyar danniya ta Musulunci)

al'adar sare wuya

Fuskantar Gaskiya

Sabobbin Sunaye

- Paparoma Benedict XVI (b, 1927): Wanda aka Haifa a Jamus da sunan Joseph Ratzinger, Paparomad aga 2005 – 2013
- Mai mulkin Byzantine, Manuel II Palaeologus (1350-1425; yayi mulki daga 1395 zuwa 1425)
- Sheikh Abdul Aziz al-Sheikh: Babban Limamin Saudi Arabia tun daga 1999 (An haife shi a 1943)
- Ibn Kathir: Masanin tarihi, mutumin Syria (1301-1373)
- Muhammad ibn Yusuf Atfayyish: Masanin addinin Musulunci, mutumin Algeria (1818-1914)
- William Eton: Mutumin Ingila wanda yayi bincike a kasashen Turkiya da Rasha, shine ya buga littafi mai suna *Survey of the Turkish Empire* a 1798
- Ibn Qudama: Mutumin Palasdinu masanin darikar Sunni da kuma al'adun Sufi (1147-1223)
- Samuel ha-Nagid (992-1055/56) da Joseph ha-Nagid (1035-1066): Shugabannin Yahudawa a Granada.
- Muhammad al-Maghili: Masani dan kasar Algeria (c. 1400-c. 1505)

- Ibn Ajibah: Masanin darikar Sunni Sufi dan kasar Morocco (1747-1809)
- Maimonides: Masanin al'adun Yaudawa mutumin Iberia (1138-1204)
- Jovan Cvijic: Masanin yanayin kasa dan Serbia (1866-1927)

Ayoyin Alkur'ani dake a cikin wannan darasin

Sura 9:29   Sura 48:28   Sura 3:110

Tambayoyi game da wannan darasin

- A tattauna game da labarin da aka fara darasin da shi

Alkawali na *dhimma*

1. Wadanne shahararrun kalmomi Mai mulkin Byzantine **Manuel II Palaeologus** ya ambata wadanda **Pope Benedict XVI** ya ambata a cikin lakcar sa ta **Regensburg** wadda kuma ta sa Musulmi tada tarzoma ko'ina a cikin duniya, har ta yi sanadiyyar kisan fiye da mutane 100?

2. Wanne gyara ne **Babban Limami Sheikh Abdul Aziz al-Sheikh** yayi wa **Pope Benedict**?

3. Wadanne **zabi uku** ne Musulunci ya ba wadanda ba Musulmi ba bayan an ci su da yaki?

4. Durie ya ambaci wani *hadisi* daga *Sahil al-Bukhari* ("An umurce ni…"). Wane umurni ne Allah ya bayas a wannan hadisin?

5. Durie ya sake ambatar wani *hadisi* daga *Sahil Muslim*: "Ku yi yaki a cikin sunan Allah, a kuma hanyar Allah. Ku yi yaki da wadanda ba su yi Imani ba…." Daga wadanne zabubbuka guda uku ne aka ce wadanda aka ciwo nasara a kan su kuma suka ki yarda su karbi Musulunci su zaba?

6. Wadanne abubuwa guda biyu ne Sura 9:29 ta bukaci wadanda ba Musulmi ba da aka yi nasara a kansu da su yi?

7. Menene sunan yarjejeniyar nan wadda ta ke alkawali na mika kai?

8. Menene ake bukata wadanda ba Musulmi ba su amince da shi a karkashin wannan yarjejeniyar?

9. Wadanne ka'idodi biyu na Alkur'ani ne suke goyon bayan yanayi na **dhimma**?

Jizya

10. Menene ya sa aka kakabawa wadanda suke karkashin yarjejeniyar danniyan nan **jizya** kamar yadda masana addinin Musulunci suka fada cewa fansar jinin su ne?

11. A fadar **Atfayyish**, wanene yake amfana daga musanta kisa da bauta da **jizya**?

12. A fadar **William Eton**, musanyar menene *jizya* take yi?

Hukuncin rashin cika sharudan

13. Menene yake jiran wadanda suke karkashin wannan yarjejeniyar idan suka kasa cika sharuddan da alkawali na **dhimma** ya kunsa?

14. Menene **yarjejeniyar Umar**ta bukaci wanda yake karkashin wannan yarjejeniyar ya kira wa kansa?

15. Menene Imam **Ibn Qudama** yake nufi da halarta rai da kuma kayan wanda yake karkakshin wannan yarjejeniyar idan ya kasa cika ka'idodin **dhimma**?

16. Wadanne munanan abubuwa ne suka faru a cikin tarihin mutanen da suka yi rayuwa a karkashin irin wannan alkawalin?

17. Menene ya sa aka kashe Yahudawan dake a Granada a cikin shekara ta 1066?

18. Menene ya sa aka yiwa Kristan dake a Damaskus kisan kiyashi a shekara ta 1860? Menene wadansun su suka yi domin su tserewa wannan kisan?

Al'ada mai tayas da hankali

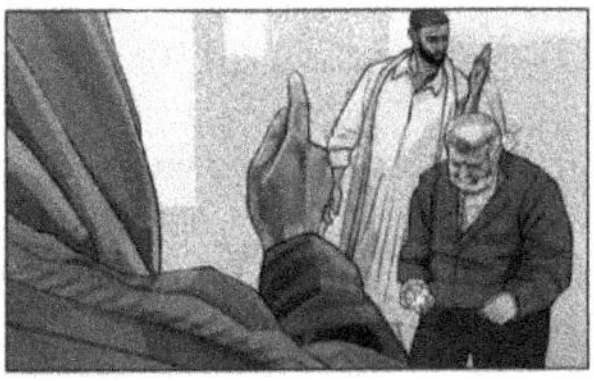

19. Wace al'ada ce Durie ya ce ta bazu ta kuma yi fiye da shekara dubu daga Morocco har zuwa Bukhara?

20. Wace ma'ana aka so wannan al'adar ta nuna?

21. Wace la'ana ce wanda yake karkashin wannan yarjejeniyar yake dorawa kansa yayin da yake shiga cikin wannan al'adar?

22. Menene masu sa hannun suke kirawa kansu yayinda suke sa hannu a cikin biyan harajin ***jizya***?

23. Menene wanda yake karkashin wannan yarjejeniyar yake furtawa a kansa ta wurin biyan harajin ***jizya***?

Godiya cikin kaskanci

24. Wadanne halaye biyu ne Durie ya ce ya kamata wadanda ba Musulmi ba su zama da su yayin da suke cudanya da wadanda suke Musulmi?

25. Ka lura da misalai na kaskanci wadanda *shari'ar* Musulunci ta dorawa wadanda ba Musulmi ba.

- Bada shaidar wadanda suke karkashin wannan yarjejeniyar (*dhimmis*)
- Gidajen *dhimmis*

- Dokunan *dhimmis*

- Tafiyar *dhimmis* a bisa hanyar da jama'a ke bi

- *dhimmis* ya kare kansa

- Alamu na addinin *dhimmis*

- Ikilisiyoyin *dhimmis*

- *Dhimmis* da sukar addinin Musulunci

- Suturar *dhimmis*

- Auren *dhimmis*

26. Menene Sura 9:29 take umurtar wadanda ba Musulmi masu zama a karkashin dokokin Musulunci?

27. Ta yaya **Ibn Ajibah** ya bayyana "Zabi na uku?"

Cusa kaskanci a cikin tunani

28. Menene zama a karkashin yarjejeniyar danniya (**dhimmitude**) yake bayyana wa?

29. Bisa ga fadar Masanin al'adun Yahudawa, mutumin Iberia mai suna **Maimonides**, menene **dhimmitude** yake sa *dhimmis* su yi ko su zama?

30. A bisa ga fadar **Jovan Cvijic**, masanin yanayin kasa na Serbia, menene **dhimmitude** na karfi da yaji wanda Turkawa suka kakabawa mutanen dake yankin Bakans ya haifas a cikin tunanin wadannan mutanen?

31. Kamar yadda wani mutumin Iran wanda ya tuba ya karbi Yesu ya fadawa Durie, yaya Musulmi suke ganin addinin su in an kwatanta shi da yada yadda suke ganin addinin Krista?

32. Menene yasa **dhimmitude** ya zama da illa har ga Musulmi ma?

33. Wane abu na tarihi ne wanda ya faru a Amurka wanda Durie yake kwatantawa da **dhimmitude?**

34. A bisa ga fadar Durie, menene karkataccen bincike na ilimi da kuma tallaunawa ta siyasa?

Tsanani na addini da kuma komowar *dhimma*

35. Menene ya tilastawa duniyar Musulmi warware harkoki na *dhimma* a cikin karni na goma sha tara da karni na ashirin?

36. A fadar Durie, menene ya kawo karin tsanani ga Krista a Pakistan wanda kuma yake kawo karin tsanani ga Krista a kasashe masu yawa?

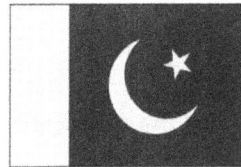

Mafita ta Ruhaniya

37. Wadanne abubuwa biyar na ruhaniya ne Durie ya lissafta wadanda tsananin da Muhammadu ya fuskanta suka haifas?

38. Menene tushin abin da ya sa Muhammadu yayi kira da ayi *jihadi*?

39. Wadanne abubuwa guda hudu ne Almasihu ya ki yarda yayi a lokacin da ya fuskanci kiyayya?

Shaidu na samun yanci daga *dhimma*

40. Menene shaidun nan guda biyar da Durie ya ambata suke da shi wanda ya yi daidai da juna?

Dalilan yin watsi da alkawali na *dhimma*

41. Wadanne abubuwa guda uku masu rinjaya ne zasu iya shafar mutumin da yake neman addu'a ko dai domin shi da kansa ya taba rayuwa a karkashin danniyar nan ko kuma kakannin sa sun zauna a karkashin danniyar addini ta **dhimmitude**?

42. Wadanne abubuwa guda biyu ne aka shirya addu'a game da **dhimmitude** ta cimma?

43. Ka dubi jeren miyagun abubuwa na ruhaniyan nan guda 13 wadanda **dhimmitude** yake kawowa. Menene addu'ar dake kafe a bisan gaskiyar maganar Allah zata iya yi ga wadannan al'amuran?

Idan ka yarda ka bi wadannan matakan wajen sashen addu'oi:

1. A karantawa dukan masu halartar taron ayoyin **Fuskantar Gaskiya** wadanda ke cikin Darasi na 5 da karfi, idan ba a karanta su a lokacin da ake yin darasin ba.

2. Bayan an yi hakan, dukan masu halartar horaswar zasu mike tsaye gaba daya su kuma fadi, 'Shaida da addu'ar yin watsi da *dhimma* da kuma Karya Ikon ta'.

3. Ida kana neman cikakkun umuri, ka dubi jagoran shugabanni.

7

Karya, fifiko na karya, da la'antaswa

"Abin da ka fada ya iya cetonka ko ya hallaka ka,

saboda haka tilas ne ka karbi sakamakon maganar ka"
Karin magana 18:21

Manufar wannan Darasin

a. Duba da kuma kin yarda da izinin da Musulunci ya bayas na yin karya ko kuma rudin wadansu

b. Duba ayoyin Littafi Mai Tsarki wadanda suke furta gaskiya na musamman guda 20 yayinda kake shirin yin watsi da rudin Musulunci

c. Karbar yanci na ruhaniya daga yaudara ta hanyar furta addu'ar yin watsi, ciki har furuci na musamman guda takwas da kuma yin watsi.

d. Duba da kuma kin neman da Musulunci yake yi na dorawa wani fifiko a bisan wani

e. Duba ayoyin Littafi Mai Tsarki wadanda suke shaida wadansu gaskiya na musamman yayin da kake shirin yin watsi da fifikon Musulunci.

f. Karbar yanci na ruhaniya daga fifiko na karya ta wurin yin addu'ar yin watsi, wannan ya hada da furuci da kuma yin watsi 11

g. Duba al'adun Musulunci wadanda dinbin mabiya suke yi a masallaci, suna la'anta wadanda basu gaskanta da Musulunci

h. Lura da halayen la'antaswa daban daban wadanda suke a cikin Musulunci

i. Lura da irin taba zuciya da wadanda suke fuskantar wannan al'ada ta la'antaswa ke ji

j. Duba ayoyin Littafi Mai Tsarki wadanda suke ambaton gaskiya guda shida na musamman yayin da kake shirin yin watsi da al'adar la'antawa

k. Karbi yanci na ruhaniya daga al'adar la'antaswa ta wurin yin addu'ar yin watsi, hade da furuci da kuma yin watsi 19

Mu duba mu gani: Idan kai ne, yaya zaka yi?

Kana tafiya tare da wadansu abokan aiki Krista su uku, Alexander, Samuel da Pierre a cikin motar ikilisiya. Kuna tafiya ne zaku je wani taro inda za a yi magana a kan renon Musulmin da suka tuba. Bayan kun yi magana akan ikilisiya, iyali da siyasa sai Pierre yayi tambaya game da tunanin sauran ku akan yawan mafarkan da Musulmi suke yi game da Yesu da kuma karuwar Musulmi masu tsatsauran ra'ayi (yan ta'adda). Shin ko wannan yana nufin mun shiga zamani na karshe ne? ko Musulmin da suka tuba suna bukatar wani reno na musamman kamar Yahudawan da suka bi Yesu a matsayin Almasihu?

Alexander yayi magana a cikin ba'a yana cewa, "A gaskiya yan'uwa, menene zai sa Musulmi su nemi wani reno dabam da ta muce Yahudawa ko Buddhists? Yau ikilisiya ta da ta fara bada horaswa daban daba ga wadanda suka fito daga addinai daban daban? Dukan mu ba Littafi Mai Tsarki daya muke amfani da shi ba muna kuma furucin bangaskiya guda daya? Wace shaida ke da akwai na cewa 'maya haihuwar' Musulmi ta yi daban da ta saura kuma har suna bukatar wata koyaswar baptisma ko kuma wani reno na musamman?

Samuel ya amsa yace, "Yesu yayi alkawalin cewa kowace gwiwa zata rusuna, kuma ni na gaskanta wannan ya kunshi milyoyin Musulmin da suke zuwa ga Kristi, kuma dole ne mu marabce su da kulawa ta musamman, a cikin gidajen ikilisiya na musamman, kamar yadda muke yi wa Yahudawa. Da Bulus da Bitrus dukan su sun fuskanci yi wa Yahudawa bishara ta hanyar da ta sha banban da yadda suka yi ta kai bishara ga Al'ummai. Kamata yayi mu dauki musulmi tamkar yan'uwan Yahudawa mu kuma shirya hanyar renon su yadda zata biya bukatun su na musamman."

Pierre ya kara da cewa, "Amma Samuel, dukan manzanni sun yi amfani da koyaswa iri daya wajen horas ikilisiyar Sabon Alkawali. Shin dukan wasikun Manzannin ba su shafi duka Yahudawa da kuma Al'ummai ba? Iyakar abin da Musulmin da suke karbar Yesu suke bukata shine abin da sauran suke bukata: class na baptisma, wa'ayi, koyaswar Sunday School da binciken Littafi Mai Tsarki. A gaskiya ma, ba su wata dama ta musamman zai iya hana su yin cudanya da ikilisiyar da take a wurin."

Sai Samuel ya ce maka, "Yaya kake ganin renon Musulmin da suka tuba suka zama Krista.

Wace amsa zaka bayas?

Yanci daga karya

A wannan sashen, zamu dubi koyaswar Musulunci game da karya, kana za mu zabi mu yi watsi da karya.

Gaskiya tana da daraja

Pastor Damanik wanda aka kulle a kurku a Indonesia domin yay magana gaba da *jihadin* Musulunci ya fadi wani kamar haka a kan gaskiya:

> … ko da yake gaskiya tana da wuya kuma tana da tsada, ba mu da zabi. Dole mu zama a shirye mu biya wannan farashi mai tsadan. Sabanin wannan shine yin ban kwana da gaskiya. Dole ne mai son gaskiya yayi yaki tukuru domin ya zama mutum mai nufi na karfe haka kuma, ya zama mutum mai zuciya mai tsarki wadda bata da wani abin boyewa (kamar gilashi). Nufi yana da karfi, ba za a iya tankwasa shi ba. idan ana magana ta gaskiya, ba za a iya karkatas da shi ba… Zuciyar gilashin zuciya ce wadda bata kazamtu da son zuciya ko wani nufi na mutum ba. kamar yadda gilashi ya ke, mai son gaskiya yana da taushin zuciya kuma yana da saurin fashewa akan rashin adalci da rashin gaskiyar dake a cikin duniya. Wannan taushin zuciyar ba alamar kasawa ba ce, amma alama ce ta karfi da kuma iko. Yana da karfin hali kuma bakin nan nasa mai kaifi yana iya yin magana game da rashin gaskiya da karairakin dake kewaye da shi. Zuciyar shi ba zata iya yin shiru ba. A kowane lokaci, zuciyar shi cike take da yaki da rashin adalci.

Gaskiyar cewa Allah mai gaskiya ne shine harsashin mu na shiga cikin danganta da shi. Allah mai dangantaka ne: ya sa kansa a cikin dangantaka da mutane.

Al'adar *Shari'ar* Musulunci

Bisa ga Alkur'ani da kuma koyaswar Musulunci, an yarda mutum yayi karya saboda wadansu dalilai. A darasi na 3, mun ga yadda Musulunci ya yarda mutum yayi karya, wani lokaci ma, karya ta kan zama wajibi.

A cikin Alkur'ani, har Allah ma an ce yakan rudi mutane ya karkatar da su:

> Allah ya batar da wanda yake so kuma ya shiryar da wanda yake so. Kuma shi ne Mabuwayi, mai hikma. (Sura 14:4).

Irin karyar da *shari'ar* Musulunci ta yarda da su:

- Karya a cikin yaki
- Miji ya yiwa matarsa karya
- Karya domin kare kai
- Karya domin kare sauran Musulmi
- Karya domin tsirar da rai (*taqiyya*) a lokacin da Musulmi ya tabbatas yana cikin hatsari: A wannan lokacin ma, an ba Musulmi dama yayi musun cewa shi Musulmi ne (Sura 16:106)

Wadannan abubuwan addinin sun zama da rinjaye mai karfi a cikin al'adun Musulunci

Fuskantar Gaskiya

Ba kamar Musulunci ba, ba a yardar wa Krista yayi musun bangaskiyar sa ba:

> Kowa ya bayyana yarda a gare ni a gaban mutane, ni ma zan bayyana yarda a gare shia gaban Ubana da yake a cikin Sama. Duk wanda kuwa ya yi musun Sanina a gaban muae, ni ma zan yi musun saninsa a gaban Ubanmu da yake a cikin Sama. (Matiyu 10:32-33)

Yesu ya ce, "iyakar abin da kuke bukata shine ku ce 'I' ko 'A'a' ...." (Matiyu 5:37)

Menene Farawa 17 ke cewa Allah ya kafa da Ibrahim?

Zan kafa alkawarina da kai, da zuriyarka a bayanka cikin dukan tsararrakinsu, madawwamin alkawari ke nan, in zama Allahnka da na zuriyarka a bayanka. Zan ba ka, kai da zuriyarka a bayanka, kasar bakuninka, wato duka kasar Kan'ana ta zama mallamarka har abada, ni kuwa zan zama Allahnsu. (Farawa 17:7-8)

Menene Allah ya kafa da Dawuda a cikin Zabura 89?

Ka ce, "Na yi alkawari da mutumin da zan zaba, na yi wa bawana Dawuda alkawari cewa, 'Daga zuriyarka kullum za a sami sarki, zan kiyaye mulkinka har abada.'" Zabura 89:3-4)

Wadannan nassoshin da muka karanta yanzu suna nuna cewa Allah ya kafa amintaccen alkawali da mutanensa.

Wadanne halaye na dangaka guda biyu wadanda Allah yake da su ne za ka iya gani daga cikin wadannan nassoshin?

Allah ba kamar mutum ba ne, da zai yi karya, ba kuwa dan mutum ba ne da zai tuba. Zai cika dukan abin da ya alkawarta, ya hurta, ya kuwa cika. (Littafin Kidaya 23:19)

Ku gode wa Ubangiji domin shim ai alheri ne, gama kaunarsa madawwamiya ce. (Zabura 136:1)

(Yayin da yake magana game da Yahudawa) ... Amma a game da zaben Allah, su kaunatattunsa ne, albarkacin kakannin kakanninsu. Domin baiwar Allah da kiransa bas a tashi. (Romawa 28-29)

.... Saboda bangaskiyar zababbun Allah, da kuma inganta sanin gaskiyar ibadarmu, duk wannan kuwa saboda benen nan ne ga rai madawwami da Allah ya yi alkari tun fil'azal, shi wanda karya ba ta a gare shi. (Titus 1:1-2)

Don haka, sa'ad da Allah yake son kara tabbatar wa Magadan alkawarin na dahir, cewa nufinsa ba mai sakewa ba ne sam, sai ya hada da rantsuwa, domin albarkacin abubuwa guda biyun nan marasa sakewa, masu nuna, cewa bas hi yiwuwa Allah ya yi karya, mu da muka gudu muka sami mafaka, mu karfafa kwarai mu riski abin da muka kafa bege a kai. Begen na kuwa da muke da shi, kamar anka yake ga rai, kafaffe, tabbatacce, shi ne kuma yake shiga har can ciki bayan labulen. (Ibraniyawa 6:7-9)

Yadda ba shakka Allah yake mai alkawari, haka ma maganar da muka yi muku, ba shiririta a ciki. Domin kuwa, Dan Allah, Yesu Almasihu, wand ani da Sila da Timoti muka yi muku wa'azi, ai, ba shiririta a game da shi, har kullum a kan gaskiya yake.
Domin dukan alkawaran Allah cikars a gare shi take, ta wurinsa kuma muke fadar "Amin" domin a daukaka Allah. (2 Korantiyawa 1:18-20)

Allah ba ya canzawa kuma shi mai aminci ne a cikin dangartarsa. A kullum, yana cika maganarsa.

A bisa ga Littafin Firistoci, menene Allah yake bukata daga wurin mutanensa?

Ubangiji ya ce wa Musa ya fada wa dukan taron jama'ar Isra'ila cewa, "Ku zama tsarkakakku gama ni Ubangiji Allahnku mai tsarki ne." (Littafin Firistoci 19:1-2)

Allah na gaskiya na Littafi Mai Tsarki yana so mu zama masu tsarki kamar yadda ya ke.

Bisa ga wadanna ayoyin guda uku, ta yaya zamu nuna tsarkin Allah a cikin rayuwar mu?

Madawwamiyar kaunarka tana bi da ni, amincin ka yake yi mini jagora kullayaumin.[13] (Zabura 26:3)

Ina ba da kaina gare ka domin ka kiyaye ni. Za ka fanshe ni, ya Ubangiji, kai Allah mai aminci ne. (Zabura 31:5)

Ya Ubangiji, na sani ba za ka fasa yi mini jinkai ba! kaunarka da amincika za su kiyaye lafiyata kullum. (Zabura 40:11)

Za mu iya nuna tsarkin Allah ta wajen zama masu gaskiya da kuma yin rayuwa a cikin gaskiya domin Allah mai gaskiya ne kuma yana rike maganarsa cikin aminci. Koda yake Shaidan yana so ya zuba karya a cikin zukatanmu, gaskiyar Allah zata kare mu.

Menene gaskiyar ta ke yi mana, bisa ga Zabura ta Dawuda?

Mugu ne ni tun lokakcin da kaa haife ni, mai zunubi ne ni tun daga ranar da aka haife ni. Aminctacciyar zuciya it kake so, ka cika tunanina da hikimarka. Ka kawar da zunubina zan kuwa

---

tsarkaka. Ka wanke ni, zan kuwa fi auduga fari. (Zabura 51:5-7)

Mai Zabura ya fadi cewa gaskiya tana wanke mu

Menene wannan ayar take cewa ya cika rayuwar Yesu?

> Kalmar nan kuwa ya zama mutum, ya zauna a cikin mu, yana mai matukar alheri da gaskiya. Mun kuma dubi daukakarsa, daukaka ce ta makadaicin Da daga wurin Ubansa. (Yahaya 1:14).

Yesu yana cike da gaskiya

A cikin menene aka kira mu da mu yi rayuwa a ciki?

> Mai aikata gaskiya kuwa yakan zo wajen hasken, domin a bayyana ayyukansa, cewa da taimakon Allah ne aka yi su. (Yahaya 3:21)

An kira mu da mu yi rayuwa a cikin gaskiya

Ta wace hanya guda daya ce wadannan ayoyin suke cewa zamu kai ga sanin Allah?

> Allah Ruhu ne, masu yi masa sujada kuwa lalle su yi masa sujada a ruhu, da gaskiya kuma. (Yahaya 4:24)

> Yesu ya ce masa, "Ni ne hanya, ni ne gaskiya, ni ne kuma rai. Ba mai zuwa wurin Uba sai ta wurina. (Yahaya 14:6)

Yesu yana fada cewa ba zamu iya zuwa wurin Allah ba sai ta wurin gaskiya. (A cikin bisharun, Yesu ya fadi cewa "Ina fada muku gaskiya" har sau 78)

Menene bai yi daidai da bin Almasihu ba, a bisa ga wannan nassin da Bulus ya rubuta?

> Yana kuma tunawa cewa ita shari'a ba a kafa ta domin masu adalci ba, said ai kangararru, da marasa biyayya, da marsa bin Allah, da masu zunubi, da marasa tsarkaka, da masu sabon Allah da masu kashe iyaye maza da mata, da masu kisankai, da fasikai, da masu ludu, da masu sace mutane, da makaryata, da masu shaidar zur, da kuma duk sauran abin da ya saba sahihiyar koyarwar nan, bisa ga bishara mai daraja ta Allah abar yabo, wadda aka danka mini. (1 Timoti 1:9-11)

Bulus yana bayyana cewa karya bata yi daidai da bin Almasihu ba.

Kamata yayi dukan mahalarta taron su karanta wannan addu'a ta yin watsi da karya da karfi yayin da suke a tsaye tare.

Furci da addu'a ta yin watsi da yaudara (rudi)

Uba ina godiya domin kai Allah ne na gaskiya, kana haskaka wa a cikin duhu mafi tsanani. Yau na zabi kada in yi rayuwa a cikin duhu, amma in zauna a cikin hasken ka.

Idan ka yarda ka gafarta mini dukan karyar da na ambata. Sau da yawa nakan zabi hanya mai dadi, da abin da yake da sauki a maimakon abin da yake na gaskiya. Ina rokon ka ya Ubangiji ka wanke lebuna na daga dukan rashin adalci. Ka bani zuciya wadda take murna da jin gaskiya, da kuma baki wanda yake a shirye domin sanas da gaskiya ga sauran mutane.

Ka bani karfin hali in sami sulama a cikin gaskiya in kuma ki karya.

A yau ina ki, ina kuma yin watsi da amfani da karya a cikin rayuwa ta ta yau da kullum.

Ina kin kowace koyaswa ta Musulunci da take karfafa yin karya, wannan kuma ya hada da taqiyya. Na zabi in juya wa karya da dukan yaudara baya. Na zabi in yi rayuwa a cikin gaskiya.

Ina shaida cewa Yesu Almasihu shi ne hanya, shi ne gaskiya, shi ne kuma rai. Na zabi in yi rayuwa a karkashin kariyar gaskiyarsa.

Ina shaida cewa kariya ta a cikin ka take, kuma gaskiya zata yantas da ni.

Idan ka yarda ya Uba na Sama, ka nuna mini yadda zan yi tafiya a cikin haske da kuma gaskiyar ka. Ka bani kalmomin fada da kuma yadda zan yi tafiya, wadda take kafe akan gaskiyar ka.

Amin

☙

Yanci daga fifiko na karya

A wannan sashen zamu dubi koyaswar Musulunci akan fifikon wadansu mutane a bisan wadansu, kana mu kwatanta shi da koyaswar Littafi Mai Tsarki. Daga nan sai mu zabi mu yi watsi da fifiko na karya.

Ikirarin Musulunci na fifikon da ya ke da shi.

A kwai babban naciyar fifiko a cikin Musulunci; a kan wanene ya fi. Alkur'ani y ace Musulmi sun fi Krista da kuma Yahudawa.

Kun kasance mafi alherin al'umma wadda aka fitar ga mutane kuna umurni da alheri kuma kuna hani daga abin da ake ki, kuma kuna imani da Allah. kuma da mutanen Littafi sun yi Imani, lalle ne, da (haka) ya kasance mafi alheri a gare su. Daga cikinsu akwai muminai kuma mafi yawan su fasikai ne. (Sura 3:110)

Kuma kamata yayi Musulunci yayi mulki a bisan sauran addinai:

Shi ne wanda ya aiki manzonsa da shiriya da addinin gaskiya domin ya rinjayar da shi a kan addinai dukansu. Kuma Allah ya isa ya ama mai shaida. (Sura 48:28)

A Musulunci, abin kunya ne a dube ka a matsayin kaskantacce. Akwai *hadisan* Muhammadu da yawa wadanda suka dora babban muhimmaci kan fifiko. A misali, a wani *hadisi* wanda al-Timirdhi ya ambato, Muhammadu ya ambata cewa yana da fifiko a bisan dukan mutane da suka taba yin rayuwa a duniya:

Ni ne zan zama shugaban yayan Adamu a Ranar Shari'a, kuma ba cika baki nake yi ba. kambin yabo zai kasance a hannu na, kuma ba alfahari nake yi ba. A wannan ranar, kowane annabi har ma da Adamu, zai kasance a karkashin inuwa ta. Ni zan zama na fari wanda kasa zata bude dominsa (wato, wanda zai fara tashi daga matattu), kuma ba alfahari nake yi ba.

Addinin Musulunci yana da babban rinjaye a cikin al'adar Larabawa inda ya yi fiye da shekaru dubu yana sauya wannan al'adar. A cikin al'adun Larabawa, maganar daukaka da kunya suna da muhimmanci kwarai, sabili da haka, mutane suna ki a dauke su kasa da wani. Idan mutane suna da rashin jituwa, za su yi kokarin wulakanta juna kana zasu yi kamar sune aka yi wa laifi.

Idan wani ya fita daga Musulunci ya kuma zabi ya bi Almasihu, ya zama dole ya yi watsi da wannan ra'ayi na cewar shi yana da fifiko a bisan wadanda suke kewaye da shi, ya ji dadin yin hakan, ya kuma yi watsi da tsoron kada a kunyatas da shi.

Fuskantar gaskiya

Macijin ya rudi Hauwa'u a cikin Gonar Aidan ta wurin fada mata cewa zata zama "kamar Allah," kuma sabili da haka ne Hauwa'u ta amince da abin da macijin yake so ta yi. Wannan shine ya kai Adamu da Hauwa'u ga faduwa. Menene za mu iya koya game da mamarin daukaka kai daga wannan nassin?

> Sai matar ta ce wa macijin, "Ma iya ci daga cikin itatuwan gonar, amma Allah ya ce, 'Ba za ku ci daga cikin yayan itacen da yake tsakiyar gonar ba, ba za ku taba shi ba, don kada ku mutu.'"
>
> Amma macijin ya ce wa matar, "Hakika ba za ku mutu ba. Gama Allah ya sani a ranar da kuka ci daga itacen nan, idanunku za su bude, za ku kuwa zama kamar Allah, ku san nagarta da mugunta." (Farawa 3:2-5)

Sha'awar zama babba tarko ne ga yan adam: mutane masu son zama sama da sauran suna iya haifas da matsala da zafi mai yawa a wannan duniyar.

Lokaci lokaci tambaya takan taso a tsakanin mabiya Yesu game da wanene babba ko kuma wanene zai zama mafi girma a cikin su. Yakubu da Yahaya sun so su san ko wanene zai zauna a wuri mafi daukaka a mulkin Yesu. Kamar Yakubu da Yahaya, mutane a ko'ina a cikin duniya suna neman wurin zama mafi kyau ko kuma wuri mafi daukaka. Menene Yesu ya ke da shi na fada game da wannan?

> Yakubu da Yahaya yayan Zabadi suka kusato shi suka ce masa, "Malam, muna so ka yi mana duk abin da muka roke ka."
>
> Sai ya ce musu, "Me kuke so in yi muku?"
>
> Suka ce masa, "Ka yardar mana ranar daukakarka mu zauna daya a damanka, daya a hagun." ….
>
> Da almajiran nan goma suka ji haka, suka fara jin haushin Yakubu da Yahaya. Yesu ya kira su ya ce musu, "Kun sani wadanda aka san su da mulkin al'ummai[14] sukan nuna musu iko, hakimansu ma sukan gasa musu iko. Ba haka zai zama a tsakaninku ba. Amma duk wanda yake son zama babba a

---

14. Yayinda Yesu yake ambaton al'ummai a nan, yana Magana ne akan dukan kasashe: wani abu ne wanda ya shafi kowane mutum, mutum yana so ya bunkasa kansa

cikinku, lalle ne ya zama baranku. Wanda duk kuma yake so ya shugabance ku, lalle ne ya zama bawan kowa. Domin Dan Mutum ma ya zo ba domin a bauta masa ba, sai dai domin shi ya yi bautar, ya kuma ba da ransa fansa saboda mutane da yawa." (Markus 10:35-45)

Yesu ya amsa wannan sha'awar ta wajen bayyana cewa idan almajiransa suna so su bi shi da gaske, dole ne su koyi yadda za su bauta wa wadansu.

Haka kuma hatsarin yin "na isa" ya fito a cikin labarin bataccen da (Luka 15:11-32). Da "mai kirkin" ya ji kamar shi ya fi wancan dan sabili da haka ya kasa zuwa ya shiga cikin bikin da ubansa ya shirya domin dawowar dan sa da ya bace. Mahaifin sa ya tsauta masa sabili da wannan halin. A wurin Allah, hanyar yin nasara ita ce ta wurin marmarin bauta wa wadansu, ba ta wajen raini ko mulki a bisan su ba.

A wannan kyakyawan nassin wanda ake samu a cikin Filibiya sura 2, menene mabudin samun yanci daga danniyar ganin duniya da idanun fifikon wadansu mutane a bisan wadansu?

> In akwai karfafawa a cikin Almasihu, in dai da karfin rinjaye na kauna, in har da tarayyarku ga Ruhu da soyayyarku da kuma tausayinku, to, albakacinsu ku cikasa farin cikina da zamanku lafiya da juna, kuna kaunar juna, nufinku daya, ra'ayinku daya. Kada ku yi kome da sonkai ko girmankai, sai dai da tawali'u, kowa yana mai da dan'uwansa ya fi shi. Kowannenku kada ya kula da harkar kansa kawai, sai dai ya kula har da ta dan'uwansa ma.
>
> Ku dauki halin Almasihu Yesu, wanda ko da yake a cikin surar Allah yake, bai mai da daidaitakar nan tasa da Allah abar da zai rike kankan ce ba, sai ma ya mai da kansa baya matuka ta daukar surar bawa, da kuma kasancewa da kamannin dan adam.
>
> Da ya bayyana da siffar mutum, sai ya kaskantar da kansa ta wurin yin biyayya, har wadda ta kai shi ga mutuwa, mutuwar ma ta gicciye.
>
> Saboda haka ne kuma Allah ya daukaka shi mafificiyar daukaka, ya kuma yi masa baiwa da sunan nan da yake birbishin kowane suna, domin dai kowace gwiwa sai ta rusuna wa sunan nan na Yesu, a Sama da kasa, da kuma can karkashin kasa, kowane

harshe kuma ya shaida Yesu Almasihu Ubangiji ne, domin daukaka Allah Uba. (Filibiyawa 2:1-11)

Mabudin samun kubuta daga ra'ayin zaluncin duniya na fifiko shine bin gurbin Yesu Almasihu

Zuciyar Yesu daban ta ke. Ya zabi ya yi bauta a maimakon yin danniya. Bai kashe kowa ba, ammaya bada ransa domin wadansu. Yesu ya nuna ma'anar tawali'u ta kowace hanya: "Ya mai da kansa baya matuka" (Filibiyawa 2:7), har ya bari a giciye shi, mutuwa mafi kaskanci wadda mutane suka sani a zamanin sa.

Mai bin Almasihu na gaskiya ya kan yi haka. Shi ko ita baya samun wani jin dadi daga jin ya fi wani. Masu bin Almasihu na gaskiya bas a jin tsoron kunya ko kuma abin da mutane suke tunani, domin sun dogara ga Allah cewar shine zai kubutar da su ya kuma kare su.

Kamata yayi dukan mutane su karanta wannan addu'a ta yin wasi da ganin fifiko na karya ta wurin mike wa tsaye tare.

Furuci da addu'a domin yin watsi da fifiko

Na gode maka, ya Uba, da aka yi ni ta ban mamaki, domin kai ne wanda ya yi ni. Ina godiya domin kaunar zuwa gare ni da kuma kira na naka da ka yi. Na gode don gata na bin Yesu Kristi da na samu.

Idan ka yarda ka gafarta mini dukan inda na yarda da marmarin ganin kai na nafi wani. Ina watsi, ina kumayin kiyayya da irin wannan marmarin. Na ki in sa hannu a cikin jin dadin cewa na fi wadansu. Na yarda cewa ni mai zunubi ne, kamar kowa. Babu abin da zan iya yi idan ba tare da kai ba.

Ina kuma tuba ina yin watsi da ji kamar ina cikin kungiyar ko ina da wani asali na fifiko. Ina shaida cewa dukan mutane daya suke a gaban ka.

Ina tuba daga kalmoi na raina wadansu da kin wadansu, ina kuma neamn gafara domin wadannan kalmomin.

Ina kin tunanin kaskanci a kan wani sabili da kabilarsa, jinsin sa, dukiyarsa ko kuma ilimin sa.

A yarda cewa ta wurin alherin Allah ne kadai zan iya tsayawa a gaban ka. Ina raba kaina daga dukan shara'antawa ta mutum, ina kuma duban ka kai kadai domin ceto na.

Ina yin watsi na musamman da koyaswar Musulunci mai cewa adilai suna da fifiko, cewar Musulunci ya sa wadansu mutane suka zama masu nasara, da kuma cewar Musulmi suna da fifiko a bisan wadanda ba Musulmi ba.

Ina ki, ina kuma yin watsi da ikirarin cewa maza suna da fifiko a bisan mata.

Uba na Sama ina juyawa daga kowane jin cewa na fi wani, kuma ina zabar in bautar maka.

Ubangiji, na kuma zabi in yi murna sa'ad da wadansu suke samun nasara. Ina ki, ina kuma yin watsi da kishi da kyashin wadansu.

Ubangiji, idan ka yarda ka bani kyakyawan sanin matsayi na. ka koya mini gaskiyar yadda kake gani na. ka taimake ni in gamsu da mutumin da halice ni in zama.

Amin.

Yanci daga la'ana

A wannan sashin zamu dubi halin la'antar wadansu a cikin addinin Musulunci, mu zabi mu yi watsi da irin wannan halin, mu kuma karya dukan wata la'ana da aka dora a kan mu.

La'ana a Musulunci

Ta wurin yin amfani da kayana da aka tanada a Darasi na 2, masu bi zasu iya tsara shiri na addu'a domin taimakawa wajen yantas da mutane daga kangi irl daban daban, ko wanda ya fito daga Musulunci ko kuma daga wata kafa ta dabam.

A wannan sashin zamu mayas da hankali musamman a kan wata al'ada ta Musulunci mu kuma tanadas da addu'ar yin watsi da ita. An shirya wannan addu'a domin wani Krista wanda ya fito daga Musulunci ya fada mini cewa wannan al'adar tana daya daga muhimman al'adun da ya shiga ciki a matsayinsa na Musulmi, kuma al'ada ce da a ganinsa, take da ikon a ruhaniya.

Alkur'ani ya zuga cewa a la'anta Krista wadanda suke furta allahntakar Kristi. "Mu kaskantar da kai sa'an nan kuma mu Sanya la'anar Allah a kan makaryata." (Sura 3:61). Sai dai kuma, *hadisai* suna da sabanin ra'ayi game da la'antaswa. A wani gefen, *hadisai* da yawa sun ambaci cewa Muhammadu ya la'anci kungiyoyin mutane daban daban wadanda suka hada Yahudawa da Krista da kuma maza ko mata wadanda suke kwaikwayon wani jinsi. Ta wani gefen kuma, akwai *hadisan* da ska yi kashedi a kan hatsarin la'antaswa, suna cewa kada Musulmi su tsine waw ani Musulmi.

Sabili da wannan sabanin, masana Musulunci suna da ra'ayoyi daban daban game da ko ya cancanta Musulmi ya la'anta wani, wanda za a iya la'anta da kuma wace hanya ce Musulunci ya yarda a bi wajen la'antaswar. Sai dai kuma, la'antar wanda ba Musulmi ba wani abu ne wanda yake faruwa sosai a cikin al'adar Musulunci. A cikin shekara ta 1836, Edward Lane ya rubuto cewa ana koyawa yaran makaranta a Masar su hadace la'anoni a kan Krista, Yahudawa da kuma sauran wadanda ba su yarda da Musulunci ba.[15]

La'ana ta al'ada

Na yi magana da mutanen da suka fito daga Musulunci daga kasashe daban daban wadanda suka ce al'adar su ce su taru a masallaci domin addu'ar la'antar wani ko wadansu.

Wani aboki ya bayyana mini yadda wannan taron wanda limamin masallacin yake jagoranta yakan kasance. Mutanen za su tsaya a layi "kafada da kafada." Suna bin liman suna karatu tare, zasu la'anci wadanda a ganin su abokan gaban Musulunci ne. La'anar kamar wata tsinuwa ce da za a yi ta maimaitawa. Wannan abokin y ace masu furta wannan la'anar zasu fita daga hayacin su, su na jin wata babbar kiyayya tashin hankali da wani caji mai karfi wanda yake ratsa jikunansu. Cikin abin da wannan mutumin ya dandana, irin wannan yakan bi daga uba zuwa da kana ya daure su tare. Wannan zai sa ya ji wata dangantaka mai karfi da ubansa, kuma ta wurin uban zuwa ga kakansa, da kuma sauran kakanni da suka gabata, dukan su suna tsare "kafada da kafada" domin su la'anta wani sabili da Musulunci.

Wani aboki kuma daga Kasar Saudi Arabia wanda yanzu Krista ne, ya kan yi marmarin zuwan wata rana a watan Ramadan, watan azumi, wanda dubban mutane zasu taru a babban Masallacin Makka domin su yi addu'a tare. Yakan yi marmarin wannan lokacin inda wannan

---

15. Edward W. Lane, *An account of the Manners and Customs of the Modern Egyptians,* p. 276

babban taron zai la'anci wadanda ba Musulmi ba. Shi ma ya dandana wannan cajin na ruhaniya a lokacin da yake sa hannau a cikin wannan la'antaswar. Limamin zai rika kuka yayin da yake tsinewa kafirai, kana kuma dukan wanda yake a wurin zai mayas da karfinsa da gaba zuwa a cikin wannan, suna goyon bayan kowace kalma ta la'ana wadda limamin ya furta.

Irin wannan abin ya sabawa abin da Yesu ya koyas inda ya haramta la'anta wani (Luka 6:28): An koyawa Krista cewa kada su la'anta wadansu, a maimakon haka, su mayas da albarka a lokacin da ake la'antar su. Irin wannan al'adar tana "daure ruhohin" mutane tsakanin masu zuwa ibadar da kuma limaman ta wata muguwar hanya, haka kuma tana daure uba da dansa tare. Wadannan al'adu na la'anar ya zama da tasiri sosai a cikin rayuwar aboki na lokacin da yake matashi, kafin ya kai ga sanin Yesu.

Menene wannan kalma "daure ruhohi" take nufi? Tana nufin ruhun wani yana hade da na wani: ba su da yanci daga juna. Dauri na ruhaniya wata budewar kofa ko kuma kafa ce wadda ba mu yi magana a kan ta a Darasi na 2 ba. Daurin ruhaniya wani alkawali ne wanda yake daure mutane biyu tare yadda rinjaye na ruhaniya zai iya ratsawa daga daya zuwa dayan. Wadansu dauri na ruhaniya suna iya zama masu kyau kuma su iya zama wata hanya ta albarka. Misali, dauri na ruhaniya tsakanin iyaye da yaro, amma sauran zasu iya zama da barna.

Idan wani yana da mugun dauri na ruhaniya, gafartawa takan zama da muhimmanci domin a tabbatas an tsinke wannan dauri na ruhaniyan. Muddin mutum yana rike da rashin gafartawagame da wani, to har yanzu akwai wata muguwar dangantaka – dauri na ruhaniya – a tsakanin su.

Dauri na ruhaniya yana iya zama mugu. Inda muka ci sa'a shine, Krista yana iya tsinka ko ya lalata wannan dauri na ruhaniyar, cire su ta wurin yin amfani da matakai biyar din da muka ambata a Darasi na 2: tuba, yin watsi, karyawa fitaswa (idan akwai bukatar yin haka) a karshe kuma da sa albarka.

Yadda za a karya la'ana

Ina koyaswa a wani taro sai wani matashi ya kusanto ne yana neman taimako. Shi da iyalansa sun tashi sun koma wata kasa ta Gabas ta Tsakiya inda yake karbar horaswa domin zama mishinari. Sai dai kuma, iyalin suna fuskantar matsaloli da yawa wadanda suka hada da hatsari da cututtuka. Al'amarin ya zama da muni kwawari har suna tunanin fasa wannan aikin su koma gida. Matashin yana tunanin ko dai akwai wata la'ana a gidan da suke zama sai dai bai san abin da zai yi akai ba. Na fada mini yadda za a karya la'ana. Ya dauki wannan shawarar zuwa gida, ya kuma yi addu'a a cikin gidan yana karya ikon la'ana. Bayan wannan, wahalolin wannan iyali sun waste, daga nan suka fara jin dadin gidansu a cikin salama.

Mutane da yawa wadanda suke aikin kai bishara ga Musulmi, hade kuma da masu bi da yawa wadanda suka fito daga Musulunci suna da wata la'ana da Musulmi suka la'ance su da ita. Wadannan zasu iya zama la'anoni da a ka yi da sunan Allah ko kuma ta wurin yin amfani da tsafi.

Idan ka tabbatas an la'anta ka, ko kai, ko wani wanda ka ke kauna, ga wadansu matakai guda tara wanda zaka iya dauka domin cire wannan la'anar.

- Na farko, ka furta ka kuma tuba daga dukan zunubai kana ka nemi lulubewar jinin Yesu a bisan rayuwar ka.

- Daga na sai ka cire kowane irin abu ko sifa ta mugunta daga cikin gidan ka.

- Abu na gaba shine, ka gafartawa dukan wanda (har ma da kai kan ka, kila ta wajen zunubi) ya dora wannan la'anar a kan ka.

- Ka gani ka kuma karbi ikon da ka ke da shi a cikin Alasihu

- Ka yi watsi ka kuma karya kowacce irin la'ana, kana cewa, "Ina yin watsi, ina kuma karya wannan la'anar a cikin sunan Yesu," kana karbar mafificin iko da kuma mulkin Yesu Almasihu bisan kowane irin aikin duhu ta wurin giciyen sa.

- Ka furta yancin da kake dashi a cikin Almasihu daga kowace irin mugunta, domin aikin da Almasihu ya kamala a bisan giciye.

- Ka umurci kowane mugun ruhun da yake da dangantaka da wannan la'anar ya rabu da kai, hade da sabanin kowace la'ana, kana yin amfani da ayoyin Littafi Mai Tsarkin da suka dace, kamar su, "Ba zan mutu ba, amma zan rayu in shaida abin da Ubangiji yayi," (Zabura 118:17)

- Ka yabi Allah domin kauna, iko da alherin sa.

Fuskantar Gaskiya

Menene wannan ayar take fada game yadda aka yantas da mu daga la'ana?

Ta gare shi ne muka sami fansa albarkacin jinin sa, wato yafewar laifofinmu, bisa yalawar alherin Allah…. (Afisawa 1:7)

An yantas da mu daga la'ana domin an fanshe mu ta wurin jinin Almasihu.

Wane iko Krista yake da shi bisa ikokin duhu?

"Ga shin a ba ku ikon taka macizai da kunamai, ku kuma rinjaye a kan dukan ikon makiyi, ba kuwa abin da zai cuce ku ko kadan." (Luka 10:19)

Dole ne mu gane cewa a cikin Almasihu, zamu iya yin mulki a bisan kowane irin ikon a magabaci, wannan kuma ya hada da kowace irin la'antaswa.

Wane dalili wannan ayas ta bayas na zuwan Yesu duniya?

Dalilin bayyanar Dan Allah shi ne domin ya rushe aikin Iblis. (1 Yahaya 3:8)

Yesu ya zo domin ya lalata ikon Iblis, hade da kowace muguwar la'ana.

Ta yaya giciyen Yesu ya cika dokar dake a Maimaitawar Shari'a 21:23?

Almasihu ya fanso mu daga la'anar nan ta shari'a, da ya zama abin la'ana saboda mu, domin a rubuce yake cewa, "Duk wanda aka kafa a jikin itace la'ananne ne." An yi wannan kuwa domin albarkar na da aka yi wa Ibrahim ta saukar wa al'ummai ta wuirn Almasihu Yesu, mu kuma ta hayar bangaskiya mu sami Ruhun nan da aka yi alkawari. (Romawa 3:13-14)

A cikin Maimaitawar Shari'a 21:23, ta ce dukan wanda aka kafa a bisan itace la'ananne ne. Yesu Almasihu ya zama la'ananne ta wannan hanyar domin an kashe shi a bisan giciye, domin mu sami yanci daga la'ana. Ya dauki la'ana a madadin mu, domin mu, mu karbi albarka.

Menene wannan aya take fada game da la'anar da ba ta wajaba ba?

La'ana ba za ta kama ka ba, sai dai in ka cancance ta. Tana kamar tsuntsayen da suke firiya da dare ba za su sauka ba. (Karin Magana 26:2)

Wannan aya tana tuna mana cewa idan muka karbi kariya daga jinin Yesu da kuma yancin giciye, muka kuma yi amfani da su a cikin yanayin da muke ciki, muna da kariya da kuma yanci daga la'ana.

Menene wannan ayar take fada game da ikon da jinin Yesu yake da shi a bisan la'ana?

Kun iso wurin Yesu, matsakancin sabon alkawali, da kuma wurin jinin nan na tsarkakewa, wanda yake yin mafificiyar magana fiye da na Habila. (Ibraniyawa 12:24)

Jinin Yesu yana furta magana fiye da la'anar Kayinu, wanda ya zubas da jinin dan'uwansa Habila. Haka kuma, jinin yana furta mafifitan kalmomi fiye da la'anar du aka la'ance mu da ita.

Wane umurni da kuma gurbi mai kyau ne aka ba Krista a Luka sura 6, da kuma a cikin wasikun Bulus?

Amma ina gaya muku, ku masu sauraro, ku kaunaci magabtanku, ku yi wa makiyanku alheri. Ku sa wa masu zaginku albarka. Masu wulakanta ku kuma, ku yi musu addu'a. (Luka 6:27-28)

Ku sa wa masu tsananta muku albarka. Ku sa musu albarka, kada ku la'ance su. (Romawa 12:14)

Guminmu muke ci, in an zage mu, mukan sa albarka. In an tsananta mana, mukan daure. (1 Korantiyawa 4:12)

An kira Krista da su zama mutane masu sa albarka, ko ga aboki ko kuma a bisan makiyi.

Wanan wata addu'a ce ta neman yanci daga hakin sa hannu a cikin al'adu na la'antaswa, da kuma na neman yanci daga la'anar da wadansu suka la'ance ka da ita. Tana amfani da ka'idodin Darasi na 2.

Furuci da addu'ar yin watsi da la'ana

Ina furta zunuban la'antar wadansu da sunan Musulunci wanda kakanni na da iyaye na, da kuma wadanda ni da kai na na aikata.

Na zabi in yafe in kuma saki ubana, limaman da suka jagorance ni a cikin wannan la'antaswar da dukan sauran jama'a wadanda suka rinjaye ni cikin aikata wannan zunubi, da kuma sakamakon wannan a cikin rayuwa ta.

Na zabi in gafarta wa dukan wadanda suka la'ance ni ko kuma suka la'anci iyali na.

Ina rokon ka ya Ubangiji, ka yafe ni. Na zabi in gafarta wa kaina la'antar wadansun da na yi.

Na karbi gafara ta a yanzu.

A bisa ga gafarar da ka yi ya Ubangiji, na zabi in gafarta wa kaina domin la'antar wadansu.

Ina yin watsi da zunubin la'antaswa, da kma dukan wata la'ana wadda ta samo asali daga wannan zunubin.

Ina yin watsi da gaba da wadansu.

Ina yin watsi da zafin cajin nan na sa hannu a cikin la'antar wadansu.

Ina karya wadannan ikokin a cikin rayuwa ta (da kuma cikin rayuwar zuriya ta) ta wurin aikin ceton da Almasihu yayi a bisan giciye.

Ina rokon ka ya Ubangiji, ka karya dukan wata la'ana da na sa hannu a ciki, ka kuma albarkaci wadanda na la'anta da albarkun mulkin Allah.

Ina kuma yin watsi da kuma karya dukan la'anar da wani ya la'ance ni da ita a cikin sunan Yesu.

Ina ki ina kuma yin watsi da dukan aljannun gaba da la;ana, ina umurtar su da su rabu da ni yanzu a cikin sunan Yesu.

Ina karbar yancin Allah daga dukan la'anar da aka la'ance ni da it adda kuma ta iyalina. Ina karbar salama, tawli'u da kuma ikon albarkatas wadansu.

Ina tsarkake lebuna na domin furta kalmomin yabo da albarka muddin rai na.

Ina furta dukan albarku na Mulkin Allah a bisa kai na da iyali na, hade da rai, lafiya da farin ciki a cikin sunan Yesu.

Ina tuba ina kuma yin watsi da wata muguwar dangantaka, dauri na ruhaniya da cudanya da limamai da sauran shugabanin Musulunci wadanda suka tsoma ni a cikin al'adun Musulunci, hade da la'anta wadansu.

Ina gafartawa wadannan shugabannin domin rawar da suka taka wajen kafa da kuma gudanas da miyagun dauri na ruhaniya.

Ina gafartawa kai na domin rawar da na taka wajen tafiyas da wadannan miyagun dauri na ruhaniyar da dukan Musulmi wadanda na yi biyayya da shugabancin su.

Ubangiji, ina rokon ka, ka gafarta mini dukan zunuban dake da danganta da kafa ko kuma tafiyas da dauri na ruhaniya, musamman ma zunubin la'anta wadansu da kuma yin gaba da wadansu.

Yanzu ina karya dukan miyagun dauri na ruhaniya da danganata da shugabannin Musulmi (ka ambaci sunan wanda zaka iya tunawa), ina kuma yantas da kai na daga gare su (ko suna) da su (ko suna) daga gare ni.

Ubangiji, idan ka yarda, ka wanke zuciya ta daga dukan wani tuni na wata muguwar dangantaka domin in sami yanci in mika kai na a gare ka.

Ina yin watsi, ina kuma soke dukan wani aiki na aljannu masu kokarin rike ni a cikin wadannan miyagun dauri na ruhaniyan. Ina umurtar su da su rabu da ni yanzu a cikin sunan Yesu.

Ina daure kai na da Almasihu Yesu, ina kuma zaben binsa shi kadai.

Amin.

Jagoran Bincike

Darasi na 7

Kalmomi

Taqiyya   *limami*   dauri na ruhaniya

Sabobbin sunaye

- Rinaldy Damanik: pastor mutumin Indonesia (an shaife shi a 1957)

Ayoyin Littafi Mai Tsarki

Matiyu 10:32-33	Yahaya 4:24
Matiyu 5:37	Yahaya 14:6
Farawa 17:7-8	Timoti 1:9-11
Zabura 89:3-4	Farawa 3:2-5
Littafin Lissafi 23:19	Markus 10:35-45
Zabura 136:1	Luka 15:11-32
Romawa 11:28-29	Filibiyawa 2:1-11
Titus 1:1-2	Luka 6:28
Ibraniyawa 6:17-19	Zabura 118:17
2 Korantiyawa 1:18-20	Afisawa 1:7
Littafin Firistoci 19:1-2	Yahaya 3:8
Zabura 26:3	Maimaitawar Shari'a 21:23
Zabura 31:5	Galatiyawa 3:13-14
Zabura 40:11	Karin Magana 26:2
Zabura 51:5-7	Luka 6:27-28
Yahaya 1:14	Romawa 12:14
Yahaya 3:21	Korantiyawa 4:12

Ayoyin Akur'ani a cikin wannan darasin

Sura 14:4   Sura 16:106   Sura 3:110   Sura 48:28   Sura 3:61

Tambayoyin Darasi na 7

- Tattauna labarin da aka fara darasin da shi

Yanci daga karya

Gaskiya tana da daraja

1. Domin wani tabbaci na Littafi Mai Tsarki ne **Pastor Damanik** yake a shirye ya tafi kurkuku?

2. Menene ya sa Allah ya daure kansa cikin dangantaka da mutane?

Al'adar *Shari'a*

3. Menene Durie ya nuna wanda Alkur'ani ya yarda da shi?

4. Bisa ga Sura 14:4 ta Alkur'ani, ta yaya Allah yake jagorantas mutane?

5. Wadanne karairaki ne *shari'ar* Musulunci ta yarda a yi?

6. Menene aka halarta wa Musulmi a cikin Sura 16:106 na Alkur'ai amma (bisa ga Matiyu 10:28-33) aka haramtawa Krista?

Fuskantar Gaskiya

An karantawa dukan mahalartan ayoyin "Fuskantar Gaskiya."

Addu'ar

Bayan an karanta wa dukan mahalartan ayoyin 'fuskantar Gaskiya', dukan mahalartan zasu tashi tsaye tare su fadi 'Furuci da kuma Addu'ar Yin watsi da al'adar sare wuya;

☙

Yanci daga fifiko na karya

Ikirarin fifikon Musulunci

7. Bisa ga Sura 3:110 da Sura 48:28, menene aka yi wa Musulmi alkawalin sa?

8. Wanene yayi ikirarin cewa shine ya fi kowane mutumin da ya taba yin rayuwa a cikin wannan duniya?

9. Wadanne ra'ayoyi ne suka zama da muhimmanci kwarai a cikin al'adar Larabawa?

10. Menene mutum yake bukata yayi watsi da shi kuma sa'ad da yake fita daga Musulunci?

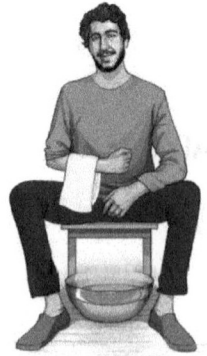

Fuskantar Gaskiya

An karanta dukan mahalartan ayoyin "fuskantar gaskiya"

Addu'ar

Bayan an karantawa duka kungiyar, mahalarta taron za su mike a tsaye su fadi 'Furuci da Addu'ar yin watsi da fifiko' tare

☙

Yanci daga la'antaswa

La'antaswa a cikin Musulunci

11. Menene ya sa ra'ayin masana Musulunci suka rarrabu game da la'antaswa a cikin Musulunci?

12. A fadar Edward Lane, mencne ake koyawa yara yan makaranta a Masar su yi a shekara ta 1836?

Al'adar La'antaswa

13. Durie ya bada labarin wata al'ada wadda Kristan da suka fito daga Musulunci suke yi a da. Menene ya ji game da sa hannu a cikin wannan al'adar?

14. Wace ma'ana Durie ya ba **dauri na ruhaniya**?

15. Ta yaya gafartawa ta zama da muhimmanci a wajen yin ma'amala da **dauri na ruhaniya**?

16. Dubi 'Furuci da Addu'ar yin watsi da la'antaswa'. Ko zaka iya gano wuraren da za a iya yin amfani da wadannan matakai biyar din: tuba, yin watsi, karya wa, fitaswa, da albarka? (dubi darasi na 2)

17. Wadanne abubuwa ne ake yin watsi da su, kuma wadanne ne ake karyawa a cikin wannan addu'ar?

18. Wadanne albarku ne ake karba a maimakon la'ana? Menene ya sa aka fi mayas da hankali akan wadannan albarkun?

19. Wanene ake gafartawa a cikin wannan addu'ar?

Yadda za a karya la'ana

20. Menene wannan matashin da yayi magana da Mark Durie yake tunani game da abin da ya zama sanadin damuwa a cikin iyalinsa?

21. Menene ya hana shi iya warware wannan matsalar shi da kansa?

22. Menene wannan matashin yake bukatar yi kafin ya iya zama a cikin salama?

23. Menene yake kawowa mutane da yawa wadanda suke aikin bishara a cikin Musulmi matsaloli?

24. Wadanne matakai tara ne Durie ya gabatas domin karya la'ana?

Fuskantar Gaskiya

An karantawa dukan mahalartan ayoyin 'fuskantar gaskiya'

Addu'ar

Bayan an karanta dukan yan kungiyar ayoyin 'fuskantar gaskiya', dukan mahalarta taron zasu mike tsaya su fadi 'Furuci da Addu'ar yin watsi da la'antaswa' tare.

8

Yantattar Ikilisiya

Wanda ya zauna a cikina, ni kuma a cikinsa, shi ne mai yin
yaya da yawa
Yahaya 15:5

Manufar wannan darasin

a. Fahimtar matsaloli iri daban daban wadanda Masu bin da suka fito daga Musulunci suke fuskanta wajen zama balagaggun almajirai masu kakkafar bangaskiya

b. Fahimci cewa yi wa mutum jagora zuwa cikin Almasihu kadai bai isa ba: har yanzu suna bukata a yi musa jagora zuwa girma cikin Kristi.

c. Duba muhimmancin lafiyar ikilisiya a wajen fito da lafiyayyun almajirai.

d. Gane cewa idan mai bi yana so ya yi zama a cikin yanci, dole ne ya rufe dukan kofofi da magabci yakan bi ya shiga, ya kuma cika da kyawawan abubuwa na Yesu Almasihu.

e. Gane hakin ikilisiya a wajen taimakawa masu bi su iya yin haka.

f. Fahimci muhimmancin shelar yanci, ba a cikin yankunan Musulunci kadai ba.

g. Koyi sa kai a cikin 'koyaswa ta rufe gibuna' domin karfafa almajirai musamman ma a wuraren da Musulunci ya ke sa su su zama da Rauni.

h. Darajanta fara rayuwar Krista mai karfi, hade da yin watsi da kowace yarjejeniya da Musulunci da kuma sauya biyayya zuwa ga Almasihu a matsayinsa na Ubangiji.

i. Duba muhimmancin kwakwarar addu'ar mai bi.

j. Gane muhimmancin horas da shugabanni wadanda suka fito daga Musulunci.

k. Duba wadansu muhimman sass ana kafa shugabanni

Mu duba mu gani: Menene za ka yi?

Kai tsohon hannu ne a aikin pasto wanda yagoranci ikilisiyoyi daban daban a cikin nasara, kuma an san ka da bada shawara ga sauran pastoci a cikin hikima. Ka je ziyartas wani dan uwa a wani birni kuma kafin ka tafi, wani ya roke ka da idan ka je, ka nemi wani abokinsa mai suna Reza, wani shugaban ikilisiya mutumin kasar Iran. Reza yana jagorantar ikilisiya mai wajen mutum 100 dukan su yan asalin Iran wadanda suka tuba suka fita daga Musulunci, said ai an fada maka cewa ikilisyar sa tana cikin damuwa: akwai yawan rashin jituwa, wadansu manyan mambobi sun fice daga ikilisiyar suna zargin shi da mulkin kama karya. Baiko ya sauka, yanzu ma ikilisiyar ba ta iya biyan albashin pasto. Ka nemi Pasto Reza, ka isar da gaisuwar abokinsa, bayan yar tattaunawa kadan, sai ka tambaye shi yadda abubuwa suke tafiya a ikilisiyar sa. Sai ya ce, "Kome lafiya! Kome yana tafiya daidai, mun gode Allah."

Wane martani zaka mayas?

Wannan darasin yana bada shawarwari game da yadda za a taimakawa hanyar horaswa mai lafiya da kuma gina lafiyayyar ikilisiya domin Kristan da suka fito daga Musulunci: Mutanen da suka zabi su bar Musulunci su bi Almasihu. Ya kyautu kowane almajiri yayi marmarin yin shiri ya kuma cancanci cika kyawawan manufofi na Allah (2 Timoti 2:20-21), sai dai kuma, kafin a kai ga cimma wannan, kowa yana bukatar lafiyayyar ikilisiya wadda zata iya goyon bayan girman sa. Kafin mu dubi yadda za a iya cimma wannan, za mu fara duba wadansu kalubala guda uku wadanda mutanen da suka tuba suke fuskanta: Ja da baya da komawa ga Musulunci, almajiranci mara bada yaya, da ikilisiyoyi marasa cikakkiyar lafiya.

Ja da baya

Wadansu mutanen da suka fita daga Musulunci domin su bi Almasihu sun karasa da komawa Musulunci. Akwai dalilai da yawa da suke kawo faruwar hakan. Daya daga ciki shine zafin rabuwa da jama'a inda yan uwa da abokai wadanda suke Musulmi suke ki ko kuma su yi watsi da wanda ya tuba ya zama Krista. Wani dalili kuma shine duwatsun tuntube da kuma shingayen da Musulunci yake sawa a hanyar wadanda suke barin sa. Wani kuma shine tsanani na kai tsaye.

Haka kuma wani dalilin yana iya zama rashin gamsuwa da ikilisiyar masu bi. Yayinda mutanen da suke kokari su bar Musulunci suka tuntubi Krista suna neman jagoranci da kuma taimako, zasuiya fuskantar kin yarda da kuma wadansu shinge dake hana su samun cikakkiyar karbuwa a cikin al'ummar Krista. An kori da yawa daga cikin su daga cikin ikilisiya. Wannan yakan faru ne sabili da tsoro, wanda ya samo asali daga abin da Musulunci yake bukatar daga *dhimmis* na cewa ba zasu taba taimakon wani rabuwa da Musulunci ba. Taimakawa wani barin Musulunci yana jefa al'umomin Krista a cikin hatsari domin yana cire 'kariyar' da ake bayas wa wadanda ba Musulmi ba.

Idan har muna so mu canja wannan salon na kin wadanda suke tuba daga Musulunci suna komawa Krista, dole ne ikilisiya ta gane ta kuma yi watsi da wannan alkawalin na *dhimma* da kuma nawayar da wannan alkawalin yake dorawa jama'a. muddin ikilisiya da kuma mutane da suke Krista suka ci gaba da zama cikin dauri na ruhaniya ta wurin rinjayen alkawalin *dhimma*, za su fuskanci babban na matsi ruhaniya wanda za isa su ki taimakawa wadanda suke fita daga Musulunci. Hanyar warware wanna shine, ikilisiya tana bukata ta yi tsayayya, ta yi watsi, ta kuma ki wannan yanayi na **dhimma**.

Wani daga cikin dalilin da yasa mutane suke ja da baya shine rinjayen da Musulunci ya ke da shi a cikin rayuwar su yana ci gaba, yana tafiyas da yadda suke yin tunani da yaddda suke dangantaka da sauran mutane. Wannan za isa komawa Musulunci ya zamar musu da sauki fiye da ci gaba a cikin addinin Krista. Yana daidai da samun sabo takalmi: wani lokaci sai ka ji kamar ai tsohon takalmin ya fi zama daidai kuma ya fi dadi a kafa.

Almajiranci mara bada yaya

Matsala ta biyu zata iya zama almajiranci mara bada amfani. Mutanen da suka fito daga cikin Musulunci zasu iya fuskantar cushewa da rinjaye na motsin rai da kuma na ruhaniya da zasu iya han su yin girma a cikin ruhaniya. Wadansu daga cikin irin wadannan abubuwan sun hada da tsoro, jin kamar bas u da kariya da kuma son kudi. Za su iya jin kamar an ki su, su ji kamar ana azabtas da su, ganin laifi, rashin iya yarda da mutane, zafi a zuci, zunubin zina, gulma, da karya. Dukan wadannan zasu iya hana mutane yin girma.

Abin dake haddasa wadannan matsalolin shine rinjayen da Musulunci yake ci gaba da yi a cikin rayuwar su. A misali, a Musulunci, akwai karfafa fifiko bisan wadansu, kana kuma an koyawa Musulmi su ga kansu cewa suna da fifiko a bisan wadanda ba Musulmi ba. A cikin al'ada da fifiko, mutane sukan sami kwanciyar rai daga ji kamar sun fi wadansu. Wannan yana iya kawo gasa a cikin ikilisiya. A misali, idan an abi wani ya zama shugaba, sauran za su ji haushi domin ba a zabe su ba. Bukatar jin cewa na fi takan haifas da al'adar gulma wadda take bude hanyar kokarin saukar da mutane kasa. Mutane za su iya yin gulma domin suna tunanin cewa sun fi wadanda ake gulma a kansu. Wata matsalar kuma ita ce ta ruhun sabawa, wadda take samun karfi daga yadda Muhammadu ya fuskanci kiyayya.

Akwai wani matashi daga Iraq wanda ya zama Krista ya kuma sami mafaka a Canada. Yayi kokari ya rika tafiya majami'a, amma a duk lokacin da ya shiga wata sabuwar ikilisiya sai wani abu ya bata masa rai, sai ya shiga kushe sauran matafiya wannan majamai'ar da cewar su munafukai ne. Mutumin nan ya karasa da yin rayuwa a cikin kadaici, a ware, har yanzu shi Krista ne amma ba shi da dangantaka da wata kungiya ta masu bi. Wannan yana nufin girman sa cikin almajiranci ya tsaya kwata kwata: bai iya yin girman da zai kai shi balaga ba. Bai iya zama da amfani ko mai bada yaya ba.

Ikilisiyoyi marasa lafiya

Daya daga cikin manyan kalubala dake fuskantar masu bi shine samun lafiyayyar ikilisiya. Ikilisiya ba wurin shakatawar masu adalci ba ne, amma asabiti ne na masu zunubi – ko kuma, abin da ya kamata ikilisiya ta zama kenan. Masu zunubi suna da wuri a cikin ikilisiya, amma kamar yadda mutane na iya kamuwa da cuta a cikin asibi, idan mambobin ikilisiya ba su yin girma suna zama balagaggun Krista, zunubansu da kuma matsalolinsu yana iya yin girma har ya lalata dukan ikilisiyar. Wanna zai iya tsaga ikilisiyar ya kuma sa ta fadi. Kamar yadda Krista marasa lafiya zasu iya haifas da ikilisiyoyi marasa lafiya, haka ma ikilisiyoyi marasa lafiya zasu iya sa girman mambobi zuwa cikakkiyar balaga ya zama da wuya.

Idan mambobin ikilisiya suna yin gulmar pasto, zasu karasa da samun lalataccen pasto, ko kuma ma babu pasto gaba daya. Kowa zai wahala. Wannan kuma zai iya kawo tsatsaguwa da fashewar ikilisiya, kuma mutanen da zasu so suyi shugabanci a irin wannan ikilisiyar ba zasu zama da yawa ba. wani misali kuma shine, idan mambobin ikilisiya suka fara gasa da juna, kowa yana so ya sami fifiko bisan wadansu, wannan zai iya sa ikilisiyoyin da ke a cikin birni daya su yi ta sukar juna, kowace ikilisiya tana ganin kanta cewar ita ce ta fi. A maimakon ikilisiyoyin su zama a cikin babbar albarkar yin aiki tare, sukan dubi juna kamar abokan gaba a maimakon abokan aiki a cikin bishara.

Bukatar kasancewa yantacce

A tuna cewar a Darasi na 2 mun yi maganar cewa Shaidan mai kai sara ne, kuma babbar dabarar sa ita ce ya zargi Krista masu bi. Yakan yi amfani da dukan 'kafa ta shari'a' da suka bude wadda ta ba shi damar yin hakan. Irin wannan kafar zata iya zama wani zunubi wanda ba a furta shi ba, rashin gafartawa, kalmomin da suka daure mu (kamar su rantsuwa, alwashi ko alkawali), raunin zuci da la'ana mai bin tsara. Idan almajirin Almasihu yana so ya sami yanci, ya zama dole ya soke wannan 'dama ta shari'a', ya kawas da kowace irin kafa, ya kuma rufe dukan kofofi.

A cikin Matiyu 12:43-45, Yesu ya bada wani labari na yadda idan aka kori mugun ruhu daga cikin mutum, zai iya dawowa ya zauna a cikin wanan mutuamin, har ma ya kawo wadansu ruhohi bakwai da suka fishi mugunta. Wannan za isa yanayin mutumin ya fi muni fiye yadda yake kafin fitas wancan mugun ruhun. Hoton da Yesu yayi amfani da shi a wurin shine na gida wanda aka share, aka bar shi ba kome a ciki, a shirye domin a sake shiga. Ta yaya ruhohin asu iya sake shiga cikin wannan gidan? Na farko, dole ne sai an bar wata kofa a bude; na biyu, sai idan babu kowa a cikin gidan (Matiyu 12:44).

Sabili da haka, ga matsaloli guda biyu:

1. An bar kofa a bude.

2. Gidan ba kowa ko ba kome

Idan muna so mu gina lafiyayyar ikilisiya, muna bukatar lafiyayyun Krista. Kuma kafin Krista ya zama lafiyayye, Kristan yana bukata ya zama yantacce. Wannan yana nufin dole ne mutumin ya rufe dukan kofofin da Shaidan zai iya yin amfani da su, kuma dole ne ruhun su ya cika da abubuwa masu kyau wadanda zasu maye gurbin miyagun da aka fitas daga cikin su.

Ana bukata a rufe dukan kofofin. Kowace daya daga cikin su. Wani muhimmin abu game da yanci na ruhaniya shi ne, rufe budaddiyar kofa guda daya kadai bai isa ba. Ana bukata a rufe dukan su. Samun kwado mafi kyau a duniya a kofar bayan gida ba zai biya bukata ba muddin an bar kofar dake gaba a bude. Idan aka hana dama daya wadda Shaidan ya saba amfani da ita, amma muka kasa yin maganin sauran kofofin, har yanzu mutumin nan bai sami yanci tunaniba.

Samun yanci abu daya ne. Zama a cikin yanci kuma wani abu ne na dabam. Kamar yadda rufe kofofin yake da muhimmanci, haka kuma cika gidan da kuma kin barin shi ba kome. Wannan ya hada da addu'a domin mutum ya cika da Ruhu Mai Tsarki. Harwayau, yana nufin lizzima a cikin rayuwa irin wadda Allah yake so, ta haka ruhun mutum zai cika da kyawawan abubuwa.

A ce abin da ya daure mutum shine karyar da ya gaskanta da ita ko kuma ya yi. Ana bukata a yi watsi da wannan karyar, hade da wannan kuma, mutuminyana bukata ya rungumi, yayi tunani, ya kuma yi farin ciki da gaskiya. Waje da karya, shigo da gaskiya.

Mu dubi wani yanayi na daban: mutumin da aljannun gaba suke ba wahala, wanda wannan ya kai shi ga aikata miyagun ayyuka da suka hada da zagi da kuma fadar miyagun kalamai ga mutane. Idan aka fitas da wannan aljani na magabtakar, ba yin watsi da gaba kadai mutum za iyi ba, amma yana bukata ya tanaji salon rayuwa na kauna da kuma sa wa mutane albarka, yana gina rayuwar su a maimakon rushe ta. yana bukata ya canza halinsa da kuma salon tunaninsa. Jama'ar ikilisiya suna da muhimmiyar rawar da zasu taka a wajen taimakawa mutum ya kasance a cikin yanci. Za su iya taimakon mutum ya sabunta ya kuma gina halinsa, ya zama mutumin da ya sami sakewa.

Yawancin lokaci Bulus yakan rubuta wannan a cikin wasikun sa. A kullum yana yin addu'a yana kuma aiki domin masu bi su sami ginuwa a cikin gaskiya da kuma kauna. Kowane lokaci yana tunawa da yadda masu bi suke a da, kuma wadansu lokatan yakan tunashe su da hakan domin ya karfafa su su ci gaba da girma:

> Mu kanmu ma da can mun yi wauta, mun kangare an bad da mu, mun jarabta da muguwar sha'awa da nishadi iri iri, mun yi

zaman keta da hassada, mun zama abin ki mu kuma mun ki wadansu. (Titus 3:3)

Amma bai kamata almajiran Kristi su ci gaba da zama haka ba. An canza mu, kuma ana so mu matsa daga matsayin wadanda aka canza zuwa wadanda suke girma a cikin zama da kamanin Yesu, wanda ba shi da abin zargi, babu wata 'dama ta shari'a' da Shaidan yake da ita a bisan sa. Sabili da haka, Bulus ya arubutawa Filibiyawa cewa:

> ... Addu'a ta ita ce, kaunarku ta rika habaka da sni da matukar ganewa, domin ku zabi abubuwa mafifita, ku zama sahihai marasa abin zargi, har ya zuwa ranar Almasihu, kuna da cikakken sakamakon aikin adalci da yake samuwa ta wurin Yesu Almasihu, wanna kuwa duk domin daukakar Allah da yabonsa. (Filibiyawa 1:9-11)

Wannan wani kyakyawan hoto ne na lafiyayyen almajiri wanda yake girma a cikin kauna, sani, da kuma cikin hikima; tsarkaka, mara abin zargi kuma; mai bada kyawawan yaya wanda yake kawo daukaka ga Allah! Ba samun yanci kadai wannan ya yi ba, amma gidan sa na ruhu yana cike da kyawawan abubuwa na Yesu Almasihu a maimakon zama kango ba kowa.

Wani babban aiki na ikilisiya da kuma na pasto shine, na taimakon almajirai suyi rayuwa irin wannan: su rufe wa Shaidan dukan kofofi su kua aimaki masu bi su cika da dukan abubuwa masu kyau na Almasihu.

Sifanta almajiri wani babban kira ne kuma akwai abubuwa da yawa da za a iya koya game da wannan. A nan, zamu dubi yadda za a tallafawa almajiri wanda ya sami yanci daga kangin Musulunci ya iya yin lafiyayyen girma.

☘

Warkaswa da kubutaswa

Mun yi ta nanata bukatar da ake da it ana rufe dukan kofofi da kuma kawas da kowace irin kafa. Wannan na iya zama dalilin rinjayen Musulunci a cikin rayuwar almajirin, kana kuma tsarin addu'ar da aka tanadas anan zai iya zama da taimako wajen rufe wa Musulunci kofa

Sai dai kuma, almajirin Almasihu zai iya samun wani irin dauri na daban a cikin rayuwar shi wadda ba daga Musulunci take ba. Wannan na iya zama sakamakon wuraren da muka bayyana a Darasi na 2:

248

zunubin da ba a furta ba, rashin gafartawa, rauni na zuci, kalmomi da dangantaka da wadansu ayyuka na wasu al'adu, karya, da la'anar dake bin tsara. Mutum zai iya ganin barnar abubuwa kamar haka a cikin rayuwar wanda ya fita daga cikin Musulunci.

- Rashin gafartawa

- Cin mutumci daga iyaye (ubanni)

- Lalacewar iyali (kinsan aure, auren mata da yawa)

- Shan miyagun kwayoyi

- Kungiyar asiri da tsafi

- Damuwa ta jima'i (ko ta cin zarafi, fyade ko kuma yan'uwa suna kwana da juna)

- Tashin hankali

- La'anar dake bin tsara

- Fushi

- Kiyayya d akuma kin kai

- Mata suna kin yarda da maza da kuma yin gaba da maza

- Maza suna raina mata

Da yawa daga cikin wadannan suna iya zama sakamakon rawar da Musulunci ya taka da kuma rayuwar iyali, said ai kuma, mutane suna da na su kangin, na su na kansu wadanda suka taru a cikin rayuwar su. Idan muna so a sami ci gaba zuwa balaga a cikin Kristi, muna bukata mu sami yantaswa ba daga Musulunci kadai ba.

Wani matashi yayi fama da wani yanayi na iyali wanda yake kawo matsanancin ciwon ciki: yawancin danginsa sun mutu sakamakon ciwon kansar ciki. Likitoci a Iran da Australia sun fada masa cea yana da ciwon kansa a cikinsa wadda dole ne yi ta shan magani akai akai. Da ya kai wani matsayi sai gane cewa ba wuya wannan yana faruwa ne sakamakon wata la'ana a bisan iyalinsu. Ya yi watsi ya kuma karya la'anar dake bin tsara kana kuma ya sake mika kansa ga Allah. ya warke sarai ya kuma daina shan magunguna. Wani abu kuma da ya zama abin ban sha'awa shine daga wannan lokacin, sai ya warke daga sauarin gajiya da kuma fargaba. Ya zama da natsuwa da kuma kara dogaro ga Allah a cikin kowane al'amari da ya shafi rayuwarsa.

Wannan warkaswa da kubutaswar sai suka zama wani muhimmin mataki na shirya shi domin nawayar aikin pasto.

Domin samun lafiyayyar ikilisiya, ana bukatar hidimar da kuma kular pasto da zata kula da kowace irin budaddiyar kofa da kuma kowace irin kafa. Tuna, idan kana so ka tabbatar da lafiyar gida, rufe kofa daya ko kuma kofar alkawalan Musulunci kadai bai isa ba: dole ne a rufe dukan sauran kofofi na gian.

Koyaswar cike gibi

A ce akwai wani tsohon gida wanda ya fara lalaacewa. Jinkar na yoyo har zaka iya ganin gizagizai daga cikin ta. tagogin wadanda a da na gilashi ne sun farfashe kuma iska tana ta shiga ta cikin su. Kofofin sun karya, sun fita daga makamansu, suna kwance a kasa. A ciki kuma, bangon ya fashe da ramuka a ko ina a jikin sa. Daben ya rube. Harsashin ginin ya tsage ya kuma fashe. Kuma akwai masu fakewa a cikin gidan wadanda ba sune suke da gidan ba. Bai kamata suna a wurin ba kuma suna ma kara bata gidan ne.

Akwai bukatar aiki mai yawa domin dawo da martabar wannan gidan. Mataki na fari da za a dauka na gyaran wannan gidan shine gyara jinka da kuma sa sabobbin tagogi da kofofi masu karfi masu kuma makulli, domin kada masu zaman kashe wando su sake shiga ciki. Wannan shine mataki na fari a wannan aiki na yanci: rufe dukan budaddun kofofi. Shine ya kamata a fara yi domin idan ba an rufe dukan kofofin ba, masu zaman kashe wandon nan (Shedanu) zasu iya dawo wa ta wurin kofofin da suke a bude.

Idan aka samu aka tsare gidan, daga nan sai a fara sauran ayyukan: gyaran harsashin, gyaran bango da mayas da kyaun gidan da kuma shirya yadda za a ji dadin zama a cikinsa.

Idan wanda ya fito daga Musulunci ya zo wurin Almasihu, zaiiya kawo lalacewar ruhu da yawa tare da shi, wadda kuma lalacewar ta fito ne sakamakon Musulunci da kuma al'adun Musulunci wadanda suke bukatar gyara.

Ran mai bi yana kama da bokati. An shirya mu domin mu rike ruwa mai kyau, mai dadi: ruwan rai wanda yake zuwa daga wurin Yesu Almasihu. Haka ya kamata rayuwar mu ta zama. Amma idan bokatin yana da huji ko kuma wani rami a gefen shi - kamar su mugun hali - to wannan bokatin ba zai iya rike ruwa mai ya waba. Iyakar yawan ruwan da wannan bokatin zai iya rike wa zai tsaya ne a rami mafi kusa da gindin bokatin. Idanhar ana so wannan bokatin ya rike ruwa da yawa, muna bukata mu toshe wannan ramin.

A ko'ina cikin duniya, a duk inda Musulunci ya sami gindin zama, irin wannan lalacewa ta ruhun tana kama da juna. Kamar yadda Don Little ya nuna, "Finjayen Musulunci a wurare daban daban yana haifas da cikas iri daya ga kokarin yin rayuwa domin Krista na wadanda suka fito daga cikin Musulmi."[16]

Wata hanyar duban wannan kuma shine ta wurin duban abin da ke faruwa a lokacin da wani yayi mugun hatsari, ya kuma dade kafin ya warke. Yawancin abin da yakan faru shi ne wadansu daga cikin gabobin jikinsa za su yi sanyi, wadansu ma har su lalalce domin ba a amfani da su. Idan har mutumin nan zai warke kwatakwata, za a iya taimakawa wannan mutumin da wadansu yan motsa jiki wadanda zasu taimaka wajen dawo da karfin wadannan gabobin (abin da ma'aikatan kiwon lafiya suke kira physiotherapy). Wadannan harkokin motsa jikin zasu iya daukar dogon lokaci kuma wadansu ma sukan zama da zafi kwarai, sai dai suna da amfani wajen sake dawo da jikin yadda ya kamata ya kasance. Dukan abin da zaka iya yi, ya danganta ne ga abin da gabar jikin ka mafi rauni ta yardar maka ka yi.

Abin da wannan yake nufi shine, tsarin koyaswa domin masu bin da suka fito daga Musulunci yana bukatar kyawawa hanyoyin da zasu magance wannan barnar. Wannan shine muke kira 'koyaswa cike gibi': fadin gaskiyar Littafi Mai Tsarki cikin kafafen da a da karya take mulki. Akwai sassa daban daban wadanda ake bukata a taba.

Daya daga cikin abubuwan da Muhammadu ya bada karfi a kai shine fifikon wani mutum bisan wani, a misali, Musulmi a bisan wadanda ba Musulmi ba. a wurin shi, abin kunya ne ya zama kasa da wani. A cikin al'umomin Musulmi, marmarin zama gaba da sauran mutane, wani abu ne da yawancin lokaci ake yin na'am da shi. Wani Krista ya shaida cewa a cikin al'adar mutanen Iran, mutane suna jin dadi su ga mutum ya fadi a kan titi, ko kuma su ji cewa wani ya fadi jarabawa. Suna murna ne domin ba su ne abin ya faru da su ba sabili da haka, suna ganin kamar sun fi wancan.

Hanyar duban darajar mutum yana iya kawo matsaloli da yawa a cikin ikilisiya. A misali, mutanen waccan ikilisiyar za su iya ganin cewa ikilisiyar su ta dara sauran ikilisiyoyi. Wannan halin yakan haifas da

16. Don Little, *Effective Discipling in Muslim Communities*, p. 170

laifi yadda ikilisiyoyin dake a yankin za su ki su yi aiki tare da juna. Da wannan halin, idan an zabi wani zuwa wani matsayi na shugabanci, wani zai ji kamar an yi watsi da shi, daga nan sai ya fara kishi yana cewa, "Menene ya sa ba su zabe ni ba? Suna ganin kamar ni ban cancanta ba?" Wannan matsalar zata iya yin zafi har ta sa mutane su ki yarda su mika kansu domin matsayi na shugabanci domin suna tsoron za kai musu hari, sauran mutanen ikilisiya kuma za su yi ta kushe su.

Da irin wannan halin, yawanci lokaci mutane ba su sanin yadda za su bada shawara mai kyau domin inganta aikin ikilisiya a cikin tawali'u. A maimakon haka, sai su rika magana kamar su ne gwanaye, suna magana cikin fahariya, suna kuma yi wa mutane gyara ba tare da kula ba.

Irin halin kuma yana zuga gulma, yayin da mutane suke jin dadin kayas da wadansu zuwa kasa.

Domin magance wannan mugun lamarin, koyas da yadda za a zama da zuciyar bautawa zai zama da muhimmanci: mutane suna bukata su koyi dalilin da ya sa Yesu ya wanke kafafun almajiransa, su kuma ji umurninsa na cewa su ma su je su yi haka. Har yanzu mutane suna bukata a koya musu yadda zasu gano matsayin su a cikin Almasihu, ba a cikin abin da suke yi ko kuma abin da sauran mutane suke fada ko suke tunani game da su ba. suna bukata akoya musu yadda zasu yi "fahariya" su kuma yi "murna" a cikin rauni (2 Korantiyawa 12:9-10). Suna bukata su koyi cewa kaunar sauran mutane na nufin yin farin ciki a cikin ci gaban wadansu da kuma jin zafi yayinda wadansu suke shan wuya ko suke a cikin bakin ciki (Romawa 12:15; 1 Korantiyawa 12:26). Har wayau, mutane suna bukatar koyaswa game da yadda zasu fadi gaskiya a cikin kauna. Masu bi suna bukata a koya musu game da barnar da gulma take yi da kuma yadda zasu iya daukar matakin da ya dace yayin da aka kawo karar wani dan'uwa ko yar'uwa.

Daya daga cikin matsalar da mutane da ke fita daga Musulunci suna dawowa gun Almasihu za su iya fuskanta ita ce koyon fadin gaskiya. A cikin al'adar Musulunci, za a iya koyawa mutane ka zama masu aikata gaskiya ko kuma yin abubuwa a fili (dubi Darasi na 7 kan yaudara), yawancin lokaci suna yin haka ne domin su gujewa jin kunya. A misali, a ce kaga wani dan'uwa Krista a majami'a kuma sai ka ga kamar yana fama da wani abu, sai ka tambaya, "yaya kake, shin kome lafiya kuwa?" hakika wannan mutumin yana da damuwa, amma sai ya ce maka, "Laifya lau, nag ode. Kome lafiya. Anan,

252

mutumin nan zai zauna a cikin labulensa. Irin wannan hali na mutum ya boye damuwarsa yana faruwa da yawa a cikin mutanen da suka fito daga Musulunci. Shaidan yakan yi amfani da wannan domin ya hana almajirai yin girma, ta wurin hana su neman taimako.

Idan ana so a yi maganin wannan matsalar, almajirin zai bukaci koyaswa akan muhimmancin fada wa juna gaskiya, da kuma muhimmancn wannan cikin yin girma da kuma yanci.

Akwai wadansu sassa da yawa na al'adun Musulunci da suke bukatar 'koyaswar cika gibi.' Wadannan sassan sun hada da:

- Bukatar gafartawa da kuma yadda za a yi amfani da ita

- Shawo kan saurin jin kamar an yashe ka da kuma saurin ganin cewa wani yayi maka laifi

- Koyo yadda za a yi hidima wadda zata iya karfafa yarda da juna a tsakanin mutane.

- Yin watsi da al'adu na tsafi

- Mata da maza su koyi ba girma juna da kuma koyon fadin gaskiya a cikin dangantakar su, a cikin kauna, tawali'u ba tare da girman kai ba.

- Iyaye su koyi sa wa yayan su albarka a maimakon tsine musu.

(Ka dubi jerin abubuwan da Musulunci da kuma bin gurbin Muhammadu yake kawowa a karshen Darasi na 4.)

Yana da muhimmanci a nanata cewa 'koyarwa cike gibi' tana bukatar ta zama a cikin tsari da kuma ta zama da zurfi, ta ratsa al'amura yadda mutane zasu iya sake gina tunanin inda ya shafi koyaswar addini da kuma yadda muke daukar rayuwa a cikin duniya.

$$\text{☙}$$

A wadannan sassan, zamu dubi yadda za a haifas da masu bi da kuma shugabanni.

A fara da kyau

Don Little ya bada banbancin wadansu masu aikin bishara guda biyu wadanda suke aiki a cikin Musulmi a Arewacin Africa. Dukan su biyun sun dade suna aiki a wurin.[17]

Steve zai iya kai Musulmi zuwa ga mika kai ga ALmasihu nan da nan, wani lokaci ma a tattaunawar su tare ta farko. Sai dai kuma, kusan kowane daya daga cikin masu tuban za su koma da baya, yawancin lokaci bayan yan makonni kadan da yanke shawarar bin Yesun su. Kadan daga cikin su ne suke iya yin fiye da shekara daya. Salon Steve shine na jawo mutane zuwa bangaskiya a cikin Kristi da sauri, ya kuma dogara ga Ruhu Mai Tsarki ya taimake su suyi girma su kuma kara koyon wani abu game da bangaskiyar Krista.

Salon Cheri da nasarar sa kuma sun sha banban da na Steve. Zata iya daukar dogon lokaci kafin ta jawo mutane zuwa ga Almasihu, wani lokacin ma, sai a yi shekaru. Ba ta gaiyatas matan da take aiki tare da su da su karbi Yesu sai ta tabbatas suna da cikakkar fahimtar abin da tba da karbar Almasihu yake nufi, hade da yiwuwar fuskantar tsanani da mutuwar auren su. Dukan macen da ta karbi Almasihu a hannun ta takan yi girma ta zama mai bada kai a cikin bangaskiya, wadda bangaskiyar ta ta ci gaba har bayan an kori Cheri daga Arewacin Afrika.

Idan ana yi wa Musulmi jagoranci zuwa cikin Almasihu da kuma almajirantas da shi, yana da muhimamnci a tabbatar hanyar da aka bi dashi ta zama mai zurfi: tuna da matakai shida na bin Almasihu wadanda suke a cikin Darasi na 5:

1. Furuci guda biyu:

   - Ni mai zunubi ne kuma ba zan iya ceton kai na ba.

   - Allah daya ne, shine mahalici, wanda ya aiko da Dansa Yesu domin ya mutu sabili da zunubai na.

2. Juyawa (tuba)daga barin zunubai da kuma daga kowane aiki na mugunta

3. Rokon gafara, yanci, rai na har abada da kuma Ruhu Mai Tsarki

---

17. Don Little, *Effective Discipling in Muslin Communities*, pp. 26-27

4. Mayas da biyayya ga Almasihu a matsayin Ubangiji rayuwa ta.

5. Yin alkawalin kebe rayuwa ta da kuma mika kai da kuma bautar Almasihu

6. Shaida matsayi na a cikin Almasihu.

Da alama dai Steve yana daukar sabobbin tuba zuwa mataki na 1 da na 2, kila ma har mataki na 3, amma ba ya kafa su a cikin matakai na hudu zuwa na shida. Cikakkar sauya wanda za a yi wa biyayya (mataki na 4) yana bukatar yanke dangantaka da Musulunci da kuma maye gurbin wannan da cikken mika kai ga Yesu. Dole ne alkawali da kuma kebewa (mataki na 5) ya kunshi yarda da tsanani kuma wannan yana bukatar fahimtar sanin da'a ta Littafi Mai Tsarki: kebe yanka yana bukata ka gane da irin rayuwar da kake ware kanka zuwa gare ta. Furucin sabon matsayi (mataki na 6) yana bukatar fahimtar matsayin Krista da abin da zaman dan Allah ta wurin Yesu Almasihu yake nufi, a maimakon "mika" kai ga Allah kawai. Wannan kuma yana nufin fahimtar abin da rabuwa da tsohon matsayinka ta wurin ware kanka daga cikin al'ummar Musulmi yake nufi, wanna zai hada da yiwuwar warewa daga abokai da kuma iyali.

Haka kuma, mataki na 3 yana bukatar cikakkiyar fahimta abin da zama yantacce a cikin Almasihu yake nufi, abin da ake nufi da gafartawa wadansu, da kuma yanayi na yin rayuwa a cikin Ruhu.

Ana bukatar cikakken mika kai ga wadannan matakan tare da cikakken sanin matakan almajirantaswa. Ta wurin wannan tsarin ne wani zai iya koyon zubas da Musulunci a cikin natsuwa da kuma maye gurbin sa da koyaswar Littafi Mai Tsarki.

Yayin da wani yake juyawa zuwa ga Almasihu yake kuma mika kai cikin bin sa, abin da yake faruwa shine, suna shiga cikin yaki ne da Shaidan. Suna jefa kansu cikin warwashe wata dama wadda Shaidan yake da ita da kuma mika dukan damar da shaidan yake da ita a bisan rayuwar su zuwa ga Yesu Almasihu. Wannan ba shawara mai sauki ko kuma wadda za a dauka da wasa ba ce. Ya kamata ta sami goyon bayan cikakkiyar fahimta da kuma niyyar mutumin.

Sabili da haka, ana ba masu shelar bishara shawara da su jinkirta yi wa mutane baptisma, su kuma bi a hankali cikin yi wa mutane jagora wajen mika kai ga bin Yesu. Kamata yayi su yi hakan bayan mutumin ya gane da abin da wannan yake nufi a cikin rayuwarsa da kuma cikin rayuwar mutanen da yake kauna.

Har yanzu ana bada shawarar cewa kada a yi wa wani baptisma har sai ya yi addu'ar 'Furuci da Addu'ar yin watsi da *shahada* da kuma karya ikon ta' (dubi Darasi na 5), a cikin fahimta da kuma mika kai. Wannan zai biyo bayan koyaswa da bayyana muhimmancin ta. Kamata ya yi a yi wannan dan lokaci kafin baptisma. Za kuma a iya kara addu'ar yin watsi a cikin al'adu na yin baptisma. Wannan yin watsin yakan ba da damar aiwatas da cikakken mika kai a mataki na 4: cikakken sauya biyayya zuwa Yesu Almasihu a matsayin Ubangiji, wanda yake nufin yin watsi da dukan hannun da Musulunci yake da shi a cikin rayuwar mutumin.

Jagorantas wadanda suke shigowa shugabanci

Daya daga cikin manyan bukatun da Kristan da suka fito daga Musulunci a duniya suke da shi shine bukatar kwararrun pastoci wadanda su ma a da Musulmi ne kafin suka fita suka zama Krista. Shugabanni marasa lafiya sukan haifas da ikilisiyoyi marasa lafiya. Idan muna so mu sami lafiyayyun ikilsiyoyi inda mutane zasu yi girma zuwa balaga da kuma yanci, ikilisiya tana bukatar lafiyayyun shugabanni. Haka kuma, inganta shugabanni wadanda suka fito daga cikin Musulunci wadanda za su shugabanci wadannan lafiyayyun ikilisiyoyin. Wannan kokarin ingantawas yana bukatar kulawa da kuma tallafawa na shekara da shekaru.

Kafin ka sa hannu a cikin tallafawa mutumin da ke da alamar zai iya zama shugaba, kana bukata ka nemo shi. Wata babbar ka'ida ita ce: kada ka yi saurin tura mutum zuwa shugabanci. Idan ka tura wani nan da nan, za ka iya yin dana sani idan wani wanda ya fi shi ya bullo daga baya. Mutanen da suka fito daga cikin Musulunci suna iya fama da kiyayya da kuma gasa, sabili da haka kafin ka daga wani a matsayin shugaba, ka tabbatas:

- Sun shirya domin wannan kiran
- Suna da tawali'un daukar wannan matsayi na shugabancin
- Suna karbar koyaswa da sauri
- Suna da karfin halin yin yaki da kushewar da tabbatacce ne za a yi musu

Idan kana da wani wanda ya fito daga cikin Musulunci wanda yake jin an kira shi domin ya jagoranci ikilisiya, kada ka nemi hanya mafi sauri ko kuma mafi sauki domin yin shiri. Ka ama a shirye ka mika kanka domin samun horaswa. Ka zama mai hakuri. Ka zama da niyyar koyo.

Za a iya bata shugabannin masu bin da suka fito daga Musulunci idan aka daukaka su nan da nan. Idan sun yi gaba nan da nan, ba lalle su iya koyon tawali'u ba: za su iya yin tunanin cewa sun rigaya sun san dukan abin da suke bukata su sani domin haka ba su bukatar wata koyaswa. Idan an sami wadanda zasu iya shia shugabanci, zai zama da hiki a fara da shirya basu mukami na dan gajeren lokaci tukuna, wannan zai zama a matakin gwaji ko horaswa, a hankali a hankali, idan sun nuna kiran su da kuwa kwarewarsu a idanun jama'a, sai a tabbatas da su zuwa matakin shugabanci na din-din-din. Idan aka tura muna gaba nan da nan, kafin su sami damar nuna kansu a idanun jama'a, za su iya fuskantar kiyayya nan da nan, tun kafin su yi shirin yaki da ita, kuma wannan zai iya lalata girman su.

Renon lafiyayyun shugabanni wani abu ne mai cin lokaci, haka kuma, gina balagaggen shugaba Krista yana bukatar tsari na dogon lokaci. Dukan sabon tuba wanda yake iya zama shugaba, girma a cikin Kristi yakan dauki shekaru. Akwai abubuwa da yawa da ya kamata a koya, domin ga mutanen da suke fitowa daga Musulunci, zai zama dole a sake gina wadansu hanyoyin tunani na rayuwa da dangantaka.

Ga ginshikai 12 na yi wa shugabanni jagora har su kai ga balaga:

1. Wanda a ke horaswar ya zama yana saduwa da wani wanda yake horas da shi (wanda da turanci za a kira mentor) a kai, a kai, a kalla sau daya a sati.

2. A koya wa shugabanni da ake horaswa yadda za su yi tunani akan koyaswar Littafi Mai Tsarki da kuma yadda zasu danganta shi da abubuwan da suka shafi bangaskiya. Wannan ya shafi koyon yin amfani a abin da aka samu daga cikin Littafi Mai Tsarki da kuma takardu da suka shafi bangaskiya a rayuwar da kuma hidima ta yau da kullum. Ta wurin binbini a kan koyaswa ta Littafi Mai Tsarki halin mutum za iyi karo da gaskiya, kuma a hankali a hankali wannan zai gyara rayuwarsa ya yi ta girma a cikin zama da kamanin Yesu Almasihu.

257

3. Bayas da horaswa game da bayyana gaskiya da aikata gaskiya: a sa ran samun wannan sosai. Idan mutumin da ake horaswar yana sa abin rufe fuska, abin rufe fuskar din ne kadai zai yi girma! Wata rana ainihin mutumin zai fita daga cikin dakin ya bar abin rufe fuskan a baya. A lokacin ne zaka gane cewa ba mutumin da kake tunani ba ne.

Yana da muhimmanci mutumin da yake bada jagorancin ya zama da haske a cikin dukan abin da yake yi idan yana so wanda yake yi wa jagoranci ya bude irin damuwoyin da yake fama da su.

A lokacin da na fara almajirantas da wadansu miji da mata wadanda muke sa ran zasu shugabanci wata ikilisiya ta Kristan da suka fito daga Musulunci, a taron mu na farko, na tambaye su, "Ko kuna da wata damuwa?"

Suka ce "a'a."

A haduwar mu ta mako na gaba, sai na yi tambaya, "Kuna da wata damuwa?"

Amsar ta sake dawowa, "Babu."

Mun sake haduwa a mako na uku, na kuma sake yin wannan tambayar, "Kuna da wata damuwa?"

Har yanzu amsar ta ita ce, "Babu."

Daga nan sai na ce, "Ban ji dadin jin hakan ba. ko dai kuna da damuwoyi said ai baku san kuna da sub a, wanda wani mugun abu ne, ko kuma kuna da damuwa sai dai kuna kin fada mini, wanda shi ma ba abu ne mai kyau ba. Wane ne a cikin wadannan biyu?"

Daga nan sai suka fara bude wa: suna fuskantar matsaloli, amma al'adar su ta Musulunci ta koya musu cewa abin kunya ne mutum ya bayyana kasawarsa ko kuma matsalolin da yake fuskanta ga wadansu. Sai dai kuma, daga wannan ranar, dangantakar mu ta canza, sun yi ta bayyana mini irin wahaloli da kalubalan da suke fuskanta. Daga wannan lokacin, na iya taimakon su. Ta wurin wannan muka gina yarda, suka yi girma da sauri a cikin Almasihu.

4. Da wanda yake jagorancin da wanda ake yi wa jagorancin duka suna bukata su sa kai wajen kirkiro da abubuwan da

zasu yi aiki a kai. Ka karfafa wanda ake horaswar ya yi kokarin fahimtar abubuwa da kuma kawo su a wurin taron.

5. Wanda ake horaswar da jagoransa suna bukata su yi kokawa da manyan matsaloli da kuma yanke shawarwari akan abin da ya shafi rayuwar ikilisiya tare. Ta haka, wanda ake horaswa domin shugabancin zai koyi yadda zai magance matsalolin da sukan taso a cikin aikin pasto ta hanya mai kyau wadda kuma take kafe bisa koyaswar maganar Allah.

6. Yayin da kake jagorantar wanda ake horaswa, ka taimake shi yayi tafiya a cikin yanci. Kusan kowa yana bukata a yantas da shi daga wani abu a matsayin wani sashe na horaswa sa domin zama mai hidima. Idan ba a magance abubuwan da suka harde mutumin ko kuma warkas da cututtukan sa ba, rashin warkaswa da kuma rashin yanci suna iya yi wa amincin mutumin nan iyaka a nan gaba. Idan wani abu ya taso wanda yake nuna rashin yanci a cikin rayuwar mutumin, a bi a kan wanan abin ta wurin yin amfani da kayan aikin da muke da su a cikin Almasihu. An bayyana wadannan a cikin Darasi na 2. Haka kuma, mutumin da ya rigaya ya ratsa cikin matakan samun yanci zai fi fahimtar yadda zai taimaka a wajen yantas da wadansu.

7. Ka koyawa mai bin da ya fito daga cikin Musulunci yadda zai kula da kansa. Yana da muhimmanci shgabanni da suka fito daga cikin Musulunci su koyi yadda za su kula da kansu da kuma iyalansu a matsayin wani abu mafi fifiko. Akwai kalubala da yawa a cikin wannan aiki mai wuyan, kuma idan pasto bai dauki kulawa da kansa da kuma iyalansa da muhimmanci ba, ba lalle ya dade a cikin aikin ba. idan pasto baya kulawa da iyalinsa, jama'a ba zasu yarda da aikin sa ba. Mutane za su fara yin tambaya, "Ta yaya zai iya kulawa da ikilisya idan bai iya kulawa a iyalinsa ba?"

8. Idan shugabannin ka miji da mata ne, za su bukaci tallafi wajen girma a cikin sanin abin da auren Krista yake nufi bisa ga zuciyar bautawa juna a cikin kauna da kuma bangirma, ba a bisan danniya ko mulkin wani a bisan wani ba.

9. Nanata muhimmancin fahimtar kai a cikin aiki. Yayin da mutane suke shiga gasa, rashin yin abu a bayyane, da kuma son jin cewa wani ya fi sauran, za su rasa fahimtar kansu.

Wannan zai iya zama wani lahani wanda Musulunci ya rigaya ya yi. Domin yin girma, mutumin da yake karbar horaswa yana bukatar ya koyi darajanta ingantattun ra'oyin jama'a a matsayin wata kyauta da kuma karin kayan aiki mai daraja. Wannan yana nufin yin koyi a maimakon kokarin kare kai ko kuma jin cewa ana yi masa barazana, an yi masa laifi ko kuma an ki shi wai domin an bashi wani ra'ayi wanda ya saba da na shi. Haka kuma, dole ne mai yin jagoranci ya nuna halin wanda za a iya kusanta da kuma mai karbar shawara. Idan wanda ake horaswa zai iya ganin wannan a cikin jagoransa, zai taimaka masa wajen iya karbar shawara shi da kansa.

10. Taikakawa wanda yake karbar horon ya duban rashin jin dadi ta hanya mai kyau domin ya iya zama mai juriya. Shirya shugaban da ya fito daga Musulunci wanda ake horaswa yadda zai iya yin amfani da bangaskiyar Littafi Mai Tsarki a lokacin da wani ya juya masa baya ko kuma lokacin da al'amuran rayuwa suka sha kan sa.

11. Ka shirya shi domin yaki na ruhaniya. A kowane lokaci, yi wa mutane hidimar da zata jawo su zuwa ga Almasihu ta kan fuskanci mayas da martani daga Shaidan: ba yadda za ka iya gujewa wannan. Masu bin da suka fito daga cikin Musulunci suna bukata su sami horaswa game da yadda zasu dage, su tsaya da karfi a lokacin da Shaidan ya ke kawo hari.

12. Ka zama gurbi na yarda da kuma hada kai da sauran Krista, ka kuma gina dangantaka mai kyau da sauran kungiyo masu hidimar Ubangiji. Wannan yana da muhimmanci wajen taimakawa mutumin da ya fito daga Musulunci yin girman da tantance jikin Almasihu: Yana daukaka Allah kuma hanya ce ta karbar albarkar Allah domin ikilisiyar ka. Wannan wata hanya ce kuma ta koyas da tawali'u.

Jagoran bincike

Darasi na 8

Littafi Mai Tsarki a cikin wannan darasin

2 Timoti 2:20-21
Matiyu 12:43-45
Titus 3:3
Filibiyawa 1:9-11
2 Korantiyawa 12:9-10
Romawa 12:15
1 Korantiyawa 12:26

Babu ambaton ayoyin Alkur'ani, babu sabobbin kalmomi, babu kuma sabobbin sunaye a cikin wannan darasin.

Tambayoyin Darasi na 8

- A tattauna a kan labarin da aka fara darasin da shi.

Faduwa Ja da baya

1. Wadanne dalilai guda hudu ne Durie ya bayas wadanda sukan sa wadansu mutane su koma Musulunci bayan sun yanke shawarar bin Yesu?

2. Menene ya sa ikilisiyoyi suke koran Musulmi idan suna kokarin su kara koyon wani abu game da Yesu da kuma addinin Krista?

3. Menene ya kamata ikilisiya ta yi domin ta iya tallafawa Musulmin da suke juyowa zuwa ga Almasihu?

Almajirantaswa mara bada yaya

4. Wadanne al'amura ne Durie ya ce wadanda suka fito daga Musulunci suka zama Krista suke yawan fuskanta?

5. Menene yake haddasa yawancin wadannan matsalolin?

6. Ta yaya wanda aka sa shugabanci zai iya kawo damuwa a cikin ikilisiya?

7. Menene ya sa dan gudun hijiran da ya tafi kasar Canada ya ware kansa daga sauran masu bin Yesu?

Ikilisiyoyi marasa lafiya

8. Ta yaya marmarin ko kuma jin fifiko zai iya hana ikilsiyoyi yin aiki tare?

Bukatar zama yantacce

9. Wadanne matsaloli guda biyu ne misalin da Yesu ya bayas na gidan da ba kowa ya ke nunawa?

10. Menene kake bukata wajen gina lafiyayyar ikilisiya?

11. Menene ya kamata ya canza bayan mutum ya sami yanci?

12. Menene ya sa Bulus ya tunawa Titus game da yadda dukan su biyu suke a da?

13. Ta yaya rayuwar Bulus ta da ta yi daidai da bayyani game da yadda rayuwa mutum take kafin mutumin ya fara bin Yesu?

14. A bisa ga abin da Bulus ya rubuta a cikin Filibiyawa 1:9-11, ta yaya mai bi zai iya 'cika' gidan ruhaniyarsa, a maimaikon barin sa babu kome a ciki?

Warkaswa da Kubutaswa

15. Durie ya fadi miyagun abubuwa guda 12 da suke shafar rayuwar sabon tuba. Guda nawa daga cikin su ne ka lura da su?

16. Menene matashin nan yayi domin ya sami warkaswa daga ciwon kansar ciki? Wane canji ne kuma ya samu bayan ya sami warkaswar?

17. Menene yake zama da muhimmanci a yi domin a tabbatas an tsare gida?

Koyaswar cika gibi

18. Menene mataki na fari a cikin hidimar yantaswa kuma manene ya sa wannan ya zama mataki na fari?

19. Ta yaya ruhun mutum ya zama kamar bokitin ruwa?

20. Wadanne abubuwa ne Don Little ya lura cewa sun zama gama gari a cikin dukan Kristan da suka fito daga Musulunci a ko ina cikin duniya?

21. Menene zai iya sa wadansu mutane su ji dadi idan suka ji labarin damuwar da wadansu suka shiga?

22. Wadanne matsaloli ne ikilisiyoyi sukan fuskanta idan masu bi suka so su sami fifiko a bisan sauran ikilisiyu?

23. Wadanne koyaswa guda shida ne Durie ya bada shawarar su, wadanda zasu iya taimakawa wajen gyara matsalar kokarin fifiko bisa wadansun da mutane suke da su?

24. Wace damuwa Durie ya ce za a iya samu idan aka ki fadin gaskiya?

25. Wadanne sassa guda shida na al'adar Musulunci wadda Durie ya gano, wadanda kuma suke bukatar 'koyaswar cika gibi?"

26. Menene ya sa ya kamata 'koyaswar cika gibi' ta zama a bisa tsari da kuma ta zama da zurfi?

Fara da kyau

27. Wane banbanci ne yake tsakanin salon Steve da kuma salon Cheri, kuma menene ya sa salon da Cheri ta dauka ya sami nasara fiye da na Steve?

28. Ko zaka iya lissafta matakai shida na 'Furuci da Addu'a mika kai ga bin Yesu' daga cikin abin da ka hadace? Idan ba za ku iya ba, ku hadace su a matsayin kungiya ta wurin maimaita su har sai kowa ya iya fadin su yadda suke a bisa jerin.

29. Daga cikin wadannan matakan guda shida, wadanne matakai ne Steve bai yi amfani da su ba yayin da yake kai mutane zuwa wurin Almasihu?

30. Gaba da wanene ka ki shirin yaki a lokacin da ka juyo zuwa wurin Almasihu?

31. Menene ya kamata a yi kafin a yiwa wanda ya fito daga cikin Musulunci baptisma?

Jagorantar shugabanni masu tasowa

32. Menene Durie ya gaskanta cewa shine babbar bukatar da wadanda suka fito daga Musulunci suka zama Krista suke bukata a duniya a yau? Ka yarda da wannan?

33. Menene ya sa Durie ya ci fitas da shugabanni a hankali ya fi dacewa?

34. Menene zai iya faruwa idan an tura shugabanni nan da nan?

35. A lokacin da ake jagorantar shugaban da ake horaswa domin shugabanci, a fadar Durie, sau nawa ne ya kamata ku rika saduwa?

36. Menene tunani akan koyaswar Littafi Mai Tsarki kuma ta yaya yin hakan zai taimaki mutane su yi girma a cikin Almasihu?

37. Menene ya sa zaman jagora a bude da kuma mai gaskiya ga mutumin da yake yiwa jagora yake da muhimmanci?

38. A cikin labarin da Durie ya bayas, menene ya sa wadannan wadanda ake horaswa suka zama da jinkiri wajen neman taimako domin matsalolin da suke fuskanta?

39. Menene ya sa mai yin jagoranci zai nemi wanda yake horaswa da ya sa baki a cikin yanke shawara akan muhimman matsaloli wadanda suka shafi jama'a?

40. Menene ya sa yi wa mutumin da yake karkashin horaswa domin zama shugaba hidimar samun yanci yake da muhimmanci?

41. Menene ya sa kulawa da kai yake da muhimmanci a cikin hidimar bishara?

42. A bisan menene ya kamata a kafa auaren Krista?

43. Menene ya sa fahimtar kai yake da muhimmanci kuma ta yaya wannan rinjayen Musulunci zai iya hana cimma wannan?

44. Menene yasa yake da mahimmanci ga mai ba da shawara ya kasance a bude don karbar suka?

45. Menene za isa a horas da paston da yake jagorantas Kristan da suka fito daga cikin Musulunci game da yaki na ruhaniya yake da muhimammanci?

46. Wane muhimmin abu ne ya kamata shugabannin ikilisiyoyin wadanda suka fito daga Musulunci su koya game da yin aiki tare da sauran ikilisiyoyi?

Karin kayan aiki

Domin karin bayyaa game da kan magana da yawa game da Musulunci wadanda aka koyas a nan, ka dubi *The Third Choice: Islam, Dhimmitude and Freedom* na Mark Durie.

Za a iya samun kayan aiki da suka shafi *Yanci Ga Daurarru* a harsuna daban daban hade da addu'oi daga shafin luke4-8.com.

Domin karin bayyani game da matakan da ake bukata wajen yantas da mutane daga aljannu, Mark Durie yana bada shawarar duban littafi mai suna *Free in Christ* wanda Pablo Bottari ya rubuta. Za a iya samun sa a cikin Turanci ko harshen Spanish. Yana kuma bada shawarar a yi amfani da kayin horaswar dake a shafin freemin.org (akwai a cikin Turanci da kuma wadansu harsuna).

Ga wadansu karin addu'oi domin taimakawa wajen yantas da mutane.

Addu'ar neman gafara[18]

Uba, ka fada a fili cewa kana so in zama mai yafewa. Kana so in sami warkaswa da kuma yancin da gafara take kawowa.

A yau, ina zaben in gafartawa dukan wadanda jani zuwa cikin zunubi (fadi sunayen su*), da dukan wadanda suka yi mini mugunta* (fadi sunayen su). *Na zabi yanta su kowane dayansu daga* (fadi laifin da suka aikata).

Na rabu da dukan shara'antawa gaba da su, na kuma zubas da dukan horon da nake sa ran zasu samu daga cikin tunani na. Na mika muku (fadi sunayen su) *zuwa gare ka, domin kai kadai alkali mai adalci.*

Ubangiji, idan ka yarda ka gafarta mini domin na bar yadda na ke ji ya cutas da wandan su ya kuma cutas da ni.

Bisa ga gafarar ka, na zabi in gafartawa kai na domin na bar wannan cutaswar da shafi hali na da kuma yadda ya yi ta gudanas da abubuwa.

---

18. Wannan da kuma addu'oi guda biyu da suka biyo bayan wannan din suna kafe ne a kan addu'oin dake a cikin littafin da **Chester and Betsy Kylstra** suka rubuta mai suna ***Restoring the Foundations***

Ruhu Mai Tsarki, ina yi maka godiya domin aikin gafara da ka shigas a cikin rayuwa ta, domin ka b ani alherin da nake bukata domin in iya gafartawa, da kuma domin ci gaba da bani karfin yin gafara.

A cikin sunan Yesu.

Amin.

Addu'ar yin watsi da karya (gaskanta abin da ba daidai ba)

Uba ina furta zunubi na (da zunuban kakanni na) wajen gaskanta karyar (fadi sunan karyar).

Ina gafartawa wadanda suke da hannu wajen kago wannan muguwar bangaskiyar, musamman ma (Fadi sunayen su).

Na tuba daga wannan zunubin, ina kuma rokon ka yu Ubangiji ka gafarta mini domin na karbi wannan karyar, domin barin wannan karyar ta tafiyas da rayuwa ta, da kuma domin dukan hanyoyin da na shara'antawa wadansu bisa ga wannan karyar. Ina karbar gafarar ka yanzu (Ka jira ka karba daga wurin Allah).

Bisa ga gafarar ka, ya Ubangiji, na zabi in gafartawa kaina domin na gaskanta da abin dake karya.

Ina yin watsi, ina kuma karya dukan wani alkawali da na yi da wannan muguwar bangaskiyar. Ina soke dukan yarjejeniyar da na kulla da mulkin duhu. Ina tsinke dukan yarjejeniyar da na shiga wadda take da dangantaka da aljannu.

Ya Ubangiji, wace gaskiya ka ke so ka bayyana mini game da wannan muguwar bangaskiyar? (Ka jira ka kuma saurari Ubangiji, daga nan sai ka furta wannan gaskiyar wadda take gyara karya).

Ina furta gaskiyar cewa (Fadi gaskiyar).

A cikin sunan Yesu.

Amin.

Addu'a domin zunuban tsararraki

Ina furta zunuban kakanni na, zunuban iyaye na, da kuma zunubai na (fadi zunubi ko zunuban).

Na zabi in gafarta in kuma yantas da kakanni na, hade da sauran mutanen da suka rinjaye ni zuwa aikata wadannan zunuban da kuma la'anonin da suka biyo bayan yin hakan, da kuma sakamakon wannan a cikin rayuwa ta (Ambace su daki-daki).

Ina rokon ka ka gafarta mini, ya Ubangiji, domin wadannan zunuban: domin mika kaina gare su da kuma la'anonin su. Ina karbar gafarar ka.

Sabili da gafarar ka, ya Ubangiji, na zabi in gafartawa kaina domin shiga a cikin wadannan zunuban.

Ina yin watsi da zunubin (fadi zunubin) da kuma la'anoninsa.

ta wurin aikin ceton da Almasihu yayi a bisan giciye, ina karya ikon wannan zunubin da kuma la'anoninsa daga cikin rayuwar ta, da kuma daga cikin rayuwar zuriya ta

Ina karbar yancin ka daga wadannan zunuban da kuma la'anonin da suke zuwa sakamakon wadannan zunuban. Ina karbar (fadi sunan albarkar Allahn da kake karba ta wurin bangaskiya*).*

A cikin sunan Yesu.

Amin

Amsoshi

Amsoshin Darasi na 1

1. Ruhu ya ce ya yi watsi da Musulunci.

2. Daya daga cikin manyan bukatun shine na yin watsi da Musulunci.

3. *Shahada* da *dhimma*.

4. Musulmin da ya zabi ya bi Almasihu.

5. Wanda ba Musulmi ba.

6. Mika wuyan wanda ya tuba zuwa addinin Musulunci da kuma mika wuyan wadanda ba Musulmi ba ga karkashin mulkin Musulunci.

7. Furucin dayantakar Allah da kuma annabtas Muhammadu.

8. Dokar Musulunci wadda take kayyade danniya a bisan Krista.

9. Kristan da bai taba zama Musulmi ba yana bukata ya yi watsi da ikirarin *dhimma*.

10. Kamata yayi *shari'ar* Musulunci ta sami fifiko ta kuma yi mulki a bisan kowace irin doka ko mulki.

11. Dukan wani abu na ruhaniya dake cikin rayuwarsu banda Almasihu.

12. Daga duhu na ruhaniya zuwa acikin mulkin Almasihu

13. Daukar mataki na siyasa da kuma na al'umma, yin magana domin yancin yan adam, bincike na ilimi, yin amfani da kafofin watsa labarai, wani lokaci daukar mataki na soja daga gwamnatocin kasa.

14. Tuba, mika wuya na siyasa ko kuma takobi.

15. Fiye da shekaru dubu; kusan shekaru 800.

16. Ya yi musu alkawalin tabbacin aljanna idan suka ba da ransu domin kare addinin Krista.

17. Tushe ikon Musulunci, iko ne na ruhaniya.

18. Sarkin nan mai ban tsoro da sarkin dabaru kuma wanda Daniel yayi magana a kansa a cikin wahayin sa.

19. Musulunci yana da:

- Ganin shine yake da ... Fifiko
- Yunwar ... nasara
- Yin amfani da ... yaudara/rudi
- Yin amfani da karfi da kuma dukiyar ... Wadansu
- Cin kasashe da yaki ... wanda yake yin kamar ya tsira
- Adawa ... Da Dan Allah
- Sabo da ... Wulakanta Krista da Yahudawa

20. Ba da ikon mutum ba

21. Ikon Almasihu da kuma giciyensa

Amsoshin Darasi na 2

1. Ya gane cewa ba zai iya fadin kalmar nan Muhammad ba

2. An yantas da shi daga fushi ya kuma zama da tasiri wajen shelar bishara da almajirantas da wadansu.

3. Gadon kowane Krista shine madaukakin yanci wanda yayan Allah suke da shi

4. A cikin nazaret

5. Alkawalin yanci

6. Yanci daga lalacewa, yunwa, ciwo, aljannu

7. Dole ne dan sarkar ya yi fita ta budaddiya kofa. Yanci na ruhaniya wani abu ne wanda ya kamata mu zaba

8. Barawo. Sarkin duniya. Allahn wannan amani. Mai mulkin masarautu na iska. Suna koya mana cewa Shaidan yana da iko a wannan duniya

9. Shaidan yana da tabbataccen iko da matsayi sai dai kuma ikon da matsayin kayyadaddu ne

10. Yadda Musulunci yake Kallon duniya da kuma ikon s ana ruhaniya

11. Cikin kangin ikon aljannu

12. Ikon Shaidan da kuma ikon duhu

13. An kawo mu cikin mulkin Yesu Almasihu, an gafarta mana an kuma yantas da mu.

14. Cewar an mayas da su zuwa mulkin Yesu Almasihu

15. Kusurwoyi biyuar: 1) Yi wasi da Shaidan da kowace mugunta. 2) yi watsi da kowace muguwar dangantaka da mutane. 3)Yi watsi da kowane mugun alkawali. 4)Yi watsi da dukan kwarewa da ta fito daga Shaidan. 5)Mika rayuwar mu ga Yesu Almasihu a matsayin Ubangijin mu.

16. Rashin jituwa tsakanin Shaidan da kuma Allah; tsakanin mulkoki guda biyu

17. Ikilisiya tana iya zama fagen yaki, kuma za a iya yin amfani da ita wajen aikata mugunta

18. Krista zai iya samun tabbacin nasara ta wurin giciye

19. Kwatanci da nasarar Romawa yana nuna cewa aljanin ya rasa ikonsa an kuma wulakanta shi.

20. Mai zargi ko kuma abokin gaba

21. An yi wa Krista kashedin cewa su zama a fadake

22. Zunuban mu da kuma sassan rayuwar mu da muka mika wa Shaidan

23. Zunubi, rashin gafartawa, kalmomi (da alamun gudanaswa), rauukan zuci, karkatacciyar bangaskiya (karya), da kuma zunubin tsara da la'ananonin da ke biye da wadannan zunuban

24. Iya fadi da kuma yin watsi da wuraren da Shaidan yake yin amfani da su gaba da mu

25. Budaddiyar kofa ita ce hanyar da muka bude wa Shaidan. Tudun dafawa shine wani wurin da Shaidan yake samun wurin tsayawa a cikin ran mu, wanda muka sarautas masa.

26. Dama ta shari'a; wuri na ruhaniya wanda Shaidan zai iya zama

27. Yana nufin Shaidan yana da damar yin wani ikirari gaba da mu.

28. Shaidan ba zai sami wani zunubin da zai iya yin amfani da shi ya zargi Yesu ba.

29. Rashin laifin Yesu yana da muhimmanci domin wannan yana nufin cewa Shaidan ba zai iya cewa wai giciyen ya zama hukunci wanda ya dace a yi wa Yesu ba.

30. Muna bukata mu rufe budaddun kofofi mu kuma kawas da tudun dafawa/kafa

31. Ta wurin tuba daga zunuban mu

32. Dole ne mu fara da gafartawa wadansu

33. Zai iya yin amfani da rashin gafartawar mu domin samun wata kafa gaba da mu

34. Gafartawa wadansu; karbar gafarar Allah; gafartawa kan mu

35. A'a: gafara daban take da mantawa

36. Shaidan zai iya yin amfani da rashin jin dadi domin ya cusa mana wadansu karairaki

37. Ta sami warkaswa daga zafin da take ji a ranta sabili da wulakancin da bakin ta ska yi mata. Ya ama dole ne ta yi watsi da barazana

38. Zuba abin da kea cikin ranka ga Ubangiji; ka yi addu'a domin samun warkaswa; ka gafartawa wanda ya yi maka laifin; ka yi watsi da tsoro (ko sauran abubuwa marasa dadin); ka furta ka kuma ki dukan karairaki.

39. Domin kowace kalma da muka furta

40. Domin wannan zai ba shi damar yin amfani da kalmomin mu gaba da mu.

41. Jinin Yesu

42. Bari in zama kamar wannan dabbar: bari irin wannan abin ya faru da ni idan na karya wannan alkawalin.

43. Suna jawo la'ana ta mutuwa a bisan mutumin da ya yarda da wannan alkawalin

44. Al'adar/alamar sare wuya

45. Shaidan yana cusa mana karairaki

46. Ka gane ka kuma ki karyar da ka yarda da ita a da

47. "Mazan kwari ba su yin kuka"

48. Karya ta ka yi kamar gaskiya

49. Fuskantar gaskiya zai iya bamu damar furci, ki da kuma yin watsi da karayar da a da muka yarda da ita

50. Mugun gado na ruhaniya

51. Rinjaye na iyaye da kuma mugun gurbi

52. Wata hanya ta sa albarka da kuma ta la'ataswa

53. Adamu da Hauwa'u sun sako la'ana wadda ta bi kan tsararraki; zafi, danniya, ruba da kuma mutuwa

54. Wannan alkawali ne na zamanin Almasihu: domin mulkin Yesu Almasihu

55. Furta zunuban kakannin mu da zunuban mu; ki da kuma yin watsi da zunubai; tsinke dukan dangantaka da la'anonin dake da dangantaka da wadannan zunuban

56. Iko a bisan Shaidan

57. Domin ta ce dole ne a lalata kome kwata kwata, wannan kuma ya hada har a gumakan

58. Giciyen yana da iko ya karyamiyagun yarjejeniyar da muka taba shiga

59. Daukar matakai na kai tsaye

60. "Ba zan taba kara kaunar wani ba." Susan ta cika da dacin rai da fushi. Ta yi watsi da wannan rantsuwar

61. Matakai guda biyar: 1. Furtawa da tuba. 2. Yin watsi. 3. Karyawa. 4. Fitasa. 5. Sa albarka da kuma samun cikawa.

62. Furta dkan zunubai kana ka shaida gaskiya

63. Ka albarkace su da akasin abin da yake damun su.

Amsoshin Darasi na 3

1. Mika kai ga Allah a matsayin mafificin ubangiji

2. Musulmi

3. Muhammadu, mazon Allah na karshe

4. Alkur'ani yana kunshe da wahayoyin Muhammadu, *Sunna* kuma tana kunshe da koyaswa da kuma ayyukan Muhammadu

5. An rubuta gurbin Muhammadu a cikin *hadisai* (labarbaru) da kuma a cikin *siras* (tarihin Muhammadu)

6. Muhammadu

7. Dukan abin da Muhammadu ya taba yi ya sama abin koyi

8. Wadanda suke biyayya da Allah da kuma manzonsa

9. Wutar jahannama

10. Dukan wanda ya ki yarda da sakon Muhammadu

11. Kisa, azabtaswa, fyade, cin mutucin mata, bautaswa, yaudara, da kuma zuga Musulmi gaba da wadanda ba Musulmi ba.

12. Dole ne ka gaskanta ka kuma zama mai biyayya da Alkur'ani

13. *Sunna* ta zama kamar jiki, yayinda Alkur'ani yana kama da kashin bayan

14. Musulmi suna dogaro ne a kan masana yan kalilan

15. Idan babu *Shari'ar* Musulunci, ba za a sami Musulunci ba

16. An dauka cewa *shari'ar* Musulunci wani abu ne wanda Allah ya umurta

17. Kira ne zuwa ga nasara

18. An raba mutane kashi biyu, masu nasara da kuma sauran jama'a – masu hasara

19. Ana koya Musulmi cewa suna da fifiko a bisan wadanda ba Musulmi ba. Musulmin da ba da kai yana da fifiko a bisan Musulmin da bai sa kai sosai ba

20. Musulmi na kwarai, munafukai, matsafa, da kuma Mutanen Littafi.

21. *Mai shirka*

22. Abubuwa guda hudu: 1)An lalata Littafi Mai Tsarki. 2) Suna bin karkataccen Musulunci. 3) Sun bata. 4) Suna cikin rashin sani sabili da haka suna bukata Muhammadu ya yantas da su.

23. Ta wani gefen kuma, Alkur'ani y ace Krista da Yahudawa amintattu ne kuma masu bi na gaskiya ne.

24. Ikirari guda hudu: 1) Kamata yayi Krista su kasance a karkashin su. 2)An kadara wa Musulmi su yi mulki a bisan mu. 3) Mun cancanci a yi yaki da mu. 4) An kaskantas da mu da cewar mu jahannama zamu tafi.

25. Yahudawa zasu sami gaba da Musulmi fiye da Krista

26. Ita ce surar Alkur'anin da aka fi sani, kuma dole ne a maimaita ta kowace rana. Akan fadi wannan surar har sau 17 a rana ko kuma sau 5,000 a shekara

27. Krista (sun kauce), Yahudawa kuma (sun cancanci fushin Allah)

28. Rayuwa da kuma koyaswar Muhammadu

29. Musuluntaswa

30. Matsaloli guda shida: 1) Mata suna da matsayi na kaskanci. 2) Koyaswar *jihadi*. 3) matsanancin horo na mugunta. 4) *Shari'a* ba zata iya sa mutane su zama mutanen kirki ba. 5) Goyon bayan yin karya. 6) Tsanantawa wadanda ba Musulmi ba, har ma da Krista.

31. An shigo da kotunan *shari'ar* Musulunci a Nigeria

32. Mai *shari'ar* ya bi gurbin Muhammadu ne.

33. 1) Ya tsanani da yawa. 2) Na mugunta ne. 3) Yana bata mazan da suke yin jifar. 4) Mata ake kai wa hari. 5) Yana san jaririn ya zama maraya. 6) Yana yin watsi da yiwuwar an yi wa matar fyade ne.

34. Za su iya yin karya idan suna fuskantar hatsari daga wadanda ba Musulmi ba. Maza za su iya yi wa matan su karya. Za su iya yin karya idan an ba su wani abu na asiri, a cikin yaki, da dai sauransu.

35. Wata al'ada ce da yaudara domin kiyaye lafiyar Musulmi.

36. Yana lalata gaskiya ya kuma haifas da rudami

37. Jagorancin masana addinin su

38. Ka karanci Musulunci domin kanka, ko da shugabannin Musulunci sun yi kokarin kin ambato ko kin tattauna abubuwa da yawa a cikin jama'a

39. Ka bi Yesu ko kuma Muhammadu

40. Isa (Yesu)

41. Hanyar da anabawan da suka yi rayuwa (*shari'a*)

42. Littafin da Allah ya baiwa Isa (Yesu)

43. Isa zai lalata addinin Krista ya kuma tilastawa kowa ya koma ya zama Musulmi

44. An koyawa Musulmi cewa idan suka bi Muhammadu, suna bin Yesu ne.

45. Wannan koyaswar ta boye shirin Allah na ceto kuma zai iya hana Musulmi bin Yesu na gaskiya

46. A mu iya sanin wani abu game da Yesu na gaskiya daga cikin Bisharun na guda hudu.

47. Ta wurin Yesun da ke a cikin Bisharun ne kadai zamu iya samun yanci daga kangi na ruhaniya.

Amsoshin Darasi na 4

1. Zafi kashi hudu: 1) Mutuwar mahaifinsa. 2) Mutuwar mahaifiyarsa. 3) Kaskancin zama makiyayin dabbobin kawunsa lokacin yana dan yaro. (Haka kuma, mutuwar kakansa)

2. Tsanar da ya yi wa Muhammadu

3. Fuskoki guda shida: 1) Shi ma'aikacin gidan ta ne. 2) Ta grime shi. 3) Ita ce ta neme shi da aure. 4) Ta taba yin aure har sau biyu kafin shi. 5) Tana da iko da kuma dukiya. 6) Ta bugar da mahaifinta da gida domin ta sami yardar shi ta auri Muhammadu.

4. Yawancin yayan su sun mutu, suka bar Muhammadu babu magaji namiji.

5. Kawun Muhammadu mai suna Abu Talib da kuma matarsa Khadijah

6. Yana da shekaru 40, kuma abin ya dame shi ha rya fara tunanin kashe kansa

7. Muhammadu annabi ne ba mahaukaci ba

8. Muhammadu yana jin tsoro kada a ki shi a ce shi mayaudari ne.

9. Khadija da Ali, dan kawun Muhammadu

10. Muhammadu yayi wa allolin Makka ba'a

11. Ya kare Muhamadu daga fushin mutanen Makka

12. Kauracewa kwata kwata, tsanantawa Musulmi, da kuma wulakanta Muhammadu

13. Musulmi magidanta 83 ne hade da iyalan su suka gudu zuwa Abyssinia (Kasar Ethiopia ta yanzu)

14. Yi wa Allah da kuma allolin Makka sujada

15. Cewar an yarda da yin addu'a ga yan matan Allah su uku

16. Dukan annabawa na gaskiya sun bata a wani lokacin

17. Alfahari: 1) Babu wani a cikin kakannin sa da aka haifa ba tare da aure ba. 2) She ne mutumin da ya fi kowane mutum. 3) Ya fito daga dangin da suka fi kowane (Hashim). 4) Ya fito daga kabilar da ta fi kowace (Quraysh). 5) Ya fito daga kaar da ta bi kowace kasa (Kasar Larabawa)

18. Nasara a cikin yaki

19. Da Khadijah da mai kariyarsa Abu Talib duka sun mutu. Larabawan Madina sun yi alkawalin yi masa kariya bayan Ta'if ya ki shi.

20. Kungiyar wadansu *aljannu* sun zama Musulmi

21. Ra'ayin *aljannun* da suka zama Musulmi, da kuma cewar Alkur'ani da *hadisai* sun koyas da cewa kowane mutum yana wani ruhu tare da shi wanda ake kira *qarin*.

22. Shiga yaki saboda biyayyar da suke yi wa manzon

23. Yayi wa'azi ba tare da tsangwama ba kuma yawancin Larabawan Madina sun tuba sun shiga Musulunci

24. Tsanani bayan mutuwa ga dukan wanda suka ki Musulunci

25. Kisa

26. *Fitna*

27. *Fitna* gaba da Musulunci

28. Kasancewar wani abin da zai iya hana mutane shiga Musulunci

29. Ka cancanci a yi yaki da kai a kuma kashe ka

30. Domin lafin kin Musulunci ya fi mutuwa muni

31. Milyoyin Musulmi suna mutuwa amma masu mutuwa cikin wadanda ba Musulmi ba ba su da yawa.

32. Ya nemi sakayya da ladabtaswa har daga wurin wadanda sun riga sun mutu

33. Haushin da ya ke ji na an ki shi

34. An sa mutumin hatimin masu laifi, wadanda suka cancanci a danne su a matsayin su na kaskantattu

35. Maratanin tashin hankali sakamakon *fitna*

36. Allah ya hana shi yin biyayya da wannan

37. Ku kashe su a duk inda kuka same su

38. Wadansu sun gaskanta, wadansu bas u gaskanta ba, amma Musulunci zai albarkace su.

39. Ya yarda da addu'oi da zakkar sadaka kamar Yahudawa; ya karkata addu'ar sa zuwa al-Sham (Syria; wato Urushalima); kana kuma y ace koyaswar sa daya take da da su.

40. Domin tabbatas da kai gaba da karin sukar san da suke yi

41. Ya kira Yahudawa mayaudara, kana ya ce sun gurbata/lalata Littafi Mai Tsarki

42. Sakonni wadanda suke gaba da Yahudawa:
    - Sura 4:46, Yahudawa la'anannu ne
    - Sura 7:166 etc, Yahudawa birai ne da kuma aladu
    - Sura 5:70, Yahudawa masu kashe annabawa ne
    - Sura 5:13, Allah ya taurare Yahudawa
    - Sura 2:27, Yahudawa masu hasara ne.

43. Addinin Yahudanci

44. Ya yi musu barazana kana kuma ya kore su

45. Domin yana kashe su kana kuma tuba da komawa Musulunci ne kadai zai iya kare su

46. Ya zarge su, ya kai musu hari, ya kore su, ya kuma kwashe kayansu da dukiyoyin su a matsayin ganimar yaki

47. Ya kai musu hari kana kuma ya kashe maza, ya kai mata da yaran zuwa bauta

48. Ya mamaye su yakuma ci su da yaki, sai dai kuma, ya ba su zabi na uku: yin rayuwa a matsayin *dhimmis*

49. Duka Yahudawa da Krista

50. Daga kin kai zuwa tabbatas da kai zuwa zalunci

51. Cin wadanda basu bada gaskiya ba da yaki da kuma kaskantas da su

52. Wata akida da kuma shiri na soja

53. A maimakon zama mai yin kashedi kawai, ya zama kwamandan wadanda suka bada gaskiya, yana ba su umurni kan yadda zasu yi rayuwa

54. Hanyar yi wa Allah biyayya ita ce ta wurin yi wa Muhammadu biyayya

55. Suna kafe ne a kan duban irin martanin da Muhammadu ya mayas ga kin shin da aka yi

56. A bazawa duniya matsalolin Muhammadu ta wurin *shari'ar* Musulunci

57. Kalmomin *shahada*

58. Alkur'ani kalmomin Allah ne, da kuma abin da Alkur'anin yake fada game da Muhammadu.

59. Fadin *kalmar shahada* yana ba da damar mulkoki da ikoki na ruhaniya su cusa matsalolin ruhaniyar da Muhammadu yayi ta fama da su a cikin Musulmi

60. (Mahalartan za su kewaye wadansu miyagun abubuwan da suka fuskanta)

61. Sun musanta shi

62. Sun ce an gurbata shi

63. Lalata su

64. Gaskanta cewa Alkur'ani maganar Allah ce

65. Rashin tabbato, tsorataswa, kumamanci, da rashin karfin hali

Amsoshin Darasi na 5

1. Kin amincewa

281

2. Hanyoyi guda hudu: 1) Kunyar rashin zama tabbatacce. 2) Haihuwa cikin kaskanci. 3)Kokarin da Hiridus yayi na kashe shi. 4) Iyayen sun gudu zuwa Masar kamar yan gudun hijira.

3. Farisiyawa sun kai wa Yesu hari da tambayoyi game da wadannan:

- Markus 3:2, etc. karya Asabaci
- Markus 11:28, etc Ikon sa
- Markus 10:2, etc Kisan aure
- Markus 12:15, etc. Biyan haraji ga Kaisar
- Matiyu 22:36. Doka mafi girma
- Matiyu 22:42. Almasihu
- Yahaya 8:19. Uban Yesu
- Matiyu 22:23-28, etc. Tashin matattu
- Markus 8:11, etc. Mu'ujuzai
- Markus 3:22, etc. Yana da aljan, yin mu'ujuzai ta wurin yin amfani da ikon Shaidan
- Matiyu 12:2, etc. Halin almajiransa
- Yahaya 8:13. Bada shaidar karya

4. Rashin yardar da Yesu ya fuskanta:

- Matiyu 2:16. Hiridus yayi kokarin kashe shi
- Markus 6:3, etc. Mutanen Nazaret sun yi koakairn kashe shi
- Markus 3:21. Iyalin sa sun zage shi
- Yahaya 6:66. Da yawa daga cikin mabiyansa sun rabu da shi
- Yahaya 10:31. Taron jama'a sun yi koakarin su jejjefe shi
- Yahaya 11:50. Shugabanni sun kulla su kashe shi
- Markus 14:43-45, etc. Yahuza ya bashes hi
- Markus 14:66-72, etc. Bitrus yayi musun sanin sa
- Markus 15:12, etc. Taron jama'a sun nemi a kashe shi
- Markus 14:65, etc. Shugabannin Yahudawa sun yi masa ba'a
- Markus 15:16-20, etc. Sojojisun gas maza azaba
- Markus 14:53-65, etc. An yanke masa hukuncin kisa ba tare da wani laifi ba
- Maimaitawar Shari'a 21:23. giciyen ya mayas da shi ya zama la'ananne
- Markus 15:21-32, etc. Mutuwa ta azaba tare da barayi.

5. Martani guda shida: Yesu bai 1) zama mai fada ba ko 2) mai tayas da hankali ba; 3) mai ramako ba; 4) mai tada husuma ba. 5) Ya yi

shiru har a lokacin da ake zarginsa; da kuma 6) Ya bar wuraren da suke kokarin kashe shi.

6. Yayi nasara da wannan jarabar kuma bai bari rashin yarda da shi da aka yi, ya sa shi faduwa ba.

7. Domin ya tabbatas da matsayinsa kuma ba shi da wata damuwa

8. Rashin yarda da shi a matsayin bawa mai shan wuya na cikin littafin Ishaya

9. Mutuwar sa ta giciye

10. Yin amfani da karfi domin cimma manufarsa

11. A matsayin wata alama, kawo tsatsaguwa a tsakanin iyali kila ma har da yiwuwar tsanani

12. Ya ki ra'ayin cewa Almasihu za iyi amfani da tashin hankali, karfin soja, ko mani matsayi na siyasa – cewar mulkin sa ba na duniya ba ne.

13. An hana su yin kisan kai

14. Almasihu y akoyas da wadannan abubuwa a matsayin yadda za aka yi wa wadansu

   - Matiyu 5:38-42. Game da mugunta: ramawa da alheri
   - Matiyu 7:1-5, Game da shara'antawa: Kada ka shara'antawa wadansu
   - Matiyu 5:43, game da makiya: ka kaunace su
   - Matiyu 5:5. Game da tawali'u: shine zai yi nasara
   - Matiyu 5:9, game da masu sada zumunta: za a kira su yayan Allah
   - 1 Korantiyawa 4:11-13, etc. game da tsanani: Krista su jure mawuyacin tsanani, kada kuma su yi ramako
   - 1 Bitrus 2:21-25. Game da gurbin da muke da shi: Yesu shi ne gurbin da muke da shin a kaunar wadansu.

15. Cewar za su fuskanci bulala, magabtaka, cin amana da mutuwa

16. Ci gab aba tare da dacin rai ba

17. A lokacin da wani kauye a Samariya ya ki ya marabce shi

18. Idan aka tsanata maka: 1) Ka gudu zuwa wani wuri. 2) Kada ka damu amma ka dogara ga Ruhu Mai Tsarki. 3) Kada ka ji tsoro

19. Yi murna lokacin da ake tsananta maka

20. Begen rai na har abada

21. Sakamako guda uku: 1) Mutane sun rabu da Allah sun kuma rabu da juna. 2) An kure mutane daga fuskar Allah. 3) Mutane suna karkashin la'anar da ta bi bayan faduwar.

22. Zaman Yesu jiki da kuma giciyen Yesu Almasihu

23. Mika kan da Yesu yayi har ga giciye

24. Ya shanye magabtakar da masu kai masa hari suka yi ta jefa masa, ya kuma bayas da ransa hadaya domin zunuban duniya duka

25. Zuwa ga alamar zubas da jinni domin fansar zunubi; da kuma annabcin dake a cikin littafin Ishaya 53 game da bawa mai shan wahala

26. Sulhuntawa da Allah

27. Zargi daga mutane, mala'iku ko aljannu

28. Aikin sulhuntawa

29. Tabbatas da kansa ta wurin yin amfani da karfi

30. Ta wurin tashi da kuma hawa saman sa

31. Tabbataswa

32. Sun dauki shan wuya a matsayin wata hanya ta hada hannu a cikin shan wuyar da Almasihu yayi

33. Muhammadu da kan sa ya lalata su, ya kuma yi alwashin cewa haka Isa zai yi idan dawo duniya.

34. 'Zabi na uku' na **dhimmitude**, wanda y aba wadanda ba Musulmi ba damar ci gaba a cikin bangaskiyar su.

35. An tilasta masa cire dukan alamun addinin dake a jikin suturarsa.

Amsoshin Darasi na 6

1. Umurnin da Muhammadu ya bayas na watsa addinin da ya kawo ta wurin yin amfani da karfin takobi

2. Bayan tuba ko yaki, akwai zabi na uku: mika kai da yin rayuwa a karkashin kariyar Musulunci

3. Tuba zuwa Musulunci; a kashe ka; ko kuma ka mika kai (ka yi rayuwa a karkashin wulakanci)

4. Ku yi yaki har sai mutane sun shaida cewa Allah ne kadai za a yi wa sujada, da kuma cewa Muhammadu manzon Allah ne (*kalmar shahada*)

5. Karbi Musulunci, ko neman *jizya*, ko yaki da wadanda suka ki bada gaskiya.

6. Biyan haraji (*jizya*) da kuma kunyataswa "kankantaswa"

7. Alkawali na *dhimma*

8. *Dhimmis*

9. Makasudai guda biyu: 1) Dole ne Musulunci yayi nasara bisa dukan sauran addinai. 2) Dole ne Musulmi su zama a madafan iko domin su karfafa Musulunci.

10. Haraji ne bisan mutum wanda yake nuna cewa kansu hakin Musulmin da suka ciwo nasara a bisan su ne: harajin diyya ce ta ba a kashe ka ba

11. Domin amfanin Musulmi

12. Diyya ce ta barin kanka a bisan wuyan ka na wannan shekarar

13. Za a fara sabon *jihadi*: yaki, kwasar ganima, fyade, da mutuwa

14. Hukuncin wadanda suka saba suka kuma yi tawaye shine *jihadi*

15. Kama ko kisa a saukake

16. Kisan kiyashi sakamakon zargin cewa sun sabawa alkawali na *dhimma*

17. Sultan ya zabi Yahudawa ya sa su a wani babban matsayin

18. An zargi Kristan da yin watsi da matsayin mikan da suka yi, sakamakon haka, sun zubas da kariyar da suke da ita. Wadansu sun tuba sun koma Musulunci domin su tsira da ran su

19. Ana kafa wannan al'adar ne a lokacin biyan harajin *jizya*. Ya kunshi bugu day ko biyu a bisan wuya, wani lokaci kuma, al'adar murde wuya

20. An shirya shi domin ya nuna cea al'ummar *dhimmis* sun yarda da yi *jihadi* a kan sui dan suka karya wani daga cikin sharuddan

285

kasancewar su *dhimma*. Wannan kuma zai iya kai wa har ga sare wuyan mazan su.

21. La'anar sare wuya

22. Alkawali na jini, ko kuma rantsuwa ta jini kamar yadda yan kungiyoyin asiri suke yi

23. La'anta kai da kuma bada izinin karbar hukuncin kisa

24. Godiya da kuma karbar kaskanci a cikin tawali'u

25. Misalai:

- Shaidar *dhimmis*: ba za a karbe ta ba a cikin kotunan Musulunci
- Gidajen *dhimmis*: ba za su yi tsawo su fi na Musulmi ba
- Dokunan *dhimmis*: ba a yarda su hau dawakai ba
- Dole *dhimmis* y aba Musulmi wuri ya wuce idan suka hadu a hanya
- Kariyar kai na *dhimmis*: ba a yarda su kare kan su ba
- Alamu na addini: Ba a yarda su fitas da alumu na addinin su a cikin jama'a ba
- Ikilisiyoyin *dhimmis*: ba gyara, kuma ba za a gina wadansu sabobbi ba
- *Dhimmis* su soki Musulunci: ba a yard aba
- Suturar *dhimmis*: ba a yarda ta yi kama da ta Musulmi ba
- Auren *dhimmis*: namijin da yake a karkashin wannan yarjejeniyar ba shi da ikon ya auri mace wadda take Musulma, kana kuma idan Musulmi namiji ya aure mace wadda take karkashin wannan yarjejeniyar, dole ne yaran su zama Musulmi

26. Za su biya *jizya* kuma za a kaskantas da su

27. A matsayin kisan rai

28. Tattare tattaren yanayin da alkawalin *dhimma* yake haifaswa

29. Mika kai ga sabawa da wulakanci

30. Jin kai kaskantacce ne, yin abubuwa a asirce, dabaru, mugunta da tsoro

31. A matsayin addinin iyayen gida da kuma masu mulki

32. Fifikon sun a karya da kuma kariyar addinin da suke ikirarin su sukan raunana Musulmi su sa su kasa karbar gaskiya

33. Zuwa ga bauta: an soke bauta a Amurka a lokacin yakin basasan Amurka, duk da haka cin mutumci na launin fata ya ci gaba har fiye da karni guda bayan soke bautar.

34. Yin ikirarin cewa kasashenyamma suna da bashi Musulunci domin shine ya kawo musu wayewa.

35. Kasashen Turai

36. Farfadowar *shari'ar* Musulunci

37. Sakamakon biyar: 1) Rauni na ruhu. 2) ruhun jin cewa an saba maka. 3) Tunanin cewa kai ne aka cuta. 4) Ruhun tashin hankali. 5) Marmarin danne wadansu.

38. Danniyar da ruhun Muhammadu yayi fama da ita, ta nemi ta wulakanta wadansu

39. Ya ki ya dauka cewa an yi masa laifi, ya ki ya tayas da hankali, ya ki ya danne wadansu, ya kum aki ya ji zafin cewa an muzguna masa.

40. Babu wani da a da ya gane da cewa yana karkashin kangi na ruhaniya; dukan su sun yi addu'ar samun yanci, dukan su sun cika da murna yayin da suka sami wannan.

41. Tsoron hare haren jihadi, zafin da masu jihadi suka kawo, barazanar da aka yi wa iyalin ka a da.

42. An shirya su da farko domin su soke alkawali na *dhimma*, karya rikon da yake da shi a rayuwar mu, da kuma na biyu, ki da kuma karya la'anonin da suka fito daga **dhimmitude**

43. Za su taimakawa mutane su sami yanci daga wadannan rinjayen.

Amsoshin Darasi na 7

1. Rinjaye zuwa kaunar gaskiya da kuma fadin gaskiya

2. Domin Allah mai son dangantaka ne

3. Karya

4. Yana karkatas da mutane

5. Yarda da wadansu karairaki: a cikin yaki, zuwa ga mata, samun kariya, kare *al'ummar* Musulmi da kuma samun kariya a lokacin hatsari (*taqiyya*).

6. Ka yi kamar ka fasa da addinin ka

7. Fifikon su da fin wadanda ba Musulmi ba

8. Muhammadu

9. Yadda aka dauki girmamawa da kuma kunya

10. Tunanin cewa ka fi kowa

11. Domin akwai ra'ayoyin da suka sabawa juna game da la'antaswa a cikin *hadisai*

12. La'anta wadanda ba Musulmi ba

13. Gaba, motsin rai, da caji na ruhaniya

14. Alkawalin dake daure mutane biyu

15. Rashin gafartawa yana daure ruhun mutum biyu tare

16. (Masu koyon za su dubi wannan addu'ar su kuma binciko wuraren da za a iya yin amfani da wadannan matakan domin kansu)

17. Yi watsi: zunubin la'anta wadansu, la'anonin da wannan ya haifas, gabda da wadansu, irin motsin ran da ka ji, rohohin gaba da la'antaswa, dukan danganatak mara kyau da limamai da kuma sauran jama'a, dukan aikin aljannu wanda yake tafiyar da wadannan dauri na ruhaniyar. Karyawa: miyagun ikoki na ruhaniya, la'ana, miyagun dauri na ruhaniya

18. Yanci daga la'ana, salama, kamun kai, ikon sa albarka. Wadannan albarkun sun zama akasin la'ana da gabar da take kawo su.

19. Kakanni, uba, limamai, shugabannin Musulunci, da kowane mutumin a ya taba rinjaya ta zuwa la'anta wani

20. Ya yi tunanin kila gidan shi yana karkashin wata tsinuwa

21. Bai san yadda zai iya karya tsinuwar ba

22. Yana bukata ya karbi shugabanci a cikin sunan Yesu domin ya iya karya kowace irin la'ana da aka yi gaba da gidan sa

23. Suna dandana la'ana.

24. Matakai guda tara: 1) Furtawa da kuma tuba. 2) kawas da miyagun abubuwa ko sifofi. 3) gafartawa wadansu da kuma gafartawa kai. 4) karbar iko a cikin Almasihu. 5) Yin watsi da kuma karya la'anar. 6) Shaida yancin da kake da shi a cikin Almasihu. 7) Umurci kowane mugun ruhu da ya fita (fitas da su). 8) Furta albarku. 9) Yabi Allah

Amsoshin Darasi na 8

1. Dalilai guda hudu: 1) zafin rashin abokan hudda. 2) Babakere da shingayen Musulunci. 3) Tsanani na kai tsaye. 4) Rashin gamsuwa da Krista da kuma ikilisiya

2. Ikilisiyoyi suna korar wadanda suka tuba daga Musulunci domin tsoro da kuma dokokin *dhimma*.

3. Fahinta da kuma kin alkawali na *dhimma*

4. Tsoro, jin kamar babu kariya da son kudi, jin kamar kowa ya ki ka, jin kamar kai ne aka yi wa laifi, rashin iya yarda da wadansu, zafi a zuciya, zunuban zina, gulma da na karya.

5. Yadda Musulunci yake mulkar ran mutum

6. Saura za su yi kyashi

7. Ya ji haushin sauran Krista

8. Ikilsiyoyin suna gas da juna kowace ikilisiya tana ganin cewa ita ta fi sauran

9. Kofar da aka bari a bude da kuma barin gidan ba kome

10. Lafiyayyun Krista

11. Ana bukatar a canza hali da kuma yadda ake yin tunani

12. Bulus yana so ya karfafa Titus da ya ci gaba da yin girma

13. A da, Bulus yana gaba da Krista

14. Ta wurin yin girma a cikin kauna, sani, zurfin tunani, da kuma bayas da kyawawan yaya

15. (Mahalartan za su bada labarin miyagun abubuwan da suka lura da su)

16. Ya yi watsi ya kuma karya la'anar da ke bin tsara. Ya kuma sami warkaswa daga faruwar damuwa

17. Rufe dukan kofofi

18. Rufe budaddun kofofin da Shain zai iya yin amfani da su gaba da mai bi

19. Kamata yayi rai ya debi ruwan rai, amma idan yana da huji, ba zai iya rike ruwan kamar yadda ya kamata ya yi ba.

20. Cikas da lalacewar ruhu iri daya wanda yawancin mutanen da suka fito daga cikin Musulunci suke kuma marmarin yin rayuwa domin Almasihu suke fuskanta

21. Ya kan taimaka musu jin cewa sun fi wadansu

22. Ikilisiyoyi suna kasa yin aiki tare. Mutane suna yin kishi idan wadansu suka ci gaba a cikin aikin Ubangiji. Mutane ba su so karbi aikin shugabanci domin suna ganin za a yi ta zagin su.

23. Koyaswa guda shida: 1) Darajanta zuciyar bawa. 2) Samo matsayin ka a cikin Almasihu, ba a cikin abin da ka ke yi ko kuma ka ke fada ba, ba kuma a cikin abin da wadansu suke kfada ko suke tunani game da kai ba. 3) Koyon yin fahariya a cikin kaskancin ka. Koyon yin farin ciki idan wadansu suka sami ci gaba, da kuma yin bakin ciki a lokacin da wadansu suke shan wahala. 5) Koyon yadda za ka fadi gaskiya a cikin kauna. 6) Koyo game da irin lahanin da gulma take da shi.

24. Mutane ba za su iya yin girma ba domin suna boye damuwoyin su kuma ba su son a taimake su

25. Kan magana guda shida: 1) Gafartawa. 2) rashin yarda da kuma lafi. 3) Gina amana. 4) Yin watsi da tsafi. 5) Maza da mata suna darajanta juna suna fada wa juna gaskiya. 6) Iyaye suna sa wa yayan su albarka a maimakon tsine musu

26. Domin mutane su iya sake gina yadda suke duban abubuwa

27. Steve yana da saurin samun masu tuba sai dai kuma ba ya iya rike su. Cheri tana samun masu tuba a hankali amma suna ci gaba a cikin Almasihu. Salon Cheri yafi zama da amfani domini dan mutane suka zabi su bi Yesu sukan shiga da cikakken sanin abin da suke mika kai a cikin sa.

28. Matakai guda shida: 1) furuci guda biyu. 2) Juyawa. 3) roko. 4) Sauya wanda za a yi wa biyayya. 5) Daukar alkawali da kuma tsarkakewa. 6) Furci

29. Matakai 4-6

30. Shaidan

31. Yin watsi da Musulunci ta wuirn yin addu'ar 'Furuci da addu'a domin yin watsi da *shahada* da kuma karya ikon ta'

32. Karin samun balagaggun pastocin da suka fito daga cikin Musulunci

33. Domn tabbatas da cewa ka sami mutumin da ya fi dacewa, da kuma taimaka masu su zama da shirin yin shugabanci

34. Ba sa koyon tawali'u, kuma zasu iya fuskantar rashin yarda daga wurin sauran mutane

35. A kai, a kai: a kalla sau daya kowane mako

36. Yin amfani da Littafi Mai Tsarki a cikin kalubalar rayuwa ta yau da kullum. Wannan zai taimaka wa halin su wajen yin girma da kuma zama kamar Almasihu

37. Domin koyawa wanda ake horaswar yin abu a fili

38. Domin gujewa kunya

39. Domin su iya koyon yadda zasu magance matsalolin da ka iya tasowa

40. Idan ba a kawas da kangin da kuma warkas da raunukan ba, wannan zai iya zage wa mutum samun yaya a cikin aikin bisharar sa. Haka kuma, idan an yantas da mutum, zai fi sanin yadda zai taimakawa wadansu zuwa ga samun yanci

41. Domin su iya jurewa a cikin aikin bishara a kuma fi yarda da su

42. Zuciyar bawa, kaunar juna da kuma girmama juna

43. Domin mu iya karbar shawarwari masu amfani da kuma yin girman da zai kai mu zuwa ga balaga

44. Domin koyawa almajirin sanin kai

45. Domin ba za su iya kauce masa ba.

46. Domin a daukaka Allah, a karbi albarkar Allah domin ikiliisya, da kuma koyon tawali'u